மாவீரன் அய்யன்காளி

(கலகம் செய்து மகாத்மா ஆனவன்)

எம்.ஆர்.ரேணுகுமார்
தமிழில்: ஜேம்ஸ் மார்க் பீட்டர்

நீலம்

நீலம்

மாவீரன் அய்யன்காளி
ஆசிரியர் : எம்.ஆர்.ரேணுகுமார்
தமிழில் : ஜேம்ஸ் மார்க் பீட்டர்
முதற்பதிப்பு : செப்டம்பர் 2023

நீலம் பப்ளிகேஷன்ஸ்,
முதல் தளம், திரு காம்ப்ளக்ஸ்,
மிடில்டன் தெரு, எழும்பூர், சென்னை - 600008.

அட்டை ஓவியம் : சம்பத்
அட்டை வடிவமைப்பு : தாமோ நாகபூஷணம்
நூல் வடிவமைப்பு : நெகிழன்

விலை ரூ.250

MAAVEERAN AYYANKAALI
Author : M.R.Renukumar

translation : James Mark Peter

© M.R.Renukumar

First Edition : September 2023

Published by : NEELAM PUBLICATIONS,
1st floor, Thiru Complex, Middleton street,
Egmore, Chennai - 600008.

Sudarsan Graphics Pvt. Ltd., Chennai - 600041.

Email : editor@neelampublications.com
Mobile : +91 98945 25815

INR : 250
ISBN : 978-93-94591-75-2

Original Malayalam Edition published by DC BOOKS, Kerala

Neelam Online Store - www.neelambooks.com

திரு.எம்.ஆர்.ரேணுகுமார்

1969ஆம்ஆண்டு கோட்டயம் மாவட்டத்தில் உள்ள காராப்புழா என்ற இடத்தில் பிறந்தார். சென்டர் ஃபார் டெவலப்மெண்ட் ஸ்டடீஸ்-இல் எம்.பில்.பட்டம் பெற்றவர். 2005ஆம் ஆண்டு'கெணிநிலங்ஙளில்', 2007ஆம் ஆண்டு'வெஷக்காய', 2011ஆம் ஆண்டு 'பச்சக்குப்பி' என மூன்று கவிதைத் தொகுப்புகளை வெளியிட்டுள்ளார். இதில் 'வெஷக்காய' கவிதைத் தொகுப்புக்கு 2008இல் சிறந்த கவிதைத் தொகுப்புக்கான எஸ்.பி.டி (S.B.T) விருது வழங்கப்பட்டது.

'நாலாம் கிளாசிலெ வரால்' (2008), 'அரசைக்கிள்' (2017), 'கூட்டுகூடுந்ந கதகள்' (2017) ஆகிய சிறார்களுக்கான மூன்று கதைத் தொகுப்புகளை எழுதி வெளியிட்டுள்ளார். 'நாலாம் கிளாசிலெ வரால்' தொகுப்புக்கு 2010ஆம் ஆண்டு சிறந்த சிறுவர் கதைத்தொகுப்புக்கான மாநில அரசின் பால சாகித்ய இன்ஸ்டிடியூட்டின் விருது வழங்கப்பட்டது. 'பொய்கயில் யோஹனான்' (வாழ்க்கை வரலாறு - 2019), 'முழு சூர்யனாகானுள்ள ஷ்ரமங்ஙள்' (கடிதங்கள் - 2013), 'அடிமத்த கேரளம்' (வரலாறு - 2016), 'ஞாறுகள்: மலயாளத்திலெ தலித் கதகள்' (எடிட்டர் - 2014) ஆகியவை எம்.ஆர்.ரேணுகுமாரின் பிற படைப்புகள் ஆகும். அண்ணல் அம்பேத்கர் பற்றிய '*Bhimayana: Experience of Untouchability*' என்ற கிராஃபிக் நாவலை 2011ஆம் ஆண்டு மலையாளத்தில் மொழிபெயர்த்துள்ளார். 'ஞாறுகள்' புத்தகம் '*Caste Don't want*' (2017) என்ற பெயரில் புதுப்பிக்கப்பட்ட பதிப்பில் ஆங்கிலத்தில் வெளியிடப்பட்டுள்ளது. தற்போது மாநில ஆடிட்டிங் துறையில் உதவி ஆடிட்டராக உள்ளார்.

மலையாளத்தில் பிரசித்தி பெற்ற டி.சி.புக்ஸ் (DC Books) பதிப்பகம் வெளியிட்டுள்ள ரேணுகுமாரின் இதர படைப்புகள்:

கவிதை - 'வெஷக்காய', 'பச்சக்குப்பி', 'கொதியன்'.

சிறுவர்களுக்கான படைப்பு: 'அரசைக்கிள்'.

வாழ்க்கை வரலாறு: 'அய்யன்காளி - ஜீவிதவும் இடபெடலுகளும்'.

ரோஹித் வெமுலாவுக்கு

ஆசிரியர் உரை

வாழ்க்கையில் காளியும்
எழுத்தில் காளியும்

வாக்குவாதம் தொடங்கும் நேரங்களிலும், வெறுப்பு உண்டாகும் சமயங்களிலும் (சில நேரங்களில் இவை இல்லாவிட்டாலும்கூட) என்னுடைய நண்பன் என்னைப் "போடா காளி" என்றழைத்துப் பகடி செய்வதையும் என்னை ஒதுக்கி ஓரமாக நிறுத்தி வைப்பதையும் தொடர்ந்து செய்து வந்திருக்கிறான். காளி என்று கூப்பிடும்போது அந்த வார்த்தைக்குள் ஜாதிய ரீதியிலான 'பிரித்து வைத்தல்' அடங்கியிருப்பதை யாரும் சொல்லாமலேயே அறிந்து வைத்திருந்தேன். ஈழவ ஜாதியைச் சேர்ந்த சிறார்களிடத்திலிருந்தும் சில நேரங்களில் மூத்தவர்களிடத்திலிருந்தும் நான் கேட்க நேர்ந்த, பூனை போன்ற சத்தங்களின் அளவுக்கு இல்லாவிட்டாலும்கூட, 'காளி' என்ற வார்த்தை என் காதுகளில் நுழையும்போது சங்கடத்திற்கு உள்ளாக்கப்பட்டேன். பதிலுக்கு அவனது தாயைக் குறிப்பிட்டோ, வேறு ஏதாவது நையாண்டிப் பெயர்களைச் சொல்லியோ என்னை உருவக்குத்துகின்ற வார்த்தைகளைத் தடுக்கவோ, எதிர்கொள்ளவோ என்னால் முடியவில்லை.

இதுபோன்ற வார்த்தைகள், விமர்சனங்களுக்குள் பொதிந்திருக்கும் ஜாதிய வன்மத்தைக் கண்டுபிடிக்கும் அளவுக்கு ஈழவ சமுதாயத்தின் பெரும்பான்மை மக்கள் சிந்தை மேம்பட்டவர்களாக இருந்திருக்கவில்லை. இத்தகைய ஜாதிய

உணர்வை இந்த எல்லைவரை கீழ்த்தரமான முறையில் வெளிக்காட்டுவதற்கு அவர்களுக்கு ஊக்கம் கொடுக்கப்பட்டதன் பின்னணியில் அச்சமூகம் கல்வியில் மிகவும் பின்தங்கியிருந்தது ஒரு காரணமாக இருக்கலாம். நாராயணகுருவின் மொத்தப் போராட்டங்களையும் நாம் கண்ணோக்கினால் அவை, ஈழவச் சமூகத்தின் ஜாதிய அபிமானத்தை அதிகப்படுத்தியதே அன்றி அவர்களுக்குள் சமூகச் சமத்துவத்தையும் பகுத்தறிவையும் கொண்டுவரவில்லை என்பதைத்தான் எழுபதுகள், எண்பதுகளில் கிடைத்த என்னுடைய பால்ய, பதின்பருவ அனுபவங்கள் சாட்சியிடுகின்றன. அந்தக் காலகட்டத்தில் கேரளத்தில் ஜாதிய துர்நாற்றம் வீசுகின்ற இன்னபிற அழைப்புச் சொற்கள் தற்காலிகமாக வழக்கொழிந்து 'காளி' என்று மட்டும் கூப்பிடக்கூடியதொரு சூழல் உருவாகியிருந்தது. சமூக நிலை மற்றும் பொருளாதாரத்தில் மேல்கையாக இருந்த ஈழவர்கள், தாழ்நிலையில் இருந்த புலயர்கள்மேல் குதிரையேறுவதை ஓர் இயல்பான விருப்பமாகத் தொடர்ந்துவந்த காலமது. அப்போது அவற்றுக்கெதிராகக் குறைந்த அளவிலான எதிர்ப்புகளோடு ஏராளமான புலயர் ஜாதி இளைஞர்கள் போராட்டத்தில் இறங்கினார்கள். அத்தகைய போராட்டங்களுக்கு உந்துசக்தியாக இருந்தவை அய்யன்காளியின் வாழ்க்கையும் அவரது எதிர்ப்புச் செயல்பாடுகள் பற்றிய அறிவும்தான்.

சிந்தைப்பூர்வமாகவும் சுயமரியாதையோடும் வீரியத்தோடும் இருந்த அய்யன்காளியின் வாழ்வு புலயர் ஜாதி இளைஞர்களின் உள்ளங்களில் பரப்பிய பெருநெருப்பே, கேட்பாரற்று அடித்து உதைக்கப்படுவதிலிருந்து அவர்களை விடுபடச்செய்து, மோதல் வாயிலாகச் சமூகப் பிரதிநிதி என்ற நிலைக்கு அவர்களைத் தயார்படுத்தியது. அய்யன்காளியின் இந்த 'இரண்டாம் வருகை'க்கு டி.எச்.பி.செந்தாரசேரி (T.H.P.Chendhaarsheri) எழுதிய அய்யன்காளியின் வாழ்க்கை வரலாற்றுப் புத்தகம் ஒரு முக்கியமான காரணமாக அமைந்தது. ஏறக்குறைய இதே காலகட்டத்தில் புலயர் ஜாதியைச் சேர்ந்த ஓர் இளைஞர், ஈழவ ஜாதியைச் சேர்ந்த ரவுடி ஒருவனைக் கத்தியால் குத்திக் கொலை செய்த சம்பவமும் இச்சமூகங்களின் உரசலைப் பல நிலைகளில் உயிர்ப்புடன் வைத்திருந்தது.

குறிப்பிட்டுச் சொல்லவேண்டுமெனில் எங்கள் ஊருக்குப் பக்கத்து ஊரில் நடந்த இந்தத் தொடர்ச்சியான மோதல்களின் பலனாகவே என்னுடைய நண்பர்களிடமிருந்து 'காளி' என்ற பரிகாசப் பெயர் அல்லது மிலேச்சப் பெயர் எனக்குக் கிட்டியது. ஆனால் நானோ, 'நாணு' என்றோ, 'குரு' என்றோ

திருப்பிக்கூறி அந்த வார்த்தையை எதிர்க்க இயலாதவனாக இருந்தேன். அந்தக் காலத்தில் ஈழவ ஜாதிக்காரர்களைப் பகடி செய்யப் பயன்படுத்தப் பட்ட 'கொட்டி' என்ற வார்த்தையை ஒரு தற்காப்புக்கான வீச்சாக வீச என்னுடைய குடும்பமோ, என் சமுதாயமோ எனக்குச் சொல்லித் தந்திருக்கவில்லை. பதவிகளையும் கர்வங்கொண்ட சிறுமைத்தனங்களையும் அதிகாரத்தையும் நிர்ணயம் செய்கின்ற ஜாதிய-சமூக அறிவியலைக் குறித்தும் அதன் ஆற்றல் விசை அல்லது இயங்கு விசை குறித்தும் நாம் அதிகம் கூறவேண்டியதில்லையல்லவே! 'காளி' என்ற வார்த்தை என் மனதில் முதன்முதலாக அஸ்திவாரம் இட்டுக்கொண்ட சந்தர்ப்பத்தைச் சுட்டிக்காட்டத்தான் இவ்வளவையும் குறிப்பிட்டேன்.

எண்பதுகளில் கேரளத்தில் அங்கொன்றும் இங்கொன்றுமாகப் புலயர் மக்களின் செயல்பாடுகளில் உறுதியான மாற்றங்களை உருவாக்கியதில் அய்யன்காளி பற்றி டி.எச்.பி.செந்தாரசேரி எழுதிய புத்தகம் வகித்த பங்கு என்பது உள்ளங்கை நெல்லிக்கனி. 1979ஆம் ஆண்டு பிரபாத் புக் ஹவுஸ் வெளியிட்ட இந்தப் புத்தகத்தின் மறுபதிப்புச் செய்யப்பட்ட (1989) பிரதியைத்தான் படித்துக்கொண்டிருக்கிறேன். இதற்கு முன்பு அய்யன்காளியைப் பற்றிய செய்திகள் எதையுமே எனது குடும்ப உறுப்பினர்களிடமிருந்தோ, சமுதாய அங்கங்களிடமிருந்தோ கேள்விப்படாமல் போனதை நினைத்தால் இப்போதும் வியப்பை அளிக்கக்கூடிய ஒன்றாகவே இருக்கிறது. அதேவேளையில் இதற்கு விதிவிலக்காக இருந்தவர், எங்கள் ஊரில் வாழ்ந்துவந்த ஏ.எம்.பி.ராஜன் (A.M.B.Rajan) என்ற தெருக்கூத்துக் கலைஞர். அய்யன்காளியின் பிறந்தநாள் வரும்போதெல்லாம் கோட்டயம் திருனக்கரை மைதானத்தில் தன்னுடைய குடும்பத்தினரோடு சேர்ந்து அய்யன்காளியின் வாழ்க்கை வரலாற்றை அவர் பிரச்சார வடிவத்தில் நடித்துக்காட்டுவது வழக்கம். இதைப் பலமுறை நின்று கேட்டிருக்கிறேன். அதன்பின்னர் ஏ.எம்.பி.ராஜன் தன்னுடைய நாடகத்தை ஆடியோ கேசட் வடிவில் வெளியிட ஆரம்பித்தார். 'அய்யன்காளி: தி கிரேட் சன் ஆஃப் இண்டியா' என்ற தலைப்பில் அந்தக் கேசட் வெளியானது என்று நினைவு.

செந்தாரசேரி எழுதிய புத்தகத்தை மூலாதாரமாகக் கொண்டுதான் ராஜன் தன்னுடைய நாடகத்தின் கதையையும் பாடல்களையும் அமைத்தெழுதியிருந்தார். வெள்ளையம்பலம் சதுக்கத்திற்குக் கல்விச் சுற்றுலா வரும் மாணவர்களுக்கு அய்யன்காளியைப் பற்றி ஒரு பழுத்த கிழவன் கதை சொல்வதுபோன்ற ரீதியில் அமைந்திருந்தது ராஜனின் கதை சொல்லும்

முறை. தொண்ணூறுகளின் தொடக்கம் என்று நினைக்கிறேன். இந்தப் புத்தகத்தின் தொடர்ச்சியாகப் பல்வேறு தலித் வரலாற்று ஆய்வாளர்கள், எழுத்தாளர்கள், சமுதாயச் சங்கங்களின் தலைவர்களோடு அவர்களின் போராட்டங்கள் என எல்லாம் சேர்ந்து இப்போது நாம் காண்கின்ற விதத்தில் பொதுத்தளங்களிலும் கல்வித் தளங்களிலும் அடையாளப்படத் தொடங்கினார் அய்யன்காளி. இவர்களுக்கெல்லாம் அய்யன்காளியைப் பொது நீரோட்டத்தில் கலக்கச் செய்வதற்கான களத்தைத் தயார்படுத்திக் கொடுத்ததில் திருவனந்தபுரத்தில் அவரது சிலை நிர்மாணிக்கப்பட்ட நிகழ்வு முக்கியப் பங்கு வகித்தது. சென்னை மாகாணம் முதல் ஏராளமான இடங்களில் பெரும் வரவேற்பைப் பெற்று, பல்வேறு ஜில்லாக்களைக் கடந்து கொண்டுவரப்பட்ட அய்யன்காளியின் முழுஉருவச் சிலை வெள்ளையம்பலம் என்ற இடத்தில் 1980ஆம் ஆண்டு நிறுவப்பட்டது.

இந்தச் சிலையின் நிர்மாணப் பணிகளுக்கு 1979ஆம் ஆண்டு ஆரம்பிக்கப்பட்ட ஸ்ரீ அய்யன்காளி நினைவு அறக்கட்டளை முக்கியப் பங்காற்றியது. இதைத் தொடர்ந்து 1982ஆம் ஆண்டு இந்த அறக்கட்டளை வெளியிட்ட அய்யன்காளியின் நினைவுக் குறிப்புகளும் பின்னாளில் அவர் தொடர்புடைய வரலாற்றில் கவனம் ஈர்த்த சான்றுகளில் ஒன்றாக மாறின. அய்யன்காளியின் வாழ்க்கையும் போராட்டங்களும் என்னுடைய வாழ்க்கைக்குள் உட்புகுந்த வழிவாசல்கள் குறித்தும், என்னுடைய போதாமையுள்ள பார்வையிலும் புரிந்துகொள்ளலிலும் அய்யன்காளி கண்டறியப்பட்ட பொது இடங்களையும் பற்றித்தான் இங்கு கூறியிருக்கிறேன். பலரது வாழ்க்கையில் பல்வேறுபட்ட காலகட்டங்களில், பலவிதங்களில் அய்யன்காளி வெளிப்பட்டிருக்கிறார். பொது நீரோட்டத்தில் அய்யன்காளி நுழைதலையும் உருவெடுத்தலையும் பல்வேறு தரப்பினர் பல்வேறு காலங்களில் அடையாளப்படுத்தியுள்ளனர்.

தொண்ணூறுகளில் தலித்துகளின் முன்னெடுப்பில் உருவான அம்பேத்கரைட் சமூக-அரசியல் கண்ணோட்டமும், சமூகப் பகுப்பாய்வு மார்க்கங்களும், பொதுவான ஒரு தலித் உணர்வுதான் என்று அபிப்ராயப் படுகின்ற ஒரு புரிதலுக்குள் என்னையும் கொண்டுவந்திருந்தன. இந்தப் புரிதலின் வெளிச்சத்தில் அதற்குச் சான்றாக 1999ஆம் ஆண்டு சமீக்ஷா இதழில் கட்டுரையொன்றை எழுதியதைத் தவிர அய்யன்காளியின் வாழ்க்கையைப் பற்றியும் அவரது போராட்டங்களைப் பற்றியும்

நான் அதிகமாக எழுதியதில்லை. அய்யன்காளியின் வாழ்க்கையையும் போராட்டங்களையும் மேலே குறிப்பிட்ட சமூக-அரசியல் புரிதலின் வெளிச்சத்தில் காட்சிப்படுத்தியும் பகுத்தாய்ந்தும் எழுதுவதற்கு இந்தப் புத்தகத்தின் வாயிலாக முயற்சித்திருக்கிறேன். இது என்னுடைய சொந்த விருப்பத்தின்படி எழுதிய புத்தகம் அல்ல; ஒரு புராஜெக்ட்டின் பகுதியாக எழுதியது.

ஓர் ஒத்திசைவுமில்லாத, ஏற்றுக்கொள்ளவும் முடியாத விதத்தில் ஏராளமான ஆலோசனைகளோடும் திருத்தங்களோடும் அந்தப் புத்தக வெளியீட்டாளர் என்னுடன் இடைப்பட்டபோது அந்தப் புராஜெக்ட் வேண்டாம் என்று ஓரத்தில் வைக்க வேண்டிய சூழ்நிலை ஏற்பட்டது. எனது எழுத்துகளில் நான் இயல்பிலேயே பின்பற்றிவரும் சமுதாய - அரசியல் சார்ந்த கண்ணோட்டத்தோடும் அதன் ஒரு பகுதியாக உள்ள பகுப்பாய்வுப் பார்வைகளோடும் அந்த வெளியீட்டாளருக்கு உடன்பாடு ஏற்படவில்லை. பதிப்பகத்தாரை மேற்பார்வையாளராக வைத்துக்கொண்டு ஒரு புத்தகத்தை எழுத வேண்டிய தேவை எனக்கு ஏற்படவில்லை. அந்தப் புராஜெக்ட் நிறுத்தப்பட்டுவிட்டாலும் எழுதாமல் இருக்க முடியாதல்லவா! அப்படி, கடந்த 2012ஆம் ஆண்டு அக்டோபரில் எழுதத்தொடங்கி 2013ஆம் ஆண்டு மார்ச் மாதம் நடுவில் இந்தப் புத்தகம் நிறைவடைந்தது. அதைத்தொடர்ந்து நேரம் கிடைக்கும்போதெல்லாம் செழுமைப்படுத்தும் வேலைகளிலும் திருத்தப் பணியிலும் ஈடுபட்டுப் பல மாதங்கள் எழுத்திலேயே வாழ்ந்து வந்தேன்.

2013ஆம் ஆண்டுவரை அய்யன்காளி குறித்து வெளிவந்திருக்கின்ற பல்வேறு வகையான புத்தகங்களை ஆதாரமாகக்கொண்டு இந்தப் புத்தகத்தை எழுதியிருக்கிறேன். என்னுடையது என்று நெஞ்சில் கை வைத்துச்சொல்ல ஒன்று உண்டு என்றால் அது இந்தப் புத்தகத்தின் பற்றாக்குறைகள் அல்லது போதாமைகள் மட்டுமே. இந்தப் புத்தகத்தைச் சாத்தியமாக்கியவை, நேரடியான முறையில் செந்தாரசேரியின் புத்தகமும் மறைமுகமான விதத்தில், அய்யன்காளியைக் குறித்து வெங்கானூர் சுரேந்திரன் எழுதிய வரலாற்றுக் குறிப்புகளும்தாம். புத்தகத்தில் நான் குறிப்பிட்டுள்ள எல்லா எழுத்தாளர்களும் குறிப்பிடத்தக்க அளவுகளில் எனது எழுத்துக்கு உதவியிருக்கிறார்கள். அதேநேரம் இவர்களில் இரண்டு வரலாற்று ஆய்வாளர்களின் பெயர்களை இங்கு குறிப்பிட்டே ஆக

வேண்டும். ஒருவர் குந்நுகுழி எஸ்.மணி. மற்றொருவர் செறாயி ராமதாஸ். மற்ற எழுத்தாளர்கள் மீதான கடப்பாடுகளைத் தெளிவான நுண்ணியக் குறிப்புகளாகவும் ரெஃபரன்ஸ்களாகவும் புத்தகத்தில் சேர்த்துள்ளேன்.

இந்தப் புத்தகத்தை எழுதிக்கொண்டிருந்தபோது இரவென்றும் பகலென்றும் பாராமல் எனது மேசையின் ஓரத்தில் புத்தகங்களுக்கு இடையில் என்னை நோக்கியே தவம் கிடந்தது அந்தப் பூனை. என்னைப் பார்த்தபடியே கிடப்பதும் கண்ணயர்வதும் எனப் பல நாட்கள் தொடர்ந்த அந்த அழகுப் பூனையைப் பற்றி நினைவுகூராமல் இந்தக் குறிப்பு முழுமையடையாது. குறிப்பாக இந்தப் புத்தகத்தை எழுதி முடித்த அடுத்த நாளே பக்கத்தில் உள்ள கிணற்றில் விழுந்து அந்த வாயில்லா ஜீவன் எங்களைவிட்டுச் சென்றுவிட்டது. சில அணுக்கங்களையும் சில விலகல்களையும் காரண காரியங்களுடன் ஆராயும் புத்தியைக்கொண்டு எதிர்கொள்ளவும் அவற்றைப் புரிந்துகொள்ளவும் முடியாது என்று தோன்றுகிறது. பூனைபோன்ற சத்தத்தில் பகடி செய்வதைப் பற்றிய செய்தியோடு தொடங்கிய இந்தக் குறிப்பு, மற்றொரு பூனையின் மீது முட்டிமோதி முடிவுறும் என்று நான் ஒருபோதும் நினைத்துக்கூடப் பார்த்ததில்லை. இந்தப் புத்தகத்தைப் பிரசுரம் செய்த டி.சி.புத்தக நிறுவனத்தாருக்கு எனது நன்றியையும் அன்பையும் தெரிவித்துக்கொண்டு நிறைவு செய்ய நினைக்கிறேன். உங்கள் எல்லோரையும் இந்தப் புத்தகத்திற்குள் செல்ல தாழ்மையுடன் அழைக்கிறேன்.

எம்.ஆர்.ரேணுகுமார்

மொழிபெயர்ப்பாளர் உரை

*சா*ர்! உங்களுக்கு அய்யன்காளியைப் பற்றித் தெரியுமா என்று உடன் பணியாற்றிய மூத்த செய்தி உதவியாசிரியர் திரு.கருணாகரன் சில ஆண்டுகளுக்கு முன்பு கேள்வி எழுப்பிய இடம், சூழல் எனக்கு நன்றாக நினைவிருக்கிறது. அவர் கேட்ட அந்தக் கணம்வரை உண்மையாகவே அய்யன்காளியைப் பற்றிப் பெரிதாக ஒன்றும் தெரிந்திருக்கவில்லை. 'கேரள தலித் போராளிதானே சார்!' என்று எனக்குத் தெரிந்ததைச் சொன்னேன். ஆமாம் என்றவர், அவரைப் பற்றிப் படித்தால் புல்லரித்துப் போவீர்கள் என்றார். படிக்கிறேன் என்றேன். அதற்கான வாய்ப்பு சுமார் நான்கு ஆண்டுகளுக்குப் பின்னரே கிடைத்தது.

மலையாளத்தில் இருந்த அந்தப் புத்தகத்தை வாங்கிப் படிக்க ஆரம்பித்தபோது, எனக்குள் அய்யன்காளி என்ற பிம்பம் ஆச்சரிய அலைகளை ஏற்படுத்தியது. கேரளத்தில் புலயர் உள்ளிட்ட பட்டியல் ஜாதிகளைச் சேர்ந்தவர்கள் நூற்றாண்டுகளாக நடத்தப்பட்ட விதம், அனுபவித்த கொடுமைகள், திருவிதாங்கூர் சமஸ்தானத்தில் இருந்த அடிமை முறைகள், அடிமை வியாபாரம், ஊதியமற்ற ஊழியமுறை ஆகியவை என்னை அதிரவைத்தன. அத்துடன் எந்தக் காரணத்தைக் கொண்டும் கல்வியை மட்டும் பட்டியல் மக்களுக்குக் கொடுத்துவிடக் கூடாது என்ற எழுதப்படாத சட்டம் திருவிதாங்கூரில் அமலில் இருந்தது. அதை உடைக்க, பட்டியல் சமூகத்தைச் சேர்ந்த அய்யன்காளி என்ற பிடரி சிலிர்த்த சிங்கம் எழுப்பிய உரிமைக்கான கர்ஜனை, அந்த மலையாளப் புத்தகம் முழுவதும் நிரம்பிக் கிடந்தது. இந்தியாவிலேயே நூறு சதவீதம் கல்வியறிவு பெற்ற மாநிலமாக கேரளா நிற்பதற்கு ஆதி விதையை ஊன்றியவர் அய்யன்காளிதான்.

நாயர்கள் வாழும் தெருக்களில் தலித்துகள் நடக்கக்கூடாது; தலித் பெண்கள் ரவிக்கை அணியக்கூடாது; தலித்துகளின் குழந்தைகள்

பள்ளிக்கூடத்திற்குச் செல்லக்கூடாது உள்ளிட்ட கட்டுப்பாடுகளை உடைத்த கேரளம் கண்ட ஈடு இணையற்ற மகாத்மாதான் அய்யன்காளி என்பதை புத்தக ஆசிரியர் எம்.ஆர்.ரேணுகுமார் வரலாற்று நிகழ்வுகளோடு அடுக்கியுள்ளார்.

என்னுடைய பெற்றோர் ஒடுக்கப்பட்ட சமூகத்தைச் சேர்ந்தவர்கள் என்பதாலேயோ என்னவோ, அய்யன்காளியின் போராட்ட அனுபவங்கள், என்னை பல இடங்களில் சிலிர்ப்பூட்டச் செய்தன. மறுபுறத்தில் சில இடங்களில் அய்யன்காளி என்ற சமஉரிமைப் போராளிக்காக; அந்த மனிதன் சந்தித்த அவமானங்களுக்காக என் மனம் உடைந்து அழுதது.

எப்படியேனும் இந்தப் புத்தகத்தைத் தமிழில் மொழிபெயர்த்து வெளியிட்டாக வேண்டும் என்று அப்போதே முடிவு செய்தேன். இதற்காக நீலம் பப்ளிகேஷன்ஸ் பதிப்பாசிரியர் திரு.வாசுகி பாஸ்கரை அணுகியபோது, எனது எண்ண ஓட்டத்தைச் சில நிமிடங்களிலேயே மிகச்சரியாகக் கணித்ததோடு, என் மீது நம்பிக்கை வைத்து இந்தப் புத்தகத்தை வெளியிட முன்வந்தார்.

மொழிபெயர்ப்பு பணியின்போது அய்யன்காளியின் உச்சபட்சமான போராட்டக் களப்பணிகளையும், கல்வி உரிமைக்காகவும், பொதுவெளியில் நடப்பதற்கான உரிமைக்காகவும் போராடி அவர் கண்ட சரித்திர வெற்றியையும் வியப்புடன் பதிவுசெய்துகொண்டிருந்தேன். அப்போது வைக்கத்தில் பெரியார் போராட்டம் நடத்தியதன் நூற்றாண்டு விழா கொண்டாட்டம், ஓராண்டுக்கு நடைபெறும் என்று சட்டப் பேரவையில் அறிவித்தார் தமிழ்நாடு முதலமைச்சர். அடுத்த சில நாட்களில், தெலங்கானாவில் நாட்டிலேயே உயரமான அம்பேத்கர் சிலையின் திறப்புவிழாவும் தொலைக்காட்சியில் தலைப்புச் செய்தியாக வந்தபோது இவ்விரு நிகழ்வுகளிலும் பெரியார், அம்பேத்கர் வடிவில் என் மனக்கண்களில் அய்யன்காளி என்ற மாவீரன் முன்னே வந்து நிமிர்ந்து நின்றார். அந்த அனுபவத்தில் நெகிழ்ந்துபோனேன்.

புத்தகத்தை நான்கரை மாதங்களில் மிகவேகமாக மொழிபெயர்த்து முடித்தேன். அப்போது சுவாரஸ்யமான தகவல் ஒன்றும் எனக்குக் கிடைத்தது. மலையாள எழுத்தாளரும் நூலாசிரியருமான திரு.எம்.ஆர்.ரேணுகுமார், நான் ஏற்கெனவே 2018ஆம் ஆண்டு மலையாளத்திலிருந்து தமிழில் மொழிபெயர்த்து வெளியிட்ட 'தலித் பெண்ணின் இடைமறித்தல்கள்'

என்ற புத்தகத்தின் ஆசிரியரான திருமதி.ரேகாராஜின் கணவர் என்பதே அது. ஆக, எழுத்தாளர்களான கணவன், மனைவியின் புத்தகங்களை எதேச்சையாக மொழிபெயர்த்திருப்பதும் நினைவுகூரத்தக்க இனிய அனுபவமாக மாறியுள்ளது.

மற்றொரு தகவலையும் சொல்லியாக வேண்டும். கோவை மாவட்டம் வெள்ளியங்கிரி பூண்டி மலையடிவாரத்தில் உள்ள ஒரு குக்கிராமத்தைச் சேர்ந்தவன் நான். எழுத்தின்பால், ஊடகப்பணியின்பால் ஏற்பட்ட காதலால் 2007ஆம் ஆண்டிலிருந்து பத்திரிகைத் துறையில் உள்ளேன். கல்லூரிப் படிப்பு முடித்தவுடன் இந்தத் துறைக்குள் நுழைவதற்கு முன்பாக 2006ஆம் ஆண்டு கேரளாவில் உள்ள நட்சத்திர ஓட்டல் ஒன்றில் வேலைக்குச் சேர்ந்தேன். ஒரு வரிகூட மலையாளத்தில் பேசவோ எழுதவோ தெரியாத தமிழனான எனக்கு, கொச்சி பேருந்துகளின் பெயர்ப் பலகைகள் மற்றும் கடைகளின் விளம்பரப் பலகைகளே மலையாளத்தைச் சொல்லிக் கொடுத்தன என்றால் நீங்கள் நம்பித்தான் ஆக வேண்டும். மூன்றரை மாதங்களில் *மலையாள மனோரமா* பத்திரிகையை வாங்கி எழுத்துக்கூட்டிப் படிக்க ஆரம்பித்திருந்தேன். ஒன்பது மாதங்களுக்குப் பின்னர் கோவை திரும்பி, முன்னணி பத்திரிகை ஒன்றில் நிருபராகப் பணியில் சேர்ந்தேன். அப்போதிருந்தே தமிழைப் போலவே மலையாளமும் என்னை ஆரத்தழுவிக் கொண்டது. பல ஆண்டுகளாகப் பல்வேறு கட்டுரைகளை மலையாளத்திலிருந்து தமிழில் மொழிபெயர்த்துள்ளேன். இந்து தமிழ்திசை போன்ற நாளிதழ்களிலும் இணைய தளங்களிலும் எனது மொழிபெயர்ப்புக் கட்டுரைகள் வெளியாகியுள்ளன.

மகாத்மாவும் மாவீரனுமான அய்யன்காளியைப் பற்றி அறியப்பட வேண்டிய இந்தப் புத்தகம், தமிழில் வெளிவரக் காரணமான நீலம் பப்ளிகேஷன்ஸ் பதிப்பாசிரியர் திரு.வாசுகி பாஸ்கருக்கு எனது நன்றிகளை உரித்தாக்கிக்கொள்கிறேன். எனது எழுத்துப் பணியைத் தொடர்ந்து ஊக்குவித்துவரும் எனதருமை நண்பர்களான டெய்சி வில்லியம்ஸ், மோசே தயான் மற்றும் எனது நலம் விரும்பிகளுக்கும் நன்றிகளைத் தெரிவித்துக்கொள்கிறேன்.

இப்படிக்கு
ஜேம்ஸ் மார்க் பீட்டர்
சென்னை

உள்ளே....

1. பத்தொன்பதாம் நூற்றாண்டில் தலித்துகள் — 17
2. அய்யன்காளியைப் பற்றிக் கிடைக்கப்பெறும் குறிப்புகள் — 30
3. அய்யன்காளியின் பிறப்பும் இளமைக் காலமும் — 35
4. மாட்டுவண்டிப் போராட்டமும் வீதியில் நடமாடும் சுதந்திரமும் — 44
5. கல்வி உரிமைக்கான போராட்டங்கள் — 52
6. விவசாய நிலங்களைத் தரிசாக்கும் போராட்டம் — 66
7. எளிய மக்கள் பாதுகாப்புச் சங்கம் — 83
8. மக்கள் சபை உறுப்பினர் — 106
9. தொண்ணூறாமாண்டுக் கலகம் — 138
10. பெரிநாடு கலகம் — 148
11. அய்யன்காளியின் பிற செயல்பாடுகள் — 170
12. அய்யன்காளியின் இறுதிக்காலம் — 191

மாவீரன் அய்யன்காளி

பத்தொன்பதாம் நூற்றாண்டில் தலித்துகள்

பத்தொன்பதாம் நூற்றாண்டில் கேரளத்தில் தலித்துகளுக்கு இருந்த சமூகப் பிரதிநிதித்துவம், அந்தக் காலகட்டத்திலான கேரளத்தின் சம்பிரதாய - சமூக வரலாற்றிலிருந்து முற்றிலும் விலகி நின்று ஆராயப்படவேண்டிய ஒன்றாகும். கேரளத்தில் தலித்துகள் ஜாதியப் படிநிலையில் மிகவும் தாழ்நிலையில் அடையாளப்படுத்தப்பட்டதோடு, அவர்கள் சமூக வாழ்வில் முழுவதுமாகவோ அல்லது பகுதியாகவோ அடிமைகளாகவும் இருந்தனர். மேலதிக ஜாதிகளுக்கு ஆதிக்கம் உண்டாயிருந்த பத்தொன்பதாம் நூற்றாண்டானது, ஜாதியக் கட்டமைப்பும் அடிமைத்தனமும் இரண்டறக் கலந்து உருவாக்கிய சமநிலையற்றச் சமுதாய அனுபவத்தைத்தான் தலித்துகளுக்கு வழங்கியிருக்கிறது. தாக்குதல் தொடுக்கின்ற அல்லது சித்ரவதை செய்கின்ற இயல்போடு கூடிய ஜாதியவாதக் கீழ்நோக்கியப் படிநிலை அம்சங்களைப் பாதுகாத்தும், பாகுபாடுள்ள சமுதாயப் பழக்கவழக்கங்களையும் நிலைநிறுத்தியும் தலித்துகளைப் பயன்படுத்தி உற்பத்தித்துறையை முழுவதுமாகக் கட்டுப்படுத்தி, சமூக அதிகாரம் தங்களுக்குள் மட்டும் இருக்குமாறு சுருக்கிக்கொள்ள ஆதிக்க ஜாதிகளுக்கு முடிந்தது. நிலம் உள்பட சகல சொத்துகளோடு அவற்றின் மீதான உரிமையும் ஆளுகையும் இவர்களுக்கு நிலையானவையாக இருந்தன.

மனிதத்தன்மையற்ற, ஜனநாயக முறையிலான அடிப்படை உரிமைகளைக் கூட மறுதலிக்கின்ற நாசவேலையும் சிக்கல் கொண்டதுமான சமூகச் சூழலைத் தாண்டிவர தலித்துகள் நடத்திய போராட்டங்களே கேரள மறுமலர்ச்சியின் குறிப்பிடத்தக்க அடுக்குகளாகப் பரிணமித்தன. பத்தொன்பதாம் நூற்றாண்டில் தலித்துகளின் சமூக வாழ்க்கையை நிர்ணயப்படுத்தியதில் ஜாதிக்கும் அடிமைத்தன வகைப்பாடுகளுக்கும் முக்கியப் பங்கு இருந்தன. இவையிரண்டும் பரஸ்பரம் ஒன்றோடொன்று கலந்த பிரத்யேக தன்னியல்புகளைக் கொண்ட சமூக ஒழுங்காகத் தலித்துகளின் வாழ்வில் இடைப்பட்டுச் செயல்பட்டன. இந்தச் சமூக ஒழுங்குமுறையானது தலித்துகளுக்கு இம்மியளவுகூட நன்மை பயப்பதாக இல்லாமல் இருந்த அதேவேளையில் ஆதிக்க ஜாதிகளுக்குச் சகல அதிகாரங்களையும் அள்ளிக்கொடுத்திருந்தது. ஜாதியை அடியொற்றிய மோசமான சம்பிரதாயங்களும் மிருகத்தனமான பழக்க வழக்கங்களும் ஈவு இரக்கமில்லாமல் கெட்டிப்பட்டுப்போயிருந்த ஒரு மாநிலம் கேரளத்தைப் போல் இந்தியாவில் வேறெங்கும் இருந்திருக்கவில்லை.

சதுர்வர்ணம் எனப்படும் நால்வர்ணம்தான் ஜாதியக்கோட்பாட்டின் அடிப்படை. நால்வர்ணக் கோட்பாடு என்பது தொழில் வேறுபாட்டுடன் மட்டும் தொடர்புடைய ஒழுங்குமுறை என்ற வாதங்கள் இப்போதும் உயிர்ப்புடன் உள்ளன. என்றாலும் பிற்கால ஜாதிய ஒழுங்குமுறைகளில் அவற்றின் ஏகோபித்த செல்வாக்கு உறுதிசெய்யப்பட்ட ஒன்றாகும். நால்வர்ண அடுக்குமுறையானது இந்தச் சமூகத்தைப் பிராமணர்கள், க்ஷத்திரியர்கள், வைசியர்கள், சூத்திரர்கள் என நான்காக வகைப்பிரித்தது. கோயில்களில் பூஜைகள், புனஸ்காரங்கள் செய்யும் நம்பூதிரிகளே கேரளத்தில் பிராமணர்கள். நாட்டை ஆளுகின்ற ராஜாக்களே க்ஷத்திரியர்கள். நிலபுலங்கள் வைத்துக்கொள்ளும் உரிமையும் அதன் உற்பத்தி வழிமுறைகளும் அதன் மூலம் கிடைக்கும் வருமானமும் பிராமணர்களுக்கும் க்ஷத்திரியர்களுக்கும் மட்டுமே உரிமையுள்ளதாக இருந்தன. பசு வளர்ப்பு, விவசாயம், வாணிபம் உள்ளிட்ட தொழில்களை அடிப்படையாகக்கொண்டு உருவாக்கப்பட்ட வைசியர் பிரிவு கேரளத்தில் இருந்திருக்கவில்லை. இந்தப் பிரிவினரின் இல்லாமையைக் கேரளத்தில் கிறிஸ்தவர்களும் இஸ்லாமியர்களுமே நிரப்பினார்கள். மேற்சொன்ன தொழில்கள் ஒன்றிலும் ஈடுபடாமல் அத்தொழில்களில் ஈடுபடுவோருக்கு உதவி செய்பவர்களே சூத்திரர்கள் என்று கருதப்பட்டாலும் கேரளத்தில்

நாயர்களே சூத்திரர்களாகக் கருதப்படுகிறார்கள். பிராமணர்களுக்கும் க்ஷத்திரியர்களுக்கும் கருவூலக்காரர்களாகவும் கணக்குப்பிள்ளைகளாகவும் மேலாளர்களாகவும் மாறிய நாயர்களில் பெரும்பான்மையானவர்கள் படை வீரர்களாக இருந்தனர். மேலே சுட்டிக்காட்டிய பல்வேறு பிரிவுகள் சேர்ந்துள்ள அதிகார வர்க்கத்தில் பெரும்பாலானவர்கள் சூத்திரர்களாகவே இருந்தனர். கேரளத்தில் ஜாதிப்பாகுபாட்டின் தோற்றுவிப்பாளர்கள் சூத்திரர்கள் அல்ல என்றாலும் அதனை முன்னடத்திச் சென்ற தலைவர்கள் சூத்திர ஜாதிகளைச் சேர்ந்தவர்களாகவே இருந்திருக்கிறார்கள். ஈழவர்களைப் போல் உள்ள இடைநிலை ஜாதிகளுக்கு நாயர்களைப் போன்ற சூத்திரர்களிடமிருந்து கடுமையான ஜாதிப்பாகுபாடுகளும் சித்ரவதைகளும் நேரிட்டபோது அவை இரண்டு மடங்காக அதிகரித்து புலயர், பறையர், குறவர் உள்ளிட்ட ஜாதிகளுக்குக் கைமாறிக்கொண்டிருந்தன. கேரளத்தில் தலித்துகளைப் பொறுத்தமட்டில் அவர்களுக்கு எதிராக வலிமையுள்ள சமூகம் என்ற நிலைக்கு உயர்ந்த ஈழவர்கள் பிரதிநிதித்துவமான முறையில் சூத்திரர்களின் கைங்கரியத்தையே நிறைவேற்றினார்கள் என்பது மிகையல்ல.

கேரளத்தில் புலயர், பறையர், குறவர் உள்ளிட்ட தலித்துகள் நால்வர்ணக் கோட்பாட்டுக்கு வெளியே இருந்தனர். இவர்களைப் பஞ்சமர்கள் என்றோ புறஜாதிகள் என்றோ அல்லது அடிமை ஜாதியினர் என்றோ அழைக்க வேண்டும். ஜாதிய சித்ரவதைகளுக்கும் பாகுபாடுகளுக்கும் மட்டுமல்ல, இவற்றோடு கலந்து செழித்திருந்த அடிமை முறைக்கும் முதல் இரைகளாக இவர்களே இருந்தனர். இவர்களைப் பொதுவழி, பொதுக்குளம், பள்ளிக்கூடம், மருத்துவமனை தொடங்கி எல்லா இடங்களிலிருந்தும் ஜாதி இந்துக்களும் பிற மதத்தவர்களும் விலக்கி நிறுத்தினர். மற்றவர்களைப் பொறுத்தமட்டில் தலித் மக்கள் காட்டுமிராண்டிகளைப் போலவும் அரை மனிதர்களைப் போலவுமே இருந்தார்கள். விவசாய நிலங்களில் மிகவும் சொற்பமான பிரதிபலன்களுக்கோ, உணவுக்கோ வேண்டியே தலித்துகள் அடிமை வேலைகளைச் செய்ய ஆணையிடப்பட்டவர்களாக அல்லது நியாந்தீர்க்கப்பட்டவர்களாக இருந்தனர்.

பட்டியல் ஜாதிகளைச் சேர்ந்த மக்களைத் தொட்டுவிடக்கூடாது; அவர்கள் தீண்டிவிடக்கூடாது என்பன உள்ளிட்ட கீழ்மையான வழமைகளே ஜாதிச் சம்பிரதாயத்தை நிலைநிறுத்தியதில் பெரும்பங்கு வகித்துள்ளன. பல்வேறு ஜாதிகளைச் சேர்ந்தவர்கள் தங்களுக்குள் கடைப்பிடிக்க வேண்டிய தூரத்தைப் பற்றிய உறுதியான தீர்மானிப்பு, இதைத் தெளிவாக

உணர்த்துகிறது. ஜாதியக் கட்டுமானத்தில் மிகவும் உயர்ந்தவர்களாகக் கருதப்பட்ட நம்பூதிரிமார்கள் வரும்போது நாயர்கள் 16 அடி தூரத்தில் விலகி நிற்க வேண்டும். ஈழவர்கள் 32 அடி தூரத்திலும் புலயர்கள் 64 அடி தூரத்திலும் விலகி நிற்பதைக் கடைப்பிடிக்க வேண்டும். நாயர்கள் எதிர்படும்போது ஈழவர்கள் 16 அடி தூரத்திலும் புலயர்கள் 32 அடி தூரத்திலும் விலகி நிற்பது நடைமுறையில் இருந்தது. மிகவும் தாழ்நிலையில் இருந்த புலயர்கள் ஈழவர்களிடம் இருந்து குறைந்தது 6 அடி தூரமாவது விலகி நிற்றலைக் கடைப்பிடிக்கவேண்டும். ஜாதிச் சம்பிரதாயங்கள் கொடுத்த அனுகூலமான பயன்களை நம்பூதிரிகள், நாயர்கள், பல்வேறு இடைநிலை ஜாதிகள் முதலான சவர்ண ஜாதியச் சமூகங்களும் (நால்வர்ண முறையில் வரும் ஜாதிகள்) கிறிஸ்தவர்கள், முஸ்லிம்கள் உள்ளிட்ட இதர மதப்பிரிவுகளைச் சேர்ந்தவர்களும் அனுபவித்தார்கள்.

ஈழவர், ஆசாரி, மூசாரி, கொல்லன், தட்டான் உள்ளிட்ட இடைநிலை ஜாதிகளும் புலயர், பறையர், குறவர் என அடிமை ஜாதிகளை உள்ளடக்கிய அவர்ண சமூகங்களும் (நால்வர்ண ஜாதியக் கட்டமைப்புக்கு வெளியே நின்றவர்கள் அல்லது இந்தக் கட்டமைப்பை எதிர்த்தவர்கள்) ஜாதிச் சம்பிரதாயங்களின் எதிர்மறையான பயன்களை அல்லது தீமைகளை அனுபவித்துக்கொண்டிருந்தார்கள். கேரளத்தில் ஜாதியையும் அடிமைத் தனத்தையும் பிரித்துப்பார்க்க முடியாத சூழலில் மிக அதிகமாகப் புறக்கணிக்கப்பட்டவர்களாகவும் துடைத்தெறியப்பட்டவர்களாகவும் இருந்த பிரிவினர் தலித்துகள் மட்டுமே! கேரளத்தில் அடிமைத்தனம் என்பது இங்குள்ள ஜாதிய நடைமுறைகளோடு கிட்டத்தட்ட பூரணமான தொடர்புடைய ஒன்றாக இருந்தது. நால்வர்ண கோட்பாட்டை எதிர்த்த அல்லது புறம்நின்ற அவர்ணர்களில் பெரும்பாலானோர் அடிமைகளாகவே இருந்தனர். பொதுவாக இவர்களில் தொண்ணூறு சதவீதத்திற்கும் அதிகமானவர்கள் பிறவியிலிருந்தே அடிமைகளாக்கப்பட்ட புலயர், பறையர், செறுமர், குறவர் உள்ளிட்ட ஜாதிகளைச் சேர்ந்தவர்களாகவே இருந்தார்கள்[1].

பத்தொன்பதாம் நூற்றாண்டின் தொடக்கத்தில் கேரளத்திற்கு வந்த ஃபிரான்சிஸ் புக்கானன் எழுதிய குறிப்புகளிலிருந்து அடிமைகள் பற்றிய விவரங்கள் அதிகமாகக் கிடைக்கப்பெறுகின்றன. அடிமை ஜாதிகளில் ஒன்றான செறுமரைக் குறித்துள்ள அவரது விவரிப்பு இப்படியாக நீள்கிறது :

"செறுமர் என்ற ஜாதியைச் சேர்ந்த அடிமைகள் வயலில் இறங்கி வேலை செய்பவர்கள். இவர்கள் தங்களின் மீது எல்லாவித அதிகாரங்களும் உரிமைகளும் கொண்ட எஜமானர்களின் தனிப்பட்ட சொத்துகளாகக் கருதப்பட்டனர். எஜமான் கட்டளையிடும் எல்லா வேலைகளையும் செய்ய இந்த அடிமைகள் தயாராக இருக்க வேண்டும். இவர்களின் உடமஸ்தனுக்கு இவர்களைத் தனது விருப்பப்படி யாருக்கு வேண்டுமானாலும் விற்கவும் பரிமாற்றம் செய்துகொள்ளவும் உரிமை உண்டு. கணவன் - மனைவியை வெவ்வேறு நபர்களுக்கு விற்பனை செய்வது மட்டும் தடை செய்யப்பட்டிருந்தது. ஆனால், சகோதரிகளைச் சகோதரர்களிடமிருந்தும் குழந்தைகளைப் பெற்றோர்களிடமிருந்தும் பிரித்து விற்க எந்தத் தடையும் இல்லை. அடிமைகளில் பெரும்பாலும் புலயர், பறையர், கணக்கர், உள்ளாடர், எரிலாளர் போன்ற ஜாதிகளைச் சேர்ந்தவர்கள்தான் அதிகமாக இருந்தார்கள். நல்ல முறையில் சோம்பலின்றி வேலை செய்யும் ஆண்களுக்கும் பெண்களுக்கும் 8 படி அரிசி வழங்குவது இயல்பான கூலிமுறை. இதில் பாதிகூலி மட்டுமே முதியவர்களுக்கும் சிறார்களுக்கும் கொடுக்கப்பட்டது. குழந்தைகள் வேலை செய்வார்கள். ஆனால், அவர்களுக்கு எதுவும் கொடுக்கப்படாது. அறுவடை முடிந்தால் விளைச்சலில் இருபத்து ஒன்றில் ஒருபாகம் இவர்களுக்குப் பங்காகக் கிடைக்கும். ஓணம் பண்டிகையின்போதும் விஷு பண்டிகையின்போதும் எஜமானர்கள் இவர்களுக்குத் துணிமணிகளும் கொடுப்பதுண்டு. நிமிர்ந்து நிற்பதற்குக்கூட முடியாத அளவுக்குத் தாழ்வான; கால்நீட்டிப் படுக்கக்கூட இயலாத குறுகிய கூரைக் குடிசைகளே இவர்கள் வாழ்ந்துவந்த வீடுகள். கதிர் முற்றத் தொடங்கிவிட்டால் அதன்பின்னர் வயல் வரப்புகளிலும்; அறுவடை முடிந்து களத்தில் போரடித்தல் முடிந்துவிட்டால், அந்தக் களத்திற்கு அருகேயும் சிறு கூடாரங்கள் அமைத்து அங்குதான் கழியும் இவர்களின் நாட்கள். காற்றோ, மழையோ - எதுவும் இவர்களுக்குப் பிரச்சினை இல்லை."

பத்தொன்பதாம் நூற்றாண்டில் தலித்துகளின் வாழ்க்கை நிலைப் பற்றிய தகவல்கள் ஃபிரான்சிஸ் புக்கானன் எழுதிய குறிப்புகளிலிருந்து தெளிவாகக் கிடைக்கப்பெறுகின்றன.

"இவர்கள் வயல்களில் காளைகளோடும் எருமைகளோடும் சேர்ந்து தங்கள் கழுத்திலும் நுகம் பூட்டப்பட்டார்கள். தப்பித்து ஓடிவிடக்கூடாது என்பதற்காக இரவுகள்தோறும் கால்களில் இரும்புச் சங்கிலியால்

மாட்டப்பட்டார்கள். தகப்பனை ஒருவருக்கும், தாயை மற்றொருவருக்கும், அவர்கள் பெற்றெடுக்கும் குழந்தைகளைப் பலருக்கும் விற்பனை செய்வது வழக்கமான ஒன்றாக இருந்தது. இவர்கள் ஒருமுறை விற்பனை செய்யப்பட்டுவிட்டால் அதன் பின்னர் எந்தக் காலத்திலும் இவர்கள் சந்தித்துக்கொள்ள அனுமதிக்கப்படுவதில்லை" - என்று 1904ஆம் ஆண்டு டிசம்பர் 13ஆம் தேதி கறுகச்சாலில் நடைபெற்ற கூட்டத்தில் பங்கேற்ற முதியவர்களில் ஒருவர் கூறியதாக மிஷனரிகளின் சான்றுகள் சுட்டிக்காட்டுகின்றன[2].இந்தச் சாட்சியங்கள் அனைத்தும் இருபதாம் நூற்றாண்டில் தலித்துகளின் அடிமைத்தன அனுபவங்கள் மீது வெளிச்சம் பரப்புகின்றன. 1848இல் கொச்சி நகரத்தில் 9000க்கும் மேற்பட்ட அரசாங்க வகை அடிமைகள் இருந்ததாகத் தரவுகள் கூறுகின்றன. இவர்களில் 1,330 பேர் சிறார்களாக இருந்தார்கள். ஞாயிற்றுக்கிழமைகள் தவிர மற்ற நாட்களில் கொச்சியில் இருந்த தேவாலயங்கள் அனைத்தும் அடிமைகளை விலங்கிட்டுக் கட்டிப்போடும் கிட்டங்கிகளாக மட்டுமே பயன்படுத்தப்பட்டிருக்கின்றன.

1956ஆம் ஆண்டு கேரளம் என்ற தனி மாநிலம் உருவாக்கப்பட்டது. அதற்கு முன்பு இந்தப் பிரதேசம் திருவிதாங்கூர், கொச்சி, மலபார் என்று மூன்று பாகங்களாகப் பிரிக்கப்பட்டுக் கிடந்தது. திருவிதாங்கூர், கொச்சி ஆகிய இரண்டும் சுதந்திரமான அரசுகளைக் கொண்ட நாடுகளாகவும், மலபார் பகுதி பிரிட்டிஷ் இந்தியாவின் பாகமாகவும் இருந்தன. 18ஆம் நூற்றாண்டில் அடிமை வியாபாரம் ஒரு குற்றச்செயல் என்றும் அதைத் தடைசெய்தாக வேண்டும் என்றும் வலியுறுத்திக்கொண்டு பிரிட்டிஷ் மலபாரில் முதன்முதலாகச் சட்டம் இயற்றப்பட்டது.

1792ஆம் ஆண்டு அடிமை வியாபாரத் தடைச் சட்டம் மலபாரில் அமலுக்கு வந்தது. இந்தியாவில் மற்ற எல்லா இடங்களையும்விட அடிமைகளை விற்று வாங்கும் வியாபாரம் மலபாரில்தான் மிகக்கொடுமையாகச் செய்யப்பட்டுவந்தது. மலபாரில் 1841ஆம் ஆண்டில் பத்து வயதான ஓர் அடிமைச் சிறுவனுக்கு மூன்றரை ரூபாய் மட்டுமே விலை. சிறுமிகளுக்கு வைக்கப்படும் விலை இதைவிடக் குறைவாக இருந்தது. 1 ரூபாய் 65 பைசா கொடுத்தால் பத்து மாத குழந்தையை மலபார் சந்தைகளில் வாங்கிவிடலாம். நீதிமன்றங்களில்கூட அடிமைகளைக் கூவிக்கூவி ஏலம்விட்டு விற்பனை செய்வது அந்தக் காலகட்டத்தில் வழக்கமான ஒன்றாகவே இருந்தது. மட்டுமல்லாது, வரி பாக்கி வைத்துள்ளவர்கள், செறுமர் ஜாதியைச்

சேர்ந்தவர்களை அரசுக்கு அடிமைகளாக விற்பனை செய்தும் வந்தனர். 1836ஆம் ஆண்டு வேளாண் மண்டலங்களில் அடிமைகளைச் சுயாதீனர்களாக அறிவித்துச் சட்டம் இயற்றப்பட்டது. பிரிட்டிஷ் இந்தியா முழுவதும் அடிமை வியாபாரத்தை முற்றிலும் தடை செய்து 1843இல் பிரிட்டிஷ் அரசு ஆணை பிறப்பித்தது. இது, கேரளத்தின் சமூக அரங்கில் பிரிட்டிஷ் அரசாங்கம் கொண்டுவந்த பெரிய சீர்திருத்தங்களில் ஒன்றாகும்.

அடிமை வியாபாரத்தை எதிர்த்து மலபாரில் செய்யப்பட்ட சட்ட அமலாக்கங்கள், பின்னர் கொச்சியிலும் திருவிதாங்கூரிலும் மாற்றத்திற்கு வழிகாட்டின. அடிமைத்தனத்தோடு பிணைந்திருந்த திருவிதாங்கூரில் 1812ஆம் ஆண்டு அடிமைத்தன நீக்கம் தொடர்பாக முதல் அறிவிப்பு வெளியிடப்பட்டது. அதை வெளியிட்டவர் திருவிதாங்கூர் சமஸ்தான ராணி லட்சுமி பாய். இதைத் தொடர்ந்து புலயர், பறையர், குறவர், பள்ளர், வேடர் உள்ளிட்ட ஜாதிகளைத் தவிர பிற ஜாதிகள் அடிமைகளாக விற்கப்படுவதிலிருந்து விடுதலைப் பெற்றுக்கொண்டன. திருவிதாங்கூருக்குச் சமயப்பணி செய்ய வந்திருந்த கிறிஸ்தவ மிஷனரிமார்கள் அடிமைத்தனத்தையும் அடிமை வியாபாரத்தையும் வெளிப்படையாக எதிர்த்தார்கள். அடிமைத்தனத்தை ஒழித்தே தீருவது என உறுதியேற்றுக்கொண்டு அவர்கள் 1847இல் திருவிதாங்கூர் அரசுக்குக் கோரிக்கை மனு அளித்தனர். அதனைத் தொடர்ந்தே திருவிதாங்கூர் அரசிடமிருந்து பல உத்தரவுகள் வெளிவரத் தொடங்கின.

1853இல் ஸ்ரீ உத்ராடம் திருநாள் மார்த்தாண்ட வர்மா, அடிமைகளுக்குப் பிறக்கும் குழந்தைகளை அடிமைத்தன தொடர்ச்சியிலிருந்து விடுவித்துக் காப்பாற்றினார். 1855ஆம் ஆண்டு வெளியிடப்பட்ட அறிவிப்பின் வாயிலாகத் திருவிதாங்கூரில் அடிமைமுறை முற்றாகத் தடை செய்யப்பட்டது. 1869இல் 'அடியன், அடியங்ஙள்' (அடிமை, அடிமைகள்) உள்ளிட்ட வார்த்தைகள் ஆவணங்களில் பயன்படுத்தப்படுவது நிறுத்தப்பட்டது.

கொச்சியிலும் ஏறக்குறைய இதேமாதிரியான சட்டங்கள் அமலாக்கப் பட்டன. கொச்சியில் 1821ஆம் ஆண்டே அப்போதைய திவான் நஞ் சப்பய்யா, அடிமைகளை எஜமானர்கள் அடிக்கக்கூடாது என்று உத்தரவு பிறப்பித்திருந்தார். 1854இல் திவான் சங்கரவாரியார், அடிமை வியாபாரத்தை நிறுத்தி நடவடிக்கை எடுத்தார். இந்த வகையில் 6,500 அரசாங்க அடிமைகள் உள்பட 58,000க்கும் மேற்பட்ட அடிமைகள் கொச்சியில் சுயாதீனர்கள்

ஆயினர். அடுத்த திவானாக வந்த சங்குண்ணி மேனோன், அடிமை வேலைக்கு நிகரான 'ஊழியம் செய்தலை' முடிவுக்குக் கொண்டுவந்தார். அடிமைகளுக்கு எவ்விதக் கூலியோ சம்பளமோ கொடுக்காமல் உணவு மட்டும் கொடுத்து வேலைவாங்கும் முறையே 'ஊழியம்' என்பது. அக்காலத்தில் கொச்சியில் ஊழியப்பணி செய்வோரைக்கொண்டே சாலைகளும் கால்வாய்களும் பாலங்களும் நிர்மாணிக்கப்பட்டன. திவான்களால் சட்ட நடவடிக்கைகள் தொடங்கப்படும் முன்பே 1815இல் ரெஸிடண்ட் ஜான் மன்றோவின் முயற்சியின் பலனாக 'சுறியானி' கிறிஸ்தவர்களும் ஊழியமுறையிலிருந்து விடுவிக்கப்பட்டனர்.

ஆனால், அதேநேரம் அடிமை ஜாதிகளிலிருந்து கிறிஸ்தவ மதத்திற்கு மாறியவர்கள் இந்த ஊழிய வேலையில் தொடர்ந்து ஈடுபடுத்தப் பட்டனர். 1890ஆம் ஆண்டு அரசில் பொது மராமத்துத்துறை அல்லது பொதுப்பணித்துறை உருவாக்கப்பட்டதைத் தொடர்ந்து அரசில் இருந்த ஊழியமுறை நிறுத்தப்பட்டது. என்றாலும்கூட கோயில்கள், தேவாலயங்கள், நிலக்கிழார்களின்கீழ் இந்த ஊழியம் செய்யும் முறை தொடர்ந்துகொண்டிருந்தது. அடிமைத்தன தடைச்சட்டங்கள் அமலுக்கு வந்தபோதிலும், அடிமைகள் சுதந்திரமான மனிதர்களாக உலவுவதற்கான பழுத்த, பக்குவமுள்ள சமுதாய வாழ்க்கைச்சூழல் கேரளத்தில் உருவாகியிருக்கவில்லை. உற்பத்திரீதியிலும் தொழில் பிரிவினைகளின் அடித்தளத்திலும் அடிமைகள் அடியாட்களாக மாறினர். மறுமொழியில் சொல்வதெனில், இவர்கள் யாருடைய அடிமைகளாக இருந்தார்களோ அவர்களின் நெல்வயல்களிலும் தோட்டங்களிலும் கடின உழைப்பைக்கொட்டும் விடுதலையற்றப் பணியாட்களாக மாற்றப்பட்டார்கள் என்பதே இதன் பொருள்.

கேரளத்தில் அடிமைத்தனத்திற்கும் ஜாதியப் பாகுபாட்டு வழமைகளுக்கும் இடையேயுள்ள கண்ணுக்குப் புலப்படாத பிணைப்புக் காரணமாக, அந்த மக்கள் சுதந்திர வாசல்வழியாகச் செல்லத் துணியாமல் மேற்சொன்ன தொழில் பரிணாமங்களுக்குக் கீழ்ப்படிந்தவர்கள் ஆனார்கள்.

ஜாதியச் சம்பிரதாயங்கள் மற்றும் அடிமைத்தனத்தின் ஒரு பகுதியாகச் சமூகத்தில் நங்கூரமிட்டிருந்த இழிவான வழக்கங்களையும் கண்மூடித்தனமான நம்பிக்கைகளையும் கேள்வி கேட்டுப் பல்வேறு சமூகச் சீர்திருத்தவாதிகள் களத்திற்கு வந்தார்கள். அதைத் தொடர்ந்தே மேற்சொன்ன காரியங்களில்

கிஞ்சித்தேனும் மாற்றங்கள் வரத்தொடங்கின. நவீனப்படுத்தப்பட்ட காலனித்துவத்தினுடைய இடைமறித்தல்களோடு கிறிஸ்தவ மிஷனரிமார்களின் செயல்பாடுகளும் ஒரே நேரத்தில் அரசு இயந்திரத்திலும் சமூகச் சீர்திருத்த இயக்கங்களிலும் செல்வாக்கு பெற்றிருந்தன. அதன் தொடர்ச்சியாகக் கேரள சமூகக் கட்டமைப்பைக் கூடுதல் ஜனநாயகத்திற்கு உட்படுத்திய இடதுசாரி இயக்கங்களின் செயல்பாடுகளுக்குச் சாதகமான சூழலை உருவாக்கித் தந்ததில் இந்த மறுமலர்ச்சிக் காலம் உறுதியான இடத்தைப் பிடித்தது.

மறுமலர்ச்சிக் கேரளத்தை உருவாக்கியதில் புனர்நிர்மாணக் காலத்தைச் சேர்ந்த பல்வேறு சமூகச் சீர்திருத்த இயக்கங்களுக்குப் பிரதான பங்கு உண்டு. இவ்வாறாக இயக்கங்கள் மூலமாகவும் பிற வழிகளிலும் ஏராளமான மகான்களைப் புனர்நிர்மாணக் காலத்துக் கேரளம் பிறப்பித்தது.

வைகுண்ட சுவாமிகள் (1809 - 1851), தைக்காட்டு அய்யாவு சுவாமிகள் (1814 - 1909), ஆராட்டுப்புழா வேலாயுதப்பணிக்கர் (1825 - 1874), சட்டம்பி சுவாமிகள் (1853 - 1924), ஸ்ரீ நாராயணகுரு (1856 - 1928), அய்யன்காளி (1863 - 1941), டாக்டர் பல்பு (1863 - 1950), சி.கிருஷ்ணன் (1867 - 1938), மூலூர் எஸ்.பத்மநாப பணிக்கர் (1869 - 1931), சி.வி.குஞ்சுராமன் (1871 - 1949), வக்கம் மௌலவி (1873 - 1932), கிருஷ்ணாதியாசான் (1877 - 1937), வெள்ளிக்கரை சோதி (1878 - 1927), பொய்கயில் அப்பச்சன் (1879 - 1939), குறும்பன் தெய்வத்தான் (1880 - 1927), டாக்டர்.வேலுகுட்டி அரயன் (1894 - 1969), பண்டிட் கே.பி.கருப்பன் (1885 - 1938), டி.கே.மாதவன் (1885 - 1930), பாம்பாடி ஜான் ஜோசப் (1887 - 1940), சகோதரன் ஐயப்பன் (1890 - 1968), வி.டி.பட்டதிரிபாடு (1896 - 1982), கே.பி.வள்ளோன் (1900 - 1940) உள்ளிட்டோர் இவர்களில் முக்கியமானவர்கள்.

இருபதாம் நூற்றாண்டை ஜனநாயகத்திற்கு உட்படுத்திய மேற்குறிப்பிட்ட தலைவர்களில் தனது செயல்பாடுகள் மூலமாகவும் பிரதிநிதித்துவம் வாயிலாகவும் முக்கியத்துவம் அதிகமுள்ள சமூகச் சீர்திருத்தவாதியாக நிற்கிறார் அய்யன்காளி. மறுமலர்ச்சி கேரளச் சமூகத்தைக் கட்டமைத்ததிலும் கேரளத்தில் தலித்துகளின் சமூக முன்னேற்றத்திலும் அய்யன்காளியின் பங்களிப்பு நிகரற்றதாகும். கேரளச் சமூக வரலாற்றில் அய்யன்காளி களம்கண்ட பிறகுதான் சமூகநீதி, பொருளாதாரச் சமத்துவம், பிரதிநிதித்துவம்,

சுயமரியாதை ஆகியவற்றுக்கான தலித்துகளின் செயல்பாடுகளுக்கும் உரையாடல்களுக்கும் ஒரு வடிவம் கிடைக்கப்பெற்றது[3]. பத்தொன்பதாம் நூற்றாண்டின் கடைசி பத்தாண்டுகளில் தன்னுடைய சமூகம் சார்ந்த போராட்டங்களுக்குத் தொடக்கப்புள்ளி வைத்தார் அய்யன்காளி. இருபதாம் நூற்றாண்டின் துவக்கப் பத்தாண்டுகளில் அவை வலிமை பெற்று முழுமையடைந்தன என்று சொல்லலாம்.

பத்தொன்பதாம் நூற்றாண்டில் கேரளத்தில் நிலைகொண்டிருந்த பல்வேறு விதமான தீய பழக்க வழக்கங்கள்; ஜனநாயகத்திற்கு எதிரான நடைமுறைகள்; ஜாதியக் கொடுமைகள் ஆகியவை, இதர சமூகச் சீர்திருத்தவாதிகளோடு, அய்யன்காளியையும் சமுதாயப் போராட்டங்களுக்கு வழிநடத்தின. அக்காலகட்டத்தில் இயங்கிக்கொண்டிருந்த சமூகச் சீர்திருத்த இயக்கங்களைப் பொதுவாக நாம் இரண்டாகப் பிரிக்கலாம்.

1. சவர்ணர்களின் இயக்கங்கள் *2.* அவர்ணர்களின் இயக்கங்கள். நால்வர்ணக் கோட்பாட்டை ஏற்றுக்கொண்ட ஜாதி இந்துக்களான சவர்ணர்களின் இயக்கங்கள் பெரும்பாலும் தங்கள் சுயஜாதிக்குள் இருக்கின்ற இழிவழமைகளைத் திருத்தம் செய்வதிலேயே தம் கவனத்தை மையப்படுத்தின. இவர்கள் ஜாதியப் படிநிலையில் தங்களுக்கு மிக அடுத்த மேல்படியில் உள்ள ஜாதிப்பிரிவினர்மீதான தங்களின் எதிர்ப்பை நிரந்தரமாக வெளிப்படுத்திக்கொண்டிருக்கவில்லை. பாகுபாடுகளின் அம்சங்களைப் பொறுத்தே பிரச்சினைகளுக்கு அறிவுப்பூர்வமாகவும் ஆக்கப்பூர்வமாகவும் தீர்வு காண்பது பற்றிய வழிகளைத் தேடினார்கள். திருவிதாங்கூரில் பிராமணர்களின் ஆதிக்கத்தைக் கேள்விகேட்ட மலையாளி மெமோரியல்[4] என்ற பொதுவாக்கெடுப்பு அமைப்பை இதற்கு உதராணமாகக் கூறலாம். இந்த அமைப்பு, திருவிதாங்கூரில் ஆட்சிபீடம் மற்றும் நிர்வாகத்திற்கு எதிராக ஜாதி இந்துக்களுக்கு (சவர்ணர்கள்) இடையே உருக்கொண்ட ஒரு மத்திய வர்க்கக் கட்டமைப்பு ஆகும்.

இதனாலேயே ஜாதியப் பாகுபாடுகளை முடிவுக்குக் கொண்டுவர வேண்டும்; அரசுப் பணிகளில் பிற்படுத்தப்பட்ட ஜாதிகளையும் சேர்க்க வேண்டும் என்ற வலியுறுத்தல்களோடு ஈழவர் மெமோரியல்[5] எனும் பொதுவாக்கெடுப்பு அமைப்பு ஈழவர்களால் ஏற்படுத்தப்பட வேண்டியதானது.மலையாளி மெமோரியலில் ஈழவர் உள்ளிட்ட

ஜாதிகளின் விருப்பங்களும், ஈழவர் மெமோரியலில் ஜாதிப் படிநிலையில் ஈழவர்களுக்குக் கீழே உள்ள தலித்துகளும் சேர்க்கப்பட்டிருக்கவில்லை என்பது, இவ்விரு அமைப்புகளிலும் உள்ளடங்கியிருந்த சமுதாயம் சார்ந்த விருப்பத்தை வெளிப்படுத்துகிறது. சவர்ணர்களின் சமுதாய இயக்கங்கள் இந்த லட்சணத்தில் இருந்தபோது அவர்ணர்களின் இயக்கங்களோ ஜாதி எதிர்ப்பு மற்றும் ஜனநாயக உரிமைகளுக்கான இயக்கங்களாகப் பரிமளித்தன. செயற்பாடுகள் எப்படியிருந்தாலும் அவர்ணர் இயக்கங்களின் பொது இயல்பாக ஜாதி எதிர்ப்பே இருந்தது. ஜாதியப் படிநிலையில் கீழே செல்லச்செல்ல அவரவர் இயக்கங்களின் ஜாதி எதிர்ப்பும் ஜனநாயக உரிமையுணர்வும் மேல்நோக்கி உயர்ந்துகொண்டே இருந்தன. இதனை, ஈழவர்களும் புலயர்களும் தலைமையாக இருந்த இயக்கங்களை மட்டும் ஆய்வுக்கு உட்படுத்தினாலே புரிந்துகொள்ளலாம். ஆதிக்க ஜாதிகளின் மற்றும் ஈழவர்களின் சமூக இயக்கங்களிலிருந்து முற்றிலும் வேறுபட்ட ஒன்றாக அய்யன்காளியின் சமூக இயக்கம் இருந்தது.

மற்ற இயக்கங்கள் தங்களின் செயல்பாடுகளைச் சுயஜாதி மற்றும் மதச்சீர்திருத்தங்களின்மீது மையப்படுத்தியிருந்தபோது அய்யன்காளியின் இயக்கமோ ஜனநாயகப்பூர்வமான, அடிப்படை உரிமைகளுக்கான முழுமையானதொரு போராட்டங்களை முன்னெடுத்துக்கொண்டிருந்தது[6]. எண்ணிறந்த பிரிவினைகளைக் கொண்ட கேரளத்தின் சமூக வாழ்வில் அடங்கியிருந்த பாகுபாடுகளின் அடிப்படைக் காரணமாக ஜாதியக் கட்டமைப்பே இருந்தது. ஜாதி மட்டுமே அதிகாரம், சமூக அந்தஸ்து, பொருளாதாரச்சூழல் என அனைத்தையுமே தீர்மானிக்கக்கூடியதாக இருந்தது.

அடிமைத்தனத்தையே பின்னுக்குத் தள்ளுகிற அளவுக்கு ஜாதியச்சூழல் ஆழ வேர் இறக்கியிருந்த கொடூரமான காலம் அது. அந்தக் கோரக் காலகட்டத்தில் பிறந்து, பல்வேறு சமூகக் காரணங்களால் வாழ்க்கையின் கேட்பாரற்ற புறம்போக்கு எல்லைகளுக்குத் துரத்திவிடப்பட்ட மக்கள் கூட்டத்தைச் சமரசமில்லாத போராட்ட வழிகளினூடாகவும் உறுதியான நிலைப்பாடுகளின் வழியாகவும், சமூக விழிப்புணர்வின், ஜனநாயக உரிமையுணர்வின், சுயமரியாதையின் உலகத்திற்கு வழிநடத்திச்சென்ற சமூகச் சீர்திருத்தவாதிதான் அய்யன்காளி. மிக மோசமாகப் பின்தங்கிய, சிக்கல் மிகுந்த சமூகச் சூழ்நிலையிலிருந்து கிஞ்சித்தும் அனுகூலமற்ற ஒரு

சமூக அங்கத்தைக் காப்பாற்றி, ஒப்பீடற்ற உரிமை வாதங்களினூடாகவும் போராட்டங்கள் வாயிலாகவும் மோதல்கள் மூலமாகவும் சமூக நகர்வுக்கான (Social Mobility) ஆற்றலை வேறு எந்தவொரு சமூகச் சீர்திருத்தவாதியும் தந்ததில்லை. கேரளத்தின் ஜனநாயகம் அல்லது சமூகம் என்ற வேர்ச்சொல், ஏராளமான அடுக்குகளைக் கொண்ட ஒன்று என்றாலும், அய்யன்காளியைப்போல அதன் குறிப்பேட்டில் நிறைந்தும் தெளிந்தும் நிற்கின்ற இருப்புகள்அவ்வளவாக இல்லை.

குறிப்புகள்:

1. பொய்கயில் அப்பச்சன், 19ஆம் நூற்றாண்டில் தலித்துகளை அடிமைச் சந்ததிகள் என்று இதன் காரணமாகவே அழைத்தார்.
2. டி.எம்.யேசுதாசன், 'பலியாடுகளுடெ வம்சாவலி', பக்கம் 36.
3. எம்.ஆர்.ரேணுகுமார், 'தலித்: சில கேரளீய அனுபவ பாடங்ஙள்', சமகால மலையாள வார இதழ், புத்தகம் 11, எண் 14, பக்கம் 159.
4. சொந்த நாட்டின் அரசு இயந்திரத்தில் உள்ள சேவைப் பணிகளில் தங்களுக்குத் தகுதியான விகிதம் ஒதுக்கப்படாமல் புறக்கணிக்கப் பட்டுள்ளோம் என்றும் அரசுப்பணிகளில் உள்ள உயர்ந்த பதவிகளிலிருந்து நன்கு நிறுவப்பட்ட தந்திரோபாயங்களைப் பயன்படுத்தித் தங்களை நீக்கியிருக்கிறார்கள் என்றும் குற்றஞ்சாட்டி மெட்ராஸ் உயர்நீதிமன்ற வழக்கறிஞர் பி.கே.சங்கரமேனோனின் முன்னெடுப்பில் 10,038 பேர் கையொப்பமிட்டு திருவிதாங்கூர் மகாராஜாவிடம் 1891ஆம் ஆண்டு ஜனவரி 11ஆம்தேதி சமர்ப்பித்த மனுதான் மலையாளி மெமோரியல். இதில் முதல் 250 பேரின் விவரங்கள் மட்டும் விவரமாகக் குறிப்பிடப்பட்டிருந்தன. இவர்களில் 196 பேர் நாயர்கள், 44 பேர் கிறிஸ்தவர்கள். மற்ற சமுதாயப் பிரதிநிதித்துவம் குறைவாக இருந்தது. பெயர்ப் பட்டியலில் மூன்றாவதாக டாக்டர் பல்புவின் பெயரும் ஆறாவதாகச் சிரியக் நிதீரியின் பெயரும் இடம்பெற்றிருந்தன. அந்தக் காலகட்டத்தில் திருவனந்தபுரத்தில் செயல்பட்டுவந்த 'மலையாளி சபை' என்ற சங்கம் இந்த மெமோரியலைச் சாத்தியப்படுத்தியது. கல்விமான்களாக இருந்த நாயர்கள் இச்சங்கத்தில் பெரும்பான்மை உறுப்பினர்களாக இருந்தனர்.

இந்த மலையாளி மெமோரியலைத் தயார் செய்தவர் புகழ்பெற்ற நாவலாசிரியரான சி.வி.ராமன்பிள்ளை. இவர் அன்று மலையாளி சபையின் செயலாளராக இருந்தார். வேலைவாய்ப்பு மண்டலத்தில் ஜாதிரீதியில் இடஒதுக்கீடு கேட்ட முதல் நடவடிக்கையாக இந்த மெமோரியலைக் கருதலாம்.

5. அரசுப் பள்ளிகளில், அரசுப் பணிகளில் தங்களுக்கும் ஒதுக்கீடு செய்து தர வலியுறுத்தி டாக்டர் பல்புவின் தலைமையில் 13,176 ஈழவர்கள் 1895ஆம் ஆண்டு அக்டோபர் 15ஆம்தேதி திருவிதாங்கூர் மகாராஜாவிடம் சமர்ப்பித்த மனுவே ஈழவ மெமோரியல் ஆகும்.

6. எம்.ஆர்.ரேணுகுமார், 'பொய்கையில் யோஹன்னன்', பக்கம் 10.

அய்யன்காளியைப் பற்றிக் கிடைக்கப்பெறும் குறிப்புகள்

மறுமலர்ச்சி கேரளத்தின் வரலாறாக, பிரிக்கவே முடியாத வகையில் பின்னிப்பிணைந்து கிடக்கிற அய்யன்காளியின் வாழ்க்கைச் சரிதைக்குள் நுழைவதற்கு முன்பாக எழுத்துத் தளத்தில் அவரைப் பற்றி வெளியான குறிப்புகளில் நாம் பரிட்சயப்படுவது உசிதமானது என்று கருதுகிறேன். அய்யன்காளியைப் பற்றி முதன்முதலில் கட்டுரை எழுதியது (1953இல்) டி.டி.கேசவன் சாஸ்திரிதான் என்றாலும், 1964ஆம் ஆண்டுதான் அய்யன்காளியின் வாழ்க்கை வரலாற்றின் மீது வெளிச்சம் பட்டது. கேரள கௌமுதி நாளேட்டில் அய்யன்காளியின் சகோதரி கண்ணாவின் மகள் நாராயணியின் மகனான ஏ.கிருஷ்ணன் வெங்கானூர்தான் இந்தச் சரித்திரச் சுருக்கத்தை எழுதியவர். அய்யன்காளியின் மூத்த மகனான பொன்னுவின் மகன் வெங்கானூர் சுரேந்திரன் 1974ஆம் ஆண்டு வெளியிட்ட 'ஶ்ரீ அய்யன்காளி ஸ்மாரகிரந்தம்' என்ற தொகுப்பானது, அய்யன்காளியின் வாழ்வில் நிகழ்ந்த கவனம் ஈர்த்த சம்பவங்களை வெளிக்கொண்டுவந்த முதல் புத்தகமாகும். அதன்பின்னர் வெளியான அய்யன்காளியின் வாழ்க்கை வரலாறு தொடர்பான முக்கிய புத்தகங்கள் யாவும் மேற்கண்ட வெளியீட்டுக்குப் பெரிய அளவில் ஆதரவளித்து நின்றன[1].

அய்யன்காளி இறந்து 38 ஆண்டுகளுக்குப் பின்னரே, அதாவது 1979ஆம் ஆண்டு, முதன்முதலில் அவரது வாழ்க்கை வரலாறு புத்தகம் வெளியிடப்பட்டது. இதன் ஆசிரியர் தலித் வரலாற்று ஆய்வாளரான டி.எச்.பி.செந்தாரசேரி. அய்யன்காளியைப் பொதுமக்கள் மெதுமெதுவாக மறக்கத் தொடங்கிய காலம் அது[2]. 'மண்ணந்தலா'யில் வாழ்ந்துவந்த அய்யன்காளியின் இளைய சகோதரன் வேலுக்குட்டி, விளப்பில்சாலையில் வசித்துவந்த அய்யன்காளியின் உறவினர் கேசவன் வாத்தியார், அய்யன்காளியோடு போராட்டக் களங்களில் பங்கெடுத்திருந்த மாவேலிக்கரையைச் சேர்ந்த விசாகம் தேவன், பி.கே.சோதி என்ற நண்பர் ஆகியவர்களோடு முக்கியமான முறையில் கலந்துரையாடியும் பேரவைக் குறிப்புகளை ஆய்வுசெய்தும் தனது படைப்பை இறுதி செய்தார் செந்தாரசேரி. அறுபதுகளின் தொடக்கத்தில் எழுதத் தொடங்கினார் என்றாலும் முழுவதுமாக முடிக்க ஏழெட்டு ஆண்டுகள் பிடித்தன. எண்பதுகளுக்குப் பிறகு அய்யன்காளியின் வாழ்வையும் செயல்பாடுகளையும் தலித்துகளின் முன்னெடுப்பில் சிறப்புக் குணாதிசயங்கள் கொண்டதாக மீட்டெடுத்துக்கொண்டதில் செந்தாரசேரியின் புத்தகத்திற்குத் தவிர்க்க முடியாத பங்கு உண்டு[3].

இப்புத்தகத்தின் சுருக்கத்தையும் பிற ஒன்பது கட்டுரைகளையும் சேர்த்து 1991ஆம் ஆண்டு'அய்யன்காளி நடத்திய சுதந்திரப் போராட்டங்கள்' (அய்யன்காளி நடத்திய சுவாதந்தரிய சமரங்ஙள்) என்ற புத்தகத்தையும் செந்தாரசேரி வெளியிட்டுள்ளார். அய்யன்காளியின் வாழ்க்கை வரலாறு குறித்து கவனிக்கப்படத்தக்க மற்றொரு புத்தகமும் 1990ஆம் ஆண்டு வெளியானது. சி.அபிமன்யூ எழுதிய இப்புத்தகத்தை மாநில அரசின் கலாச்சார வெளியீட்டுத்துறை வெளியிட்டது. கே.கே.எஸ்.தாஸ் எழுதிய 'அய்யன்காளி கேரள சரித்ரத்தில்' (1986) குறிப்பிடத்தக்க சிறிய புத்தகமாகும். இது முழுமையான சுயசரிதை நூல் இல்லை என்றாலும்கூட அய்யன்காளியின் செயற்பாடுகள் பிற்காலத்திய தலித்துகளின் வாழ்க்கையை எந்தெந்த வகையில் கைதூக்கிவிட்டன என்பதைப் பகுப்பாய்வு செய்தும் பிற படைப்புகளைச் சேர்த்தும் இதேபெயரில் கே.கே.எஸ்.தாஸ் புதுப்பித்து வெளியிட்டுள்ளார். 2009ஆம் ஆண்டு டி.ஏ.மேத்யூஸ் எழுதிய 'ஆச்சார்யா அய்யன்காளி' என்ற புத்தகம் வெளியானது. அய்யன்காளியின் வாழ்க்கை வரலாற்றோடு நாடகத்தனமான அல்லது விறுவிறுப்பான நிகழ்வுகள் அதில் கூடுதலாகச் சேர்க்கப்பட்டிருந்தன. அத்துடன் அவரது வாழ்க்கைக்கும்

செயல்பாடுகளுக்கும் இந்துமத வரையறையைக் கொடுப்பதற்கான முயற்சிகளை இந்நூலில் காணலாம்.

தலித்துகளின் உறவினன் என்ற அடைமொழியுடன் அறியப்படுகிற என்.கே.ஜோஸ், 'மஹானாய அய்யன்காளி: ஜீவிதவும் தர்ஷனவும்' (மகானான அய்யன்காளி: வாழ்வும் எதிர்காலப் பார்வையும்) என்ற தலைப்பில் அய்யன்காளியின் சரிதையை எழுதியுள்ளார். மாற்று அரசியல் கண்ணோட்டத்தில் அய்யன்காளியை அணுகுகிற இப்புத்தகம் 2009இல் வெளியிடப்பட்டது. 'மஹாத்மா அய்யன்காளி: அய்யன்காளியுடெ அறியப்பெடாத்த சரித்ரம்' என்ற புத்தகமும் இந்த வரிசையில் வெளியானது. இதை வரலாற்று ஆய்வாளரான குந்நுகுழி எஸ்.மணி, பி.எஸ்.அனிருத்தன் ஆகியோர் இணைந்து எழுதியிருந்தனர். குந்நுகுழி எஸ்.மணி 1989ஆம் ஆண்டு எழுதிய 'பொலயர் நூற்றாண்டுகளில்' என்ற புத்தகத்திலும் அய்யன்காளி வாழ்க்கைச் சரித்திரத்தின் சுருக்கம் இடம்பெற்றிருக்கிறது. அய்யன்காளியைக் குறித்து ஏ.ஆர்.மோகனகிருஷ்ணன் எழுதிய 'மஹாத்மா அய்யன்காளி: நவோல்தானத்தின்டெ அக்னி நக்ஷத்திரம்' (அய்யன்காளி: மறுமலர்ச்சியின் அக்னி நட்சத்திரம்), ராஜேஷ் சிறப்பாடு எழுதிய 'அய்யன்காளி: ஜீவிதவும் போராட்டவும்' (அய்யன்காளி: வாழ்வும் போராட்டமும்[4]) ஆகியவை 2013இல் வெளியிடப்பட்ட இதர நூல்களாகும்.

2006இல் செறாயி ராமதாஸ் எழுதிய 'அய்யன்காளிக்கு ஆதரத்தோடெ' (அய்யன்காளிக்கு மரியாதையுடன்) என்ற புத்தகம் அய்யன்காளியைப் பற்றிய அபூர்வமான அநேக விவரங்களை அளிக்கிற மற்றொரு முக்கியப் புத்தகமாகும். இது வாழ்க்கை வரலாற்றுப் புத்தகம் இல்லையென்றாலும் மக்கள்சபையில் அய்யன்காளி ஆற்றிய உரைகளை ஆய்வு செய்தும் ஏராளமான கிடைத்தற்கரிய ஆவணங்களை ஆராய்ந்தும் முன்பு வெளிக்கொணரப்படாத அநேகத் தகவல்களை அளிக்கிற ஏழு கட்டுரைகள் இப்புத்தகத்தில் இடம்பெற்றுள்ளன. அய்யன்காளியின் வாழ்வையும் செயல்பாடுகளையும் ஆதாரமாகக் கொண்டு எழுதப்பட்ட 28 கட்டுரைகள் 'அக்ரகாமியுடெ கால்பாடுகள்'(வழிகாட்டியின் பாதச்சுவடுகள்) என்ற தலைப்பில் புத்தகமாக 2012ஆம் ஆண்டு வெளிவந்தது. அய்யன்காளியின் போராட்டங்களின் சுவடுபிடித்து, கேட்டற்கரிய சமயோஜித அனுபவங்களை ஆராய்ந்து எழுதப்பட்ட இப்புத்தகத்தின் ஆசிரியர் எ.வி.திவாகரன். வழக்கறிஞர் முந்தூர் கிருஷ்ணன் 2010இல் 'மஹாத்மா அய்யன்காளி' என்ற பெயரில் அய்யன்காளியின் போராட்டங்களை மையப்படுத்திச் சிறிய புத்தகம் ஒன்றை எழுதி வெளியிட்டிருந்தார்.

எம்.நிசார், மீனா கந்தசாமி ஆகியோர் இணைந்து 'Ayyankali: A Dalit Leader Of Organic Protest' என்ற சிறிய புத்தகம் ஒன்றை எழுதினர். 2007ஆம் ஆண்டு வெளியிடப்பட்ட இந்தப் புத்தகத்திற்குப் பிரபல சமூகவியலாளரான காஞ்ச அய்லய்யா முகவுரை எழுதியிருந்தார். அய்யன்காளியின் வாழ்க்கை வரலாற்றைச் சுருக்கமாகக் கூறும் மற்றொரு புத்தகத்தை (2008) மின்னு கே.வி. எழுதியிருந்தார். அய்யன்காளியின் போராட்டங்களைக் குறிப்பிடும் வகையில் பெரிநாடு போராட்டத்தையும் அதன் விளைவுகளையும் விவரித்து டி.லக்ஷ்மணன் எழுதிய 'பெரிநாடு வில்பவவும் சாமூஹிக மாற்றவும்' (பெரிநாடு புரட்சியும் சமூக மாற்றமும், 2009) என்ற புத்தகத்தையும் கூறலாம்.

அய்யன்காளியின் வாழ்க்கையில் பல்வேறு பகுதிகளைப் பிரதிபலிக்கிற; எண்ணற்ற தகவல்களை உள்ளடக்கிய நினைவு மலர் 1982ஆம் ஆண்டு வெளியிடப்பட்டது[5]. டி.கே.சி.வடுதலா, கல்லடா சசி, டி.ராஜன், பால் சிறக்கரோடு, கலியூர் முரளி, அய்யன்காளியின் மகன் சிவதாணு உள்ளிட்டோரின் அணிந்துரைகளால் கவனம் ஈர்க்கப்பட்டது இந்நினைவு மலர். அய்யன்காளியைக் குறித்து 'அதம்ஸ்திதநவோல்த்தான சில்பிகள்' (தாழ்நிலையிலிருந்து உருவான சீர்திருத்தச் சிற்பிகள், 2010) என்ற புத்தகத்தில் ஆர்.அனிருத்தன் எழுதியிருந்த வாழ்க்கைச் சரித்திரம் தொடர்பான கட்டுரைகளையும் கருத்தில் கொள்ள வேண்டும்.

குறிப்புகள்:

1. அதிகப்படியான விவரங்கள் தேவையெனில் செறாயி ராமதாஸ் எழுதிய 'அய்யன்காளிக்கு ஆதரத்தோடெ' என்ற புத்தகத்தில் பெறலாம். (பக்கங்கள் 11 - 29).

2. 'ஞான் அய்யன்காளியுடெ சுவிசேஷ பிரச்சாரகன்' (நான் அய்யன் காளியின் நற்செய்திப் பிரச்சாரகன்) என்ற தலைப்பில் டி.எச்.பி. செந்தாரசேரியுடன் எம்.ஆர்.ரேணுகுமார், ரேகாராஜ் ஆகியோர் நடத்திய நேர்காணல் மாத்ருபூமி வார இதழில் காணலாம். (புத்தகம் 85, எண் 11, பக்கம் 24.)

3. தனது சமூக - அரசியல் வாழ்க்கையின் திசையை மாற்றியதில் பி.கே. பாலகிருஷ்ணன் எழுதிய 'ஜாதி விவஸ்தையும் கேரள சரித்திரவும்' (ஜாதிய முறையும் கேரளாவின் வரலாறும்) என்ற புத்தகத்தோடு

டி.எச்.பி.செந்தாரசேரி எழுதிய 'அய்யன்காளி'யும் கண்ணியமான பங்கை வகித்துள்ளன என்று வரலாற்று ஆசிரியரான கே.கே.கொச்சு (கேரள சரித்திரவும் சமூஹ ரூபிகரணவும், பக்கம் xx) சாட்சியிடுகிறார்.

4. இ.எம்.எஸ்.எழுதிய 'கேரளம் மலையாளிகளுடெ மாத்ருபூமி' என்ற புத்தகத்தில் அய்யன்காளியைப் பற்றிக் குறிப்பிடாமல் போனது தலித்துகளின் விமர்சனங்களுக்கு வழி ஏற்படுத்தியது. இடதுசாரிகளைப் பட்டியல் பிரிவினர் என்று இந்தப் புத்தகம் குறிப்பிட்டிருந்தது. (உதாரணம்: ஏ.சசிதரன், இடதுசாரி: பட்டியல் ஜாதி/பட்டியல் வர்க்கம், பக்கங்கள் 16,17). 'அய்யன்காளியெக் குறிச்சு இ.எம்.எஸ்', 'சரித்ரத்திலெ கீழாள பிரதிநிதானங்ஙளுடெ அபாவம்: ஒரு மார்க்சிஸ்ட் வீக்ஷணம்' என்பன உள்ளிட்ட அத்தியாயங்களில் மேலே எழுந்த விமர்சனங்களை எதிர்கொள்ள இதை எழுதிய ராஜேஷ் முயற்சிக்கிறார். மறுபுறத்தில் ஏ.ஆர்.மோகனகிருஷ்ணன் எழுதிய புத்தகம் இந்து மதச் சார்பை பாதுகாத்துக்கொண்டு டி.ஏ.மேத்யூஸுக்குத் தொடரியாகிறது.

5. திருவனந்தபுரத்தில் உள்ள வெள்ளியம்பலம் சதுக்கத்தில் 1980ஆம் ஆண்டு நவம்பர் 11ஆம்தேதி அப்போதைய பிரதமர் இந்திரா காந்தி, அய்யன்காளியின் முழு உருவச் சிலையைத் திறந்துவைத்ததைத் தொடர்ந்து, அய்யன்காளி நினைவு அறக்கட்டளை இந்த நினைவு மலரை வெளியிட்டது.

அய்யன்காளியின் பிறப்பும் இளமைக் காலமும்

கேரளத்தின் தெற்கு மூலையில் அமைந்துள்ள திருவனந்தபுரம் மாவட்டத்தில் நெய்யாற்றின்கரை தாலுகாவுக்கு உட்பட்ட வெங்கானூர் கிராமத்தில் பிறந்தார் அய்யன்காளி. இந்தப் பகுதிகளில் வள்ளுவ ராஜாக்களின் சந்ததியில் வந்த ஏராளமான புலயர்கள் வாழ்ந்து வந்தார்கள்[1]. திருவனந்தபுரத்திலிருந்து வெறும் 13 கிலோ மீட்டர் தூரத்தில் விழிஞம் கடற்கரையோரத்தில் இயற்கை எழில்சூழ்ந்த ஓர் அழகிய கிராமம்தான் வெங்கானூர். அங்கு பெருங்காற்றுவிளை என்ற இடத்தில் பிலாவறத்தலா என்ற புலயக் குடும்பத்தில் மாலா, அய்யன் தம்பதிக்கு 1863ஆம் ஆண்டு ஆகஸ்ட் 28ஆம்தேதி பிறந்தார் அய்யன்காளி. தாய் தந்தையும், உற்றார் உறவினர்களும் இவரை காளி என்று செல்லப்பெயரிட்டு அழைத்தனர். வளர்ந்த பிறகு தந்தையின் பெயரையும் சேர்த்து அய்யன்காளி என்றழைத்தார்கள்.

தொடக்கக் காலத்தில் அய்யனும் மாலாவும் வெங்கானூர் ஹைஸ்கூல் அமைந்துள்ள குந்நின்மடிப்புறா மேல்வீட்டில் வசித்துவந்தனர். அதன்பிறகு பெருங்காற்று விளைக்குக் குடிபெயர்ந்தார்கள். அந்தப் பகுதியில் வாழ்ந்துவந்த ஒரு பெரிய நாயர் நிலக்கிழாரின்

விவசாயத்தைக் கவனிக்கும் விவசாயியாகவும் அடிமையாகவும் இருந்த அய்யன், ஊர்த்தலைவராகவும் (தலைப்புலயன்) இருந்தார். அய்யனின் காலத்தில் சமூக, பொருளாதாரத் தடைகளைத் தீர்மானிப்பதில், ஒரு வழக்கம் என்ற நிலையில், ஜாதியின் பங்கு உறுதிப்படுத்தப்பட்ட ஒன்றாக இருந்தது. விவசாயப் பண்ணை அடிமைத்தனம், சுரண்டல், அண்டாமை, தீண்டாமை உள்ளிட்ட ஜாதிய வழமைகளோடு இரண்டறக் கலந்த ஆண்டான் - அடிமை அல்லது நிலக்கிழான் - பண்ணையாள் உறவுகள் வெளிப்படையாக நிலைத்திருந்தன. என்றாலும்கூட நிலச்சுவான்தார்களில் சிலர் தங்கள் வேலையாட்களோடு நல்ல அணுக்கத்தைப் பராமரித்துவந்தார்கள்.

மிகச்சாதாரணமான இந்த நேயத்தை, ஆண்டான் - அடிமை என்ற உறவிலிருந்து பண்ணையார் - பண்ணையாள் என்ற இறுதி நிலைக்கு இந்த விவசாய மண்டலம் எட்டியதன் பலனாய் விளைந்ததாகக் கருத வேண்டும். அந்தக்கால நிலச்சுவான்தார்களில் சொற்ப எண்ணிக்கையிலானவர்கள், கட்டமைக்கப்பட்ட ஜாதிய வழக்கங்களை நடப்பில் கொண்டுவரும் விஷயத்தில், (மேற்கண்ட) மாறிவந்த வேளாண் உறவுகளைப் பொறுத்துச் சில பெருந்தன்மையான விஷயங்களையும் கூட சேர்த்துக்கொண்டார்கள். இந்த வகையில் பூத்தளத்து பரமேஸ்வரன் பிள்ளை என்ற நிலவுடைமையாளரின் பெருந்தன்மைக்குப் பாத்திரவானான பண்ணையாளாக இருந்தவர்தான் அய்யன். பல ஏக்கர் பரப்பில் உள்ள காட்டைத் திருத்தி, வேளாண் நிலமாக்கி, விதைப்பும் அறுப்பும் செய்து அதைக் களஞ்சியங்களில் கொண்டுவந்து நிறைப்பதில் இரவு பகல் பாராது உழைத்தவர் அய்யன். அப்படியாகக் கடும் உழைப்பைக் கொட்டிய அய்யனுக்குச் சொந்தமாக விவசாயம் செய்ய நிலச்சுவான்தாரான பரமேஸ்வரன் பிள்ளை எட்டு ஏக்கர் நிலம்[2] கொடுத்ததன் பின்னணி இதுவே. பொதுவாக, சொந்தமாக நிலம் கிடைக்கும்போது மனதளவிலான அடிமைத்தனத்தின் தீவிரம் குறைவதோடு, சமூகத்தில் புரையோடியுள்ள அடிமைத்தனத்தின் காரணங்களைக் கண்டடைவதற்கும், சமூக ரீதியிலான சுதந்திரத்தின் அவசியத்தை நோக்கி நம் சிந்தையை வழிநடத்தவும் வாய்ப்பிருக்கும். இச்சமூகத்தில் ஆணிவேராக இறங்கியிருந்த இழிவான சடங்காச்சாரங்களையும், அதில் ஒளிந்துள்ள மானுட எதிர்ப்பையும் கண்டறிவதற்கும், அவற்றை எதிர்ப்பதற்குமான நேர்மைத்திறமும் ஆன்ம பலமும் அய்யன்காளிக்குச் சிறுவயதிலேயே உண்டாகியிருந்ததற்கு மேலே குறிப்பிட்ட பரிணாம வளர்ச்சி முக்கியப் பங்காற்றியிருக்கிறது என்று கருத வேண்டும்.

மாலாவுக்கும் அய்யனுக்கும் பத்துக் குழந்தைகள் பிறந்தனர். அதில் இரண்டு குழந்தைகள் சிறுவயதிலேயே இறந்துவிட, மீதமிருந்த எட்டுக் குழந்தைகளில் மூன்று பெண் குழந்தைகள், ஐந்து ஆண் குழந்தைகள். அய்யன்காளி மூத்தவர். சாத்தன், கோபாலன், வேலாயுதன், வேலுகுட்டி, கண்ணா, சின்னா, குஞ்ஞி ஆகியோர் இளையவர்கள். தலித்துகள் பொது இடங்களுக்குச் செல்ல அனுமதிக்கப்படவில்லை என்பதால் அய்யனின் எட்டுக் குழந்தைகளும் பள்ளிக்கூடத்திற்குச் சென்றதில்லை. ஜாதி இந்துக்களின் குழந்தைகள் சிரித்துக்கொண்டும் விளையாடிக்கொண்டும் பள்ளிக்கூடத்திற்குச் செல்வதைத் தனது உடன்பிறப்புகளோடு நாடோறும் ஏக்கத்துடன் பார்த்துக்கொண்டு நிற்பான் சிறுவன் அய்யன்காளி. சமூகக் கட்டமைப்புக் காரணமாகத் தலித் குழந்தைகள் இயல்பிலேயே தங்கள் பெற்றோரைப் பின்தொடர்ந்து விவசாய உற்பத்தித் தொழில்களில் இறங்கி, சிறுசிறு தொழில் குழுக்களாக மாறிக் கொண்டிருந்தார்கள். தாய், தந்தை செய்யும் தொழிலின் பாலபாடங்களை அப்படியே பயின்று கொள்க என்ற இயல்பான செயலுக்குப் புறம்பே பட்டியல் மக்களின் மனம் கடத்தப்படாதபடி, அவர்களின் சிந்தையை உருவாக்கம் செய்வதற்கும், இந்தச் சமூக உணர்வில் எவ்வித விரிசலும் தட்டாதபடி அதைப் பாதுகாத்துச் செல்லவும் ஜாதி இந்துக்கள் இயன்றவர்களாக இருந்தார்கள்.

ஜாதிய நடைமுறைகள் வெறுமனே அடித்து நசுக்குவதிலும் ஆணையிடுவதிலும் மட்டுமே பொதிந்திருக்கவில்லை. மாறாக, பட்டியல் மக்களின் பணிந்துபோகும் வழமைகளிலும், மனமுவந்து பெற்றுக்கொள்ளும் காரியங்களிலும் ஜாதிய நடைமுறைகள் நிலைநின்றிருந்தன. தாங்கள் அங்கமாக உள்ள இந்தச் சமூகக் கட்டமைப்பு, தங்களுக்கு நேர்மறையான ஒன்றா அல்லது எதிரிடையான ஒன்றா என்ற பகுத்தறியும் சிந்தனை ஓட்டத்திற்கு இடமளிக்கா வண்ணம் தனிமனிதனின்; அவன் சார்ந்த சமூகத்தின் மனதை ஜாதிய மதிப்பீடுகளுக்குள் உறுதியாக நிறுத்துவதற்கும் ஜாதி இந்துக்களால் முடிந்தது.

ஜாதிய மதிப்பீடுகளைக் கடைப்பிடிக்க வேண்டும் என்பதைத் தார்மீக் உணர்வாகவும் சமூக உணர்வாகவும் மாற்றுவதற்கு அவற்றின் தோற்றுவிப்பாளர்களுக்கு இயன்றது என்று சொன்னால் அதில் ஆச்சரியப்படுவதற்கு ஒன்றுமில்லை. இந்த உணர்வைச் சமூகத்தில் நிலைநிறுத்துவதற்குச் சவர்ணர்கள் அல்லது ஜாதி இந்துக்களோடு

ஒட்டுமொத்த அவர்ணர்களும்கூட தொடர்ந்து வேலை செய்தார்கள் என்று சொன்னால் அதிலும் ஆச்சரியப்படுவதற்கு எதுவுமில்லை. இத்தகைய பொதுபுத்தியைத் தனது மாறுபட்ட சிந்தனையாலும், செயல்பாடுகளாலும் இளம்வயதுமுதலே தொந்தரவு செய்துகொண்டிருந்தான் அய்யன்காளி.

ஜாதி தொடர்புடைய மோசமான அனுபவங்களை, தொந்தரவுகளை, சித்ரவதைகளை மனமுவந்து பெற்றுக்கொள்கிற உடல்களாக மட்டுமே அல்ல, அச்சித்ரவதைகளுக்கான சமூகக் காரணங்கள்மீது சிந்தனையையும் எதிர்வினைகளையும் வளர்த்தெடுக்கத்தக்கத் திறனுள்ள மனதும்கூட தலித் மக்களுக்கு உண்டு என்பதைச் சிறுவயது முதல் தெரியப் படுத்திக்கொண்டே இருந்தான் அய்யன்காளி. அவனது எதிர்வினைகளிலும் எதிர்ப்புகளிலும், பிற்காலத்தில் வளர்ந்து படர்ந்து கேரளத்தின் சமூக வரலாற்றையும் உணர்வையும் சொந்தமாக்கிக்கொண்ட, ஒரு சமுதாயச் சீர்திருத்தவாதியின் செயற்பாடுகள் அப்போதே கண்கூடாகத் தென்பட்டன என்று சுருக்கமாகக் கூறலாம்.

மிகவும் சுறுசுறுப்பான சிறுவனாக இருந்தான் காளி. ஏறக்குறைய பன்னிரண்டு வயதுவரை ஆடுமாடுகளை மேய்ப்பதுதான் அவனது வேலை. அந்தக் காலகட்டத்தில் சம வயதுள்ள சிறுவர்களுடன் சேர்ந்து கிட்டிப்புள்ளி ஆட்டம் (குட்டியும் கோலும்), கபடி, கிளத்தட்டு, நாட்டுப்பந்து (நாடன் பந்து) உள்ளிட்ட விளையாட்டுகளில் சிறுவன் காளியும் பங்கெடுத்திருந்தான்[3]. பந்தாட்டத்திலும், குதித்துத் தாண்டுதலிலும் (சாடுருட்டு) காளிக்கு இருந்த அபாரத் திறமை, அவனை அனைவராலும் விரும்பப்படத்தக்கவனாகவும் பிரபலமானவனாகவும் ஆக்கியது. இதைப் பார்த்த தந்தை அய்யன், சிறுவன் காளியை நெல் வயலுக்கு அழைத்துச்செல்ல ஆரம்பித்துவிட்டார். பள்ளிக் கல்விக்குப் பதிலாகத் தந்தையிடம் விவசாயம் சார்ந்த பாடங்களைக் கற்கத் தொடங்கினான் காளி. நிலத்தை உழுவதிலும் மராமத்துச் செய்வதிலும் வரப்பு வெட்டுவதிலும் விதை விதைப்பதிலும் மண்வெட்டியால் நிலத்தை வெட்டுவதிலும் படிப்படியாகக் கற்றுத் தேர்ந்தான். விவசாய வேலையில் தொடர்ந்து அலுவலாக இருந்ததால் அவனது கை, கால்களில் தசைகள் முறுக்கேறி நல்ல திடகாத்திரமான ஆண்மகனாக காளி உருமாறினான்[4]. இளம்வயதிலேயே அமையப்பெற்ற நிமிர்ந்த நன்னடையும் நேர்கொண்ட பார்வையும் உயரமான தோற்றமும் காளியை மக்கள் கூட்டத்தில் தனித்து அடையாளப்படுத்தின. விளையாடும்போது மூத்தோர்களின் பார்வைகளிலிருந்து தப்பிச்செல்லும் சிறார்களும்

இளைஞர்களும், ஜாதித் தடைகளைத் தாண்டிச் சென்று ஆட்டத்தில் மூழ்குவது நிகழ்ந்தது. சில விளையாட்டுகளின்போது உற்சாக மிகுதியில் சிறார்கள், தங்களுக்கு எதிரான அருவருக்கத்தக்க சம்பிரதாயங்களைக் காற்றில் பறக்கவிட்டுக்கொண்டிருந்தார்கள். அதேவேளையில் பிற ஜாதிகளைச் சேர்ந்த மூத்தோர்களின் கண்களில்படும்போது தலித் சிறார்கள் அவமானப்படுத்தப்பட்டனர்.

ஆடுகளங்களிலிருந்து அவர்கள் விரட்டியடிக்கப்பட்ட நிகழ்வுகளும் நடந்தேறின. பல நேரங்களில் எச்சரிக்கை வார்த்தைகளையும் புளித்த கெட்ட வார்த்தைகளையும் தாண்டி, அவை தாக்குதல்களாகவும் சித்ரவதைகளாகவும் மாறியிருந்தன. விளையாடுமிடங்களிலும் எப்போது வேண்டுமானாலும் அவமானப்படுத்தப்படுவோம், விரட்டியடிக்கப்படுவோம் என்ற உணர்வு; இதற்காக மட்டுமே நாம் வைக்கப்பட்டுள்ளோம் என்ற புரிதல் ஆகியவை காளியின் மனதில் ஆழமான காயங்களை உண்டாக்கின. சொந்த ஆலோசனைக்கு ஒவ்வாத; சுய அறிவுக்குப் பொருந்தாத எதனோடும் ஒத்துப்போவதற்குச் சிறுவயது முதலே காளிக்கு முடியவில்லை. ஜாதி இந்துக்களிடமிருந்து உருவாகிற இதுபோன்ற நடத்துதல் அல்லது கையாளுதல் பற்றி தனது ஜாதியில் உள்ள வயது முதிர்ந்தவர்களோடு புகார் கூறியபோதும் அதை அவர்கள் ஒரு விஷயமாக எடுத்துக்கொள்ளவில்லை. மறுபுறத்தில், அண்டாமை, தீண்டாமை முறைக்கு அடங்கிப் போகாமல் 'ஒழுங்கீனத்தைக்' காட்டியதாக காளியை வசைபாடவும் செய்தார்கள். ஆனால், புலயர் சிறார்கள் ஏன் இப்படி விரட்டியடிக்கப்படுகிறார்கள் என்பது பற்றிச் சிந்தனை செய்யாமல் இருக்க முடியவில்லை. காலம் செல்லச்செல்ல இந்தச் சிந்தனை காளிக்குள் வலுப்பெற்றுக்கொண்டே இருந்தது. சக வயது நண்பர்களோடு தனது சிந்தனை குறித்தும் ஐயங்கள் குறித்தும் பகிர ஆரம்பித்தான். அவர்களில் பெரும்பான்மையானவர்கள் காளிக்கு உண்டான அதே அனுபவத்தைப் பெற்றவர்களாக இருந்தபோதிலும் அவனைப்போல் எதிர்வினையாற்றக்கூடியவர்களாக இருந்திருக்கவில்லை. முந்திரித் தோட்டங்களிலும், மலைச்சரிவுகளிலும், விவசாய நிலங்களிலும் விளையாட ஒன்றுகூடும் கூட்டத்திற்கு மத்தியில் நண்பர்களிடம் தன் புரிதலை எடுத்துக்கூறினான் காளி. நண்பர்கள் பலருக்கும் தொடக்கத்தில் அவனை நம்பமுடியவில்லை. என்றாலும் படிப்படியாக அவர்கள் காளிக்குச் செவிமடுக்கத் தொடங்கினர்.

சுய அனுபவங்களின் வெளிச்சத்தில் வெளிப்பட்ட காளியின் வார்த்தைகளும் வியாக்யானங்களும் அவர்கள் அனைவரையும் வேறுபட்டதொரு விழிப்புணர்வுக்குக் கொண்டு சென்றன. சிறார்களுக்கு மத்தியில் ஒரு தலைவனாக உயர்வதற்கு காளிக்கு நீண்ட நாட்கள் தேவைப்படவில்லை. அவன் மீது நம்பிக்கை வைத்த அவனது நண்பர்கள் ஒன்றுகூடி நின்றார்கள். காளி உருவாக்கிய சிறு சங்கத்தில் உறுப்பினர்களின் எண்ணிக்கை கூடிக்கொண்டே சென்றது. இவர்கள் குழுவாகப் பயணம் செய்யவும், எதிர்வினையாற்றவும் ஆரம்பித்தார்கள். வாக்குவாதங்கள், உரசல்கள் ஆகியவை சேர்ந்து பதின்பருவத்து காளியை ஜாதி இந்துக்களுக்கு மத்தியில் திமிர்பிடித்த நபர் போலவும் எதிர்க்கின்ற நபரைப்போலவும் மாற்றியிருந்தன. சொந்த ஜாதியினரோ அவரை ஊர்ப்பிள்ளை என்றும் மூத்தபிள்ளை என்றும் அழைத்து மரியாதை செய்தனர். அத்துடன் அவனது தலைமைத்துவத்தை அங்கீகரிக்கவும் செய்தனர்.

தன்னுடைய சொந்தச் சகோதரர்கள் உள்பட சமவயது இளைஞர்களுக்கு விழிப்புணர்வின் வெளிச்சத்தைப் பாய்ச்சியதோடு உடல்ரீதியான வலிமையின் அவசியம் குறித்தும் மிகவும் உணர்வுள்ளவனாக இருந்தான் காளி. விடலைப் பருவம் கடந்தபோது, காளியின் செயல்பாடுகளில் கூடுதல் நேர்த்தி கைகூடத் தொடங்கியது. கண்ணில்பட்ட எல்லா அநீதிகளுக்கும் காளியும் அவனது குழுவும் எதிர்வினையாற்ற ஆரம்பித்ததால், சவர்ணர்களின் மேலாதிக்கங்களில் அசைவு உண்டாக ஆரம்பித்தது. சமூக மோதல்களினூடே அல்லாமல் நமக்குச் சுயமரியாதை, நீதி, சமத்துவம் ஆகியவை கைகூட வாய்ப்பே இல்லை என்று நம்பியதோடு, அதை உரக்க அறிவிக்கவும் செய்தார் காளி. நம் மனதோடு சேர்ந்து உடலும் ஆயத்த முன்னெடுப்புச் செய்ய வேண்டும் என்ற விழிப்புணர்வு, காளியையும் அவருடன் இருந்தவர்களையும் வலிமை பொருந்தியவர்களாக ஆக்கியது. பிற இடங்களிலிருந்து அழைத்துவரப்பட்ட பயிற்சியாளர்களிடம் காளியும் அவரது கூட்டாளிகளும் சீடர்களானார்கள்.

அவர்கள் அடி-தட (அடிமுறை - Martial Art of Kerala), குஸ்திமுறை, வர்மக்கலை உள்ளிட்ட தற்காப்புக் கலைகளில் நிபுணத்துவம் பெற்றுக்கொண்டிருந்தனர். தெற்கத்திய களரிச்சண்டையில் கூடுதல் நுணுக்கங்களை அறிந்துகொள்ள நாகர்கோவிலில் இருந்து வாத்தியார்களை அழைத்துவந்து தெற்கன் களரியில் உள்ள அடி-தட (அடித்தல், தடுத்தல்), வாள் பயட் ஆகியவற்றைக் கற்றுக்கொண்டார்கள்[5]. இந்த வகையில் சமூகத்

தீமைகளை, ஜாதிக்கொடுமைகளை, வாய்ப்பு மறுப்புகளை எதிர்கொள்ளும் முகத்தான் இளைஞர்களில் ஒரு கூட்டத்தைத் தனது தலைமையில் வளர்த்தெடுத்தார் அய்யன்காளி. வயதில் மூத்தவர்களும் யுத்தக்கலைகளில் நிபுணத்துவம் பெற்றவர்களுமான மேலேகாளி, மூலேகாளி ஆகியோரது தலைமையில் இவர்களுக்குக் களரி பயிற்சிகள் வழங்கப்பட்டன[6]. இவர்கள் இருவரின் தலைமையில் அய்யன்காளி உருவாக்கிய குழு, பிற்காலத்தில் அய்யன்காளிப்படை என்ற பெயரில் அறியப்பட்டது. எங்கெல்லாம் ஜாதி மோதல்கள் ஏற்படுகிறதோ, அங்கு அய்யன்காளியின் படை திடீரெனச் சென்று நிற்கும்[7]. தற்காப்புக்கலையைப் பயில்வதோடு மட்டுமல்லாமல் கூடவே பாட்டும் நாடகமும் சேர்ந்து, குழு உணர்வையும் பரஸ்பரம் நம்பிக்கையையும் ஊட்டி உறுதிப்படுத்தின. ஓய்வு நேரங்களை மனமகிழ்ப்பொழுதுகளாக மாற்றியும் தங்கள் வாழ்க்கையில் சந்தித்த பல்வேறு விதமான கொடுமையான அனுபவங்களை அடுத்த தலைமுறைக்கு எடுத்துக்கூற உதவுகின்ற பாடல்களையும் நாடகங்களையும் இவர்கள் அரங்கேற்றினார்கள். மேடைகளில் இவர்கள் அதிகமுறை நடித்துக்காட்டியது காக்காரஸ்சி என்ற நாடகம்தான். காதுகளால் கேட்டறிந்தவற்றையும் அனுபவித்து உணர்ந்ததுமான தங்களின் பெற்றோர்களின் கஷ்டங்களை; திடமாக அவர்கள் எதிர்த்து நின்றவற்றை, சொந்தமாக ஒரு நாட்டுப்புற மொழிநடையை உருவாக்கி மேடைகளில் நடித்துக்காட்டினர். இதன்மூலம் கூட்டுணர்வையும் சமூக அர்ப்பணிப்பையும் ஒடுக்கப்பட்ட மக்களின் இதயங்களில் அய்யன்காளிப் படையினர் பற்றவைத்தனர்.

விடலைப் பருவம் கழிந்து அறிவுச்செருக்கு மிளிரும் இளமைப் பருவத்திற்குள் நுழைந்தார் அய்யன்காளி. இந்தக் காலகட்டத்தில்தான் ஆன்மிகவாதியான தைக்காடு அய்யாவு சுவாமியுடன் நட்பு ஏற்பட்டது. தமிழ், சமஸ்கிருதம் மட்டுமல்லாமல் ஆங்கில மொழியிலும் செறிந்த அறிவுள்ள நபராக இருந்தார் அய்யாவு சுவாமி. இவர், சமூகச் சமத்துவத்திற்காக ஆன்மிக வழிகளைத் தெரிந்தெடுத்துக்கொண்டார் என்றாலும், இந்துச் சமூகத்தில் உள்ள மோசமான வழக்கங்களை வெளிப்படையாக எதிர்த்தார். அய்யாவு சுவாமியின் விசாலமான சமூகக் கண்ணோட்டமே, அவரிடம் அய்யன்காளியை நெருங்க வைத்தது. தைப்பூசம், நவராத்திரி உள்ளிட்ட விசேஷமான நாட்களில் மேட்டுக்கடையில் இருந்த அய்யாவு சுவாமியின் ஆசிரமத்தில் நடைபெற்றுவந்த அன்னதானத்தில் தவறாமல் பங்கெடுத்துவந்தார் அய்யன்காளி[8]. அய்யாவு சுவாமியுடனான தொடர்பு,

கருத்துப் பரிமாற்றம் ஆகியவை இழிவான சம்பிரதாயங்களுக்கும் அநீதிகளுக்கும் எதிராகப் போராடுவதற்கான அய்யன்காளியின் மனோவாதங்களை இன்னும் கூடுதலாக உரமேற்றின்[9]. சமூகத் தீமைகள் மீது கேள்வி எழுப்புவதற்கும், கேவலமான பழக்க வழக்கங்களை எதிர்ப்பதற்கும், மறுக்கப்படும் உரிமைகளையும் சுதந்திரத்தையும் போராட்டங்கள் வழி மீட்டெடுப்பதற்கும் கூட்டாளிகளுக்கு அறைகூவல் விடுத்தார் அய்யன்காளி. பட்டியல் ஜாதிகளைச் சேர்ந்த இளைஞர்களின் புறக்கணிக்க முடியாத தலைவனாக அவர் மாறியிருந்தார். இந்தக் காலத்தில் அய்யன்காளியின் திருமணமும் நடைபெற்றது. 1888ஆம் ஆண்டு தன்னுடைய 25ஆவது வயதில் மஞ்சாம்குழி வீட்டில் செல்லம்மா (1871 - 1950) என்ற பெண்ணைத் திருமணம் செய்துகொண்டார். திருமணத்திற்குப்பிறகு தெக்கேவிளை என்ற இடத்தில் வீடுகட்டி இருவரும் வாழ்ந்துவந்தனர். தன்னுடைய வீட்டுக்குப் பிளாவறத்தலா என்று பெயரும் இட்டார். செல்லம்மா - காளி தம்பதியருக்கு ஆறு ஆண் குழந்தைகளும் ஒரு பெண் குழந்தையும் பிறந்தன. இரண்டு குழந்தைகள் சிறுவயதிலேயே இறந்துவிட்டனர். பொன்னு, செல்லப்பன், கொச்சு குஞ்சு, சிவதாணு, தங்கம்மா ஆகியோர் மற்ற குழந்தைகளாவர். அய்யன்காளியின் ஒரே மகளான தங்கம்மாவை மணந்துகொண்ட டி.டிகேசவன் பின்னாட்களில் திருகொச்சி சட்டமன்றத்தின் சபாநாயகரானார்..

குறிப்புகள்:

1. குந்நுகுழி எஸ்.மணி, பி.எஸ்.அனிருத்தன் (மஹாத்மா அய்யன்காளி: அய்யன்காளியுடெ அறியப்பெடாத்த சரித்திரம், பக்கம் 21).
2. அய்யனுக்கு ஜமீன்தார்களிடமிருந்து ஏக்கர் கணக்கில் பூமிதானம் கிடைக்கப்பெற்றது என்ற கதை நம்புவதற்கு இயலாத ஒன்று என்று செறாயி ராமதாஸ் எழுதுகிறார். (ராமதாஸ், 150ஆவது ஆண்டு பிறந்தநாளை நினைவுகூருவது). புதின எழுத்தாளர் எஸ்.இ.ஜேம்ஸின் 90 வயது முதிர்ந்த குணசீலித்தாயான ஷீலா ஜேம்ஸுடன் நேரடியாக நடத்திய சந்திப்பின் அடிப்படையில், செறாயி ராமதாஸ் மேற்கண்ட தனது அபிப்ராயத்தைத் தெரிவிக்கிறார். அந்த குணசீலியின் தந்தைவழி பாட்டியான ராகேலின் மூத்த சகோதரியின் மகன்தான் அய்யன்காளி. அய்யன்காளியின் தந்தை அய்யனும் அவரது உடன்பிறப்புகளும் காட்டை வெட்டித்திருத்தி உருவாக்கியதே இந்த எட்டு ஏக்கர் நிலம்

என்று சான்று பகர்கிறார் இந்தத் தாய். எஸ்.இ.ஜேம்ஸ் எழுதிய 'சம்வல்சரங்ஙள்' என்ற நாவலின் கதைக்கரு அக்காலத்தைச் சேர்ந்த தலித் கிறிஸ்தவர்களின் முன்னேற்றத்தைப் பற்றியதாகும்.

3. அதே புத்தகம், பக்கம் 32, 33.

4. அதே புத்தகம், பக்கம் 33.

5. அதே புத்தகம், பக்கம் 34.

6. அதே புத்தகம், அதே பக்கம்.

7. அதே புத்தகம், பக்கம் 35.

8. டி.எச்.பி.செந்தாரசேரி, 'அய்யன்காளி', பக்கம் 30.

9. ஆர்.அனிருத்தன், 'அனக்ஸ்தித நவோல்தான சில்பிகள்', பக்கம் 58.

மாட்டுவண்டிப் போராட்டமும் வீதியில் நடமாடும் சுதந்திரமும்

எல்லாச் சட்டமீறல்களும் தவறல்ல. எந்தவொரு மனிதனுக்கும் தன்னுடைய சமூக வாழ்வைச் சுதந்திரத்தோடும் அறத்தோடும் பாதுகாத்துக்கொள்வதற்கான உரிமையுண்டு. ஒருகாலத்தில் ஜாதி சட்டமாக இருந்தது. ஆதிக்க ஜாதிக் காரர்கள் ஒடுக்குமுறைகளோடும் பட்டியல் சமூக மக்கள் அடிபணிதல்களோடும் அந்தச் சட்டத்தைப் போற்றிப் பாதுகாத்துச் சென்றார்கள். ஜாதிய சட்டத்திட்டங்களை மீறாமல் சுதந்திரத்தைக் குறித்தும் அறத்தைக் குறித்தும் யோசனை செய்வதற்குப் பட்டியல் சமூக மக்களுக்கு இயன்றிருக்கவில்லை. இன்றும்கூட எழுதப்படாத சட்டமாக; கண்ணுக்குப் புலப்படாத வடிவத்திலாவது ஜாதி என்பது இச்சமூகத் தொடர்புகளில் உறுதிப்படுத்தப்பட்ட சேர்மானமாக மாறுகிறது.

மேலாதிக்கத்தை நிலைநிறுத்திக்கொள்வதற்கு ஜனநாயக முறைக்கு ஒவ்வாததும், நடைமுறைக்குப் பொருந்தாததுமான சமூக வழக்கங்களைப் பாதுகாக்கவும் காலத்திற்கும் அதை உறுதிப்படுத்தவும் வேண்டியது சாதி இந்துக்களின் தேவையாக இருந்தது. பொதுமையான வாழ்வையும் விடுதலையையும் அறத்தையும் அவற்றின் வழியாகக் கிடைக்கப்பெறும் சுயமரியாதையையும் வென்றெடுப்பதற்குப் பட்டியல் மக்கள்

நடத்திய மனித உரிமைப் போராட்டங்கள் வரலாற்றில் சட்ட விரோதங்களாகவும் கலகங்களாகவும் எழுதிச் சேர்க்கப்பட்டது இதன் காரணமாகவே! மனித உரிமைகளின் பெயரில்தான் போராட்டங்கள் நடத்தப்பட்டன என்றாலும் தங்களுக்குச் சுகத்தையும் ஆனந்தத்தையும் மேலாதிக்கத்தையும் மட்டில்லாமல் தரக்கூடியதொரு சமூக நடைமுறையைத் தொந்தரவு செய்கின்ற பட்டியல் மக்களைக் 'கலகக்காரர்கள்' என்றல்லாமல் வேறு ஏதேனும் ஒருவகையில் கருதுவார்களா என்ன?

சுதந்திரப் போராட்டத்தை வெறும் சிப்பாய்க் கலகம் என்று மாற்றிய காலனி மனோநிலையிலான வியாக்யான ஆராய்ச்சி நெறிமுறையியலையே (Methodology) சாதி இந்து சமூகம் பின்தொடர்கிறது. மறுமலர்ச்சி காலத்திலும்கூட பொதுமக்களின் உரிமைப் போராட்டங்களைக் கலகங்களாகவும், அழிவுச் செயல்களின் கதைகளாகவும் முத்திரைக் குத்தி, சட்டவிரோதங்களின் எல்லைக்குள் கொண்டுவந்து ஒடுக்குவதில் ஆட்சியதிகாரம் பராமரிக்கின்ற விருப்பமும் மேற்சொன்னதிலிருந்து வேறுபட்டதல்ல. அண்மைக்காலச்சூழல்களே இப்படித்தான் உள்ளன எனும்போது அய்யன்காளி காலத்தில் நடந்த போராட்டங்கள் எதிர்கொண்ட நெருக்கடிகள் குறித்து நம்மால் யூகிக்க மட்டுமே முடிகிறது.

ஆதிக்கப் பொதுப்புத்தியும் ஆட்சியதிகாரமும் கிட்டத்தட்ட ஒன்றுதான் என்றிருந்த சூழலில், தலித் மக்களின் விடுதலைக்காக வாதாடுவதும், அவர்களுக்காகச் சமூகத்தோடு முரண்பட்டு நிற்பதும் சிறிய காரியமல்ல. அந்த வகையில், காலமெல்லாம் சாட்டைவார் அடிகளை வாங்கி அயர்ச்சியடைந்து கிடந்த சமுதாயத்தைத்தான் தேசத்தின் குடிமகன் என்ற உணர்வுகொண்டவர்களாக மாற்றினார் அய்யன்காளி.

அய்யன்காளியின் மாட்டுவண்டிப் புறப்பாடு என்பது பொது இடங்களில் கூட தங்களைப் புறக்கணிக்கிற, ஜனநாயக விரோதமான ஜாதி இந்து அரசு எந்திரத்திற்கு எதிராகப் பட்டியல் மக்கள் வெடித்துக்கிளம்பியதன் தொடக்கமாக அமைந்தது[1]. சமூக விலக்குகளை மீறி பொதுவழிகளில் நடக்கும் சுதந்திரத்திற்காக அய்யன்காளி நடத்திய வரலாற்றுப் புகழ்மிக்க மாட்டுவண்டிப் போராட்டத்தின் வாயிலாக மறுமலர்ச்சி கேரளத்தின் சரித்திரத்திற்குள் சமூகமாகத் தங்கள் சொந்த நிலையில் கேரளத்து தலித்துகள் உட்புகுந்தார்கள். நீண்ட நாட்கள் நடத்திய கலந்தாலோசனை, ஆயத்தங்களுக்குப் பிறகே அய்யன்காளியும் அவரது குழுவும் இவ்விதப்

போராட்டம் நடத்த முடிவெடுத்தார்கள். வெறுமனே வெற்றி, தோல்வி என்பதைத்தாண்டி ஜாதி இந்துக்களின் மனங்களில் இறங்கிய பேரிடித் தாக்குதலாக மாறியபோது, இப்போராட்டம் பட்டியல் சமூக மக்கள் மத்தியில் ஒப்பிட முடியாத அளவுக்குச் சுயமரியாதையையும் மன உறுதியையும் உருவாக்கிக்கொடுத்தது.

அய்யன்காளி, மாட்டுவண்டிப் போராட்டத்தை 1893ஆம் ஆண்டு நடத்தினார்[2]. அந்தக் காலச்சூழலில் பார்ப்பனர்களும் நாயர்களும் மட்டுமே வில்லுவண்டிகளைப் பயன்படுத்திவந்தார்கள்[3]. காளைமாட்டு வண்டிகளின் புதுப்பிக்கப்பட்ட வடிவமே வில்லுவண்டிகள். (இப்போராட்டமே கேரளத்தில், அய்யன்காளியின் 'வில்லுவண்டி சமரம்' என்றழைக்கப்படுகிறது.) சித்திரந்தீட்டப்பட்ட, வேலைப்பாடுகள் நிறைந்த, ஆடம்பரமானதொரு வில்லுவண்டியைத் தமிழ்நாட்டிலிருந்து விலைக்கு வாங்கினார் அய்யன்காளி. அழகும் ஆரோக்கியமும் கம்பீரமும் கொண்ட திமில்பெருத்த இரட்டைக் காளைகளை அதில் பூட்டி, தன்னுடைய சகாக்களோடு களமிறங்கினார்.

சீறிப்பாயும் வில்லுவண்டியை வெங்கானூரில் உள்ள பொதுச்சாலையில் மட்டுமல்ல, சரித்திரத்திற்குள்ளும் பாயவிட்டார். வெள்ளை நிறத்து அரைக்கை பனியனுடன், வேட்டியை மடித்துக்கட்டி, தலையில் தலைப் பாகைபோல் வட்டமாக உறுமாலை அழுத்திக்கட்டி, கூரிய பிச்சுவாக்கத்தியை இடுப்பில் செருகிக்கொண்டு பொதுப்பாதையில் வில்லுவண்டியைச் செலுத்தினார் அய்யன்காளி. சண்டி கொச்சப்பி என்பவர் வில்லுவண்டிக்கு அழகூட்டியிருந்தார்[4]. இந்தச் சரித்திர யாத்திரைக்கு அனைத்து ஒத்தாசைகளையும் செய்து பலத்த ஆரவாரத்தோடு அய்யன்காளிப்படையின் பெருங்கூட்டம் ஒன்று அவரைப் பின்தொடர்ந்தது. அதுவரை பட்டியல் ஜாதி மக்களின் கால்தடங்கள் பதியாத வீதிகளில் சலங்கைச் சத்தத்துடன் பாய்ந்துவரும் வில்லு வண்டியையும் அதன்மீது தலையுயர்த்தி நிமிர்ந்து நின்றிருக்கும் அய்யன்காளியையும் பார்த்து, நாயர் ஜாதியைச் சேர்ந்த தலைவர்கள் திகைத்து நின்றனர்.

அனுமதிக்கப்படாத உடை அலங்காரத்தோடு, அனுமதிக்கப்படாத வண்டியில், தடை செய்யப்பட்ட வழியினூடாக வரும் யாத்திரையைக் கண்டு ஜாதி இந்துக்கள் குழப்பமடைந்தார்கள். சடுதியில் அவர்கள் ஒன்றுகூடி அந்த யாத்திரையைத் தடுக்க ஆரம்பித்தனர். அப்போது இருதரப்புக்கும் இடையே கடும் வாக்குவாதம் எழுந்து, அமளியாக மாறி, அது

கைகலப்பாகவும் அடிதடியாகவும் மாற அதிக நேரம் தேவைப்படவில்லை. "முடிந்தால் தடுத்துப்பாரடா" (தடயிணெங்கில் தடயெடா) என்ற இடிமுழக்கச் சத்தத்தோடு, இடுப்பில் இருந்த பிச்சுவாக்கத்தியை உருவிக் கையில் எடுத்தபடி, இறங்கி வில்லுவண்டியின் முன்னால் நடந்தார் மாவீரன் அய்யன்காளி. ஆனால், கல்லியூர் சந்திப்பை அடைந்தபோது அதிகப்படியான ஆட்களுடன் வந்து வில்லுவண்டியைத் தடுத்த நாயர் ஜாதியினர், அவர்கள் மீது கொடுந்தாக்குதலைக் கட்டவிழ்த்துவிட்டார்கள். பிச்சுவாக்கத்தியைக் கொண்டு அய்யன்காளியும், சாட்டைவாரைக் கொண்டு கொச்சப்பியும் வன்முறையாளர்களை எதிர்கொண்டார்கள். ஆனால், எண்ணிக்கையில் குறைவாக இருந்ததால் அய்யன்காளியின் கூட்டாளிகளில் பலர் படுகாயமடைந்தார்கள். தீரத்துடன் சண்டையிட்ட அய்யன்காளி, ஜாதிவெறிபிடித்த அக்கிரமக்காரர்களைத் துரத்தியபடி வில்லுவண்டியில் யாத்திரையைத் தொடர்ந்தார். வெள்ளாயணி முகளூர் மூவரா என்ற இடத்தில் நாயர் ஜாதியினர் மேலும் அதிக எண்ணிக்கையில் ஒன்றுகூடினார்கள். வில்லுவண்டியைத் தடுத்து நிறுத்தி, நுகம் பூட்டியிட்டிருந்த காளைகளைத் துரத்திவிட்டனர். அப்போதும்கூட தன்னுடைய முயற்சியிலிருந்து பின்வாங்காத அய்யன்காளி, இன்னும் அதிக முன்னெச்சரிக்கையோடு, அதிக ஆள்பலத்தோடு, மேலதிக உறுதியுடன் காளைகளை வண்டியில் பூட்டி மீண்டும் யாத்திரையைத் தொடர்ந்தார். காளைகளின் குளம்புகள் எழுப்பிய ஓசையோடு கலந்த மணிகளின் ஓசையும், குலுங்கும் சலங்கை ஒலியும் சேர்ந்து வெங்கானூரில் ஜாதி இந்துக்களின் வீதிகளை அதிரச்செய்தன. ஆர்ப்பரித்து மகிழும் அணியினரின் எண்ணிக்கை பெருகிக்கொண்டே இருந்தது. நாயர் ஜாதியினரும் சும்மா இருக்கவில்லை. புந்நமூடு சந்திப்பில் பெருங்கூட்டமாகச் சென்று வில்லுவண்டியைத் தடுத்து நிறுத்தினார்கள். இந்தமுறை ஆக்ரோஷத்தின் உச்சத்திற்கே சென்றிருந்தார் அய்யன்காளி. காயம்பட்ட சிங்கத்தின் சீற்றம் அவரது ஆரோக்கியமுள்ள திடகாத்திரமான உடல்வழியாக எழும்பிக்கொண்டிருந்தது. நாயர் கூட்டமும் கோபத்தில் கொந்தளித்தது. கடுமையான தர்க்கங்களும், பொல்லாத ஏசல்களும் எனத் தொடங்கி, வெகுவேகத்தில் வெளிப்படையான மோதலாக மாற்றம் கொண்டது. பிச்சுவாகத்தியோடு வண்டியிலிருந்து எம்பிக்குதித்து ஆக்கிரமிப்பாளர்களின் எதிரே நின்றார் அய்யன்காளி. வண்டிக்குப் பின்னால் அய்யன்காளிப் படையின் எண்ணிக்கை கூடிக்கொண்டே இருந்தது. இருதரப்பும் ஆயுதங்களால் ஒருவரையொருவர் தாக்கிக்கொண்டார்கள். எதிராளிகளை அய்யன்காளி மூர்க்கத்தனமாகத் தாக்க ஆரம்பித்தார்.

இதனால் அந்த இடமே போர்க்கோலம் பூண்டது. கோபத்தில் தகித்த நாயர் கூட்டத்தாரில் பலத்த அடியேற்ற சிலர் அய்யோவென அலறியபடி சுருண்டு விழுந்தார்கள். சிலருக்குக் கத்திக்குத்து விழுந்தது. அய்யன்காளிப்படையினர் தங்களின் சாட்டைவார்களைச் சுழற்றியதால் நாயர் கூட்டத்தில் பலர் தங்கள் உயிரைக் காத்துக்கொள்ள சிதறி ஓடினர். அய்யன்காளிப்படையிலும் பலருக்குக் காயம் ஏற்பட்டாலும், புறமுதுகிட்டு ஓடிய நாயர்களைப் பார்த்து அவர்கள் குதூகலத்தில் துள்ளினர். வெற்றி ஆர்ப்பரிப்பின் சத்தத்தோடு அந்த உரிமை மீட்டெடுப்பு யாத்திரை, பல வழிகளைக் கடந்து மீண்டும் வெங்கானூர் வந்தடைந்தபோது அதன்பின்னர் அங்கு தடைகள் ஒன்றும் உருவாகியிருக்கவில்லை.

வில்லுவண்டி யாத்திரையைத் தொடர்ந்து அய்யன்காளியின் புகழ் பிற ஊர்களுக்கும் எட்டியது. அதையடுத்து பட்டியல் சமூக மக்கள் சங்கடங்களோடும் புகார்களோடும் வெங்கானூர் பெருங்காற்றுவிளைக்கு வந்து அய்யன்காளியை நேரில் சந்தித்து முறையிட்டார்கள். தன்னைத்தேடி வந்தவர்களையெல்லாம் அவர் ஆசுவாசப்படுத்தினார். தலித்துகளின் பிரச்சினைகளில் புலயர் என்றோ, பறையர் என்றோ, குறவர் என்றோ பாகுபாடு காட்டாமல் சமத்துவமாக இடைப்பட்டார் அய்யன்காளி. அவரும் அவரது கூட்டாளிகளும் கிராமங்கள்தோறும் பயணப்பட்டனர். கீழ்ப்படுத்தப்பட்ட மக்களை அழைத்துக் கிராமக் கூட்டங்கள் நடத்தி மனித உரிமைகள் குறித்தும் சுதந்திரத்தைக் குறித்தும் உணர்வூட்டச் சிரத்தையெடுத்தார்கள். அந்த மக்களுக்கு மன உறுதியையும் உரிமைக்கான உணர்வையும் எதிர்க்கும் ஆற்றலையும் விளக்கிச் சொன்னார்கள். தமிழும் மலையாளமும் கலந்த அய்யன்காளியின் உரைபாணி, கேட்கும் மக்களைத் துள்ளல்கொள்ளச் செய்தது. தங்களின் சொந்தத் தலைவனைப் பட்டியல் ஜாதிகளைச் சேர்ந்த மக்கள் தங்கள் உயிரைவிடவும் நேசித்தார்கள். நாட்கள் செல்லச்செல்ல, அய்யன்காளியின் சங்க உறுப்பினர்கள் எண்ணிக்கை கூடிக்கொண்டே சென்றது. கூடவே, போராடுவதற்கான மனஉறுதியும் அதிகரித்துக்கொண்டே இருந்தது. மக்கள் குழுக்களைச் சேர்த்து, அவர்கள் பொது இடங்களில் நடமாடும் சுதந்திரத்தை வென்றெடுப்பதற்கான போராட்டங்களை அய்யன்காளி வலுப்பெறச்செய்துகொண்டிருந்தபோது அந்த அதிர்ச்சிகரமான சம்பவம் நடந்தேறியது.

ஆராலும்மூடு சந்தையில் தைரியமாகத் தன்னுடைய மார்புகளை மறைத்துக்கொண்டு பொருட்கள் வாங்கச் சென்ற புலயர்ஜாதி இளம்பெண்

அவமானப்படுத்தப்பட்டார். அந்தக் காலகட்டத்தில் பட்டியல் ஜாதிகளைச் சேர்ந்த பெண்கள் தங்களின் மார்புகளை மறைத்து உடையணிவதற்கோ, பொது இடங்களுக்குச் செல்வதற்கோ அனுமதிக்கப்பட்டிருக்கவில்லை. பாலராமபுரம் மற்றும் அதன் சுற்றுவட்டாரப் பகுதிகளிலிருந்து, மார்த்தாண்ட வர்மாவின் காலத்தில்[5] அழைத்துவரப்பட்டுக் குடியமர்த்தப்பட்ட நெசவாளர்களான சக்கிலியர்களின் உதவியோடு அந்தப் புலயர் பெண்ணை வெட்டவெளியில் அவமானப்படுத்தியவன் இஸ்லாமியனாக இருந்தான்[6]. வழக்கம்போல் இந்த விவகாரத்திலும் அய்யன்காளியும் அவரது சங்கத்தினரும் தலையிடவேண்டிவந்தது. பாலராமபுரம் நெசவாளர் தெருவில் நடந்துசென்ற அய்யன்காளியையும் அவருடைய சங்கத்தினரையும், அங்கு ஏற்கெனவே கூடாரம்போட்டு அமர்ந்திருந்த இஸ்லாமியர்களும் சக்கிலியர்களும் ஒன்று சேர்ந்து தடுத்தார்கள். ஜாதி இந்துக்களான சவர்ணர்களும் இஸ்லாமியர்களுக்கும் சக்கிலியர்களுக்கும் ஆதரவாகக் களத்தில் வந்து நின்றனர். இருதரப்பினருக்கும் இடையே உருவான கடுமையான தர்க்கம் தள்ளுமுள்ளாக மாறியது. திடீரென இருதரப்பினரும் மாறிமாறி தாக்கிக்கொண்டார்கள். இதனால் அந்த இடம் கணப்பொழுதில் சண்டைக்களமானது. இதில் இருதரப்பிலும் பலர் காயமடைந்தனர். பலருக்கு ஆழமான காயங்கள் ஏற்பட்டன. தாக்குதல் தொடர்ந்தது. சக்கிலியர்களும் இஸ்லாமியர்களும் எண்ணிக்கையில் அதிகமாக இருந்ததாலும் அவர்களிடம் ஆயுதங்கள் இருந்ததாலும் அய்யன்காளிப் படையினருக்கு நீண்ட நேரம் தாக்குப்பிடிக்க இயலவில்லை. தங்கள் தரப்பில் உயிர்ச்சேதம் ஏற்படுவதைத் தடுக்க வேறு எந்தவொரு வழியும் இல்லாமல் போனதால் அய்யன்காளிப்படை பின்வாங்கியது. என்றாலும்கூட பொதுவெளியில் நடக்கும் சுதந்திரத்திற்காக; பெண்களின் சுயமரியாதைக்காக நடத்தப்பட்ட நெசவாளர் தெரு போராட்டம் பட்டியல் சமூக மக்கள் மத்தியில் புது எழுச்சியை உருவாக்கியது. அதேவேளையில், ஜாதிப்படிநிலையில் தங்களுக்கு மேல்நிலையில் உள்ள பிற்படுத்தப்பட்டவர்களும் இஸ்லாமியர்களும் பட்டியல் சமூக மக்களின் சுதந்திர வாஞ்சைக்கு ஆதரவு தெரிவிப்பதில்லை என்ற உண்மையை நெசவாளர் தெரு போராட்டம் மூலமாக அய்யன்காளி தரப்பு உணரலானது.

நெசவாளர் தெரு போராட்டம் பற்றிய செய்திகள் காட்டுத்தீ போல் பற்றிப் படர்ந்தன. பொது இடங்களில் நடமாடும் சுதந்திரத்திற்குத் தேவையான திரைமறைவு செயல்பாடுகளும் ஆயத்த வேலைகளும்

வீரியம் பெற்றன. அதைத் தொடர்ந்து பல இடங்களில் பட்டியல் ஜாதி மக்களுக்கும் ஜாதி இந்துக்களுக்கும் இடையே சிறிதும் பெரிதுமான மோதல்கள் நடந்தன. நெசவாளர் தெருவில் மார்புகளை மறைத்தபடி பொருட்கள் வாங்கச் சென்ற புலயர் ஜாதிப் பெண்ணின் தீரச் செயல்மூலம் உத்வேகம் அடைந்த பிற பட்டியல் ஜாதிகளைச் சேர்ந்த பெண்களும் தங்கள் மார்புகளை மறைத்துக்கொண்டு போராட்டக்களங்களை வந்தடைந்தார்கள்.

பாறசாலா, பரசுவய்க்கல், அமரவிளை, நெய்யாற்றின்கரை, பெரும்பழுதூர், ஆராலும்மூடு, நேமம், கழக்கூட்டம், கணியாபுரம் உள்ளிட்ட இடங்களில் நடமாடும் சுதந்திரத்திற்காகப் போராட்டங்களும் மோதல்களும் வெடித்தன. வழக்கம்போல் நீதிப்பரிபாலனங்களும் ஆட்சியதிகாரத்தின் பல்வேறு துறைகளும் ஜாதி இந்துக்களுக்கு ஆதரவாக நின்றன. இதனால் பட்டியல் சமூக மக்கள் மீது ஜாதி இந்துக்கள் குரூரமான தாக்குதல்களைக் கட்டவிழ்த்துவிட்டார்கள். பட்டியல் சமூக ஏழை மக்களின் குடிசை வீடுகள் தீ வைத்துக் கொளுத்தப்பட்டன. எல்லாவற்றிற்கும் மேலாகப் பெண்கள் கூட்டுப் பாலியல் வன்கொடுமைக்கு இரையானார்கள். ஆத்திரமடைந்த அய்யன்காளி, பிரச்சினைக்குரிய இடங்களில் கூடாரமிட்டு மோதலில் நேரடியாக இறங்கினார். ஜாதி இந்துக்களோடு தொடர்ச்சியான தர்க்கங்களில் இறங்கி, பிணக்குச் செய்து, மோதிப் போராடிய அய்யன்காளியால் முழுமையான விதத்திலல்ல என்றபோதிலும்கூட இந்தப் போராட்டங்களின் மூலமாகவே கவனிக்கப்படத்தக்க வெற்றியைக் காண முடிந்தது. பொதுப்பாதைகளில் நடக்கும் உரிமைக்கான போராட்டங்கள் ஒருபுறம் நடந்துகொண்டிருக்க, பொது நீர்நிலைகளுக்கு அனுமதிக்கப்படுதல் உள்ளிட்ட இதர ஜனநாயக உரிமைகளுக்கும் சேர்த்து, தொடர்ச்சியான போராட்டங்களை நடத்திக்கொண்டிருந்தார் அய்யன்காளி.

உணவகங்களின் பின்புறத்தில் தூரத்தில் தனியாக வைக்கப்பட்டிருந்த சிரட்டையிலும் குவளையிலும் மட்டுமே தலித்துகளுக்கு டீயும் மற்றப் பானங்களும் கொடுக்கப்பட்டன[7]. இச்சூழலில் பொது இடங்களில் கடைப்பிடிக்கப்படும் பாகுபாடுகளுக்கு எதிராக அய்யன்காளியும் அவரது சங்கத்தினரும் சமரசமில்லாத போராட்டங்களுக்குத் தொடக்கப்புள்ளி வைத்தனர். ஒருங்கிணைப்புடன் கூடிய நிலைத்து நிற்றல்; உறுதிப்பாட்டுடன்கூடிய அறிவுப்பூர்வமான செயல்படுமுறை, தீர்மானத்தோடுகூடிய நடைமுறைக்கு ஒவ்வும் பிரயோஜனமுள்ள செயல்கள் ஆகியவை அய்யன்காளிப் படையினருக்குப் போராட்ட இடங்களில் படிப்

படியாக முன்னிலையைப் பெற்றுக்கொடுத்தன. சுதந்திரமான, ஜனநாயக உரிமை உணர்வுகளில் நிலையாக நின்றுகொண்டு, போராட்ட முகங்களில் பொருத்தமானதும் உலுக்கக் கூடியதுமான தீர்மானங்களை முன்னெடுத்து, ஆக்கிரமிப்புகளுக்கு எதிராகத் தைரியமாகவும் உறுதியாகவும் அய்யன்காளி நின்றார். இதன் மூலம் ஜாதி இந்துக்களின் செயல்பாடுகளில், மனக்கட்டுமானங்களில் மாற்றத்தை உருவாக்கிக்கொண்டிருந்தார் மாவீரன் அய்யன்காளி.

குறிப்புகள்:

1. பத்தொன்பதாம் நூற்றாண்டின் இறுதிப்பகுதிகளில் நடைபெற்ற, சரித்திரத்தைப் புரட்டிப்போட்ட ஐந்து சம்பவங்களில் ஒன்று என்று மாட்டுவண்டிப் போராட்டத்தை டி.எம்.யேசுதாசன் (பக்கம் 67) மதிப்பிடுகிறார். 1885ஆம் ஆண்டில் நாயர் ஜாதியைச் சேர்ந்த படித்த இளைஞர்கள் ஒன்றுசேர்ந்து உருவாக்கிய மலையாளிகள் சபா, 1888இல் ஸ்ரீ நாராயணகுரு நடத்திய அருவிப்புரம் சிவபிரதிஷ்டை, 1881இல் மலையாளி மெமோரியல், 1896இல் ஈழவ மெமோரியல் ஆகியவை இவர்கூறும் மற்ற நான்கு சம்பவங்கள் ஆகும்.
2. டி.எச்.பி.செந்தாரசேரி, அய்யன்காளி புத்தகம், பக்கம் 16.
3. குந்நுகுழி எஸ்.மணி, பி.எஸ்.அனிருத்தன், பக்கம் 67.
4. அதே புத்தகம், பக்கம் 39.
5. 1729 - 1758 காலகட்டத்தில்.
6. குந்நுகுழி எஸ்.மணி, பி.எஸ்.அனிருத்தன், பக்கம் 40.
7. டி.எச்.பி.செந்தாரசேரி, பக்கம் 17.

கல்வி உரிமைக்கான போராட்டங்கள்

சொந்தச் சமுதாயத்தைச் சேர்ந்த இளைஞர்களின் மனங்களில் பகுத்தறிவின் வெளிச்சத்தையும், போராடுவதற்கான உடல் வலிமையையும் பகிர்ந்துகொண்டு, சவர்ண ஜாதிப்பிரிவுகள் ஏற்படுத்தியிருந்த சமுதாய விலக்குகளை மிகச் சாமர்த்தியமாக எதிர்கொண்டார் அய்யன்காளி. பொது இடங்களில் நடமாடும் சுதந்திரத்திற்குத் தேவையான போராட்டங்களோடு, தலித்துகளின் கல்வி உரிமைக்காகவும் தொய்வில்லாமல் செயல்பட்டுக்கொண்டே இருந்தார். ஒரு சமூகத்தின் வலிமை, வளர்ச்சி ஆகியவை நிலவுடைமையோடு தொடர்புடையதைப்போல், கல்வி அறிவோடும் பிரிக்கவியலாத தொடர்பைக்கொண்டுள்ளன என்பதை அய்யன்காளி அறிந்திருந்தார். கல்வி கற்பதற்கான சுதந்திரம் என்பது வென்றெடுக்கப்பட வேண்டியதும் பாதுகாக்கப்பட வேண்டியதுமான ஜனநாயக உரிமை என்றும், இதற்கு வெறுமனே கோரிக்கைகளை முன்வைப்பதைத் தாண்டி சமுதாய ரீதியிலான எதிர்ப்புகள், போராட்டங்கள், மோதல் ஆகியவை அவசியம் என்றும் தனது கூட்டாளிகளுக்கு உணர்வூட்டிக்கொண்டிருந்தார். ஏதேனுமொரு வழியில் கல்வி கற்றலுக்கான உரிமையை வென்றெடுத்தே தீருவேன் என்ற உறுதிப்பாடு அவரது வார்த்தையிலும் செயலிலும் எப்போதும் எதிரொலித்துக்கொண்டே இருந்தது.

அய்யன்காளியின் தொடக்கக் காலச் செயல்பாடுகளில் கணிசமான பகுதி, கல்விச் சாலைகளுக்குள் பட்டியல் சமூகமக்கள் செல்வதற்கான போராட்டங்கள் தொடர்புடையவையாக இருந்தன. அம்மக்களைப் பொது இடங்களிலிருந்து ஒதுக்கி வைப்பதன் ஒரு பகுதியாக, கல்வி பயிலுவதற்கான சுதந்திரத்தையும் இந்த ஜாதிய அதிகாரக்கூடம் தடைசெய்திருந்தது. இந்தப் பின்னணியில் 1907ஆம் ஆண்டு 'எளிய மக்கள் பாதுகாப்புச் சங்க'த்தை (சாது ஜன பரிபாலன சங்கம்) நிறுவினார் அய்யன்காளி. தீண்டாமை என்ற சமூக தீய வழக்கத்தின் காரணமாகப் பொது இடங்களுக்கு அந்நியமாகிப்போன பட்டியல் ஜாதிகளின் சுதந்திரத்திற்கும் உரிமைப் பாதுகாப்புக்கும் எழுச்சிக்கும் தேவையான முயற்சிகளை வலிமைப்படுத்துவதற்காவே அவர் இந்தச் சங்கத்தைத் தோற்றுவித்தார். முன்னதாக, பட்டியல் ஜாதிகளைச் சேர்ந்த குழந்தைகளின் கல்வி உரிமைக்குத் தேவையான போராட்டச் செயல்பாடுகளில் அய்யன்காளி மிகவும் அலுவலாக இருந்தார். அதன்பின்னர் சங்கத்தின் செயலாளராக மாறிய தாமஸ் வாத்தியாருடன் இணைந்து, செயல்பாட்டில் உள்ள பள்ளிகளில் தலித் குழந்தைகளைச் சேர்க்கவோ, அல்லது அவர்களுக்கென்று தனியாகப் பள்ளிக்கூடங்களை உருவாக்கவோ தேவையான நடவடிக்கைகளை எடுக்க வேண்டும் என்று வேண்டுகோள் விடுத்து திவானுக்கும் கல்வி இயக்குநருக்கும் விண்ணப்பங்களை அளித்திருந்தார். ஆனால் அரசு எந்திரம், பள்ளிக் கல்வித்துறை, பள்ளி அதிகாரிகள், ஊர்த்தலைவர்கள் என யாரும் இதைக் கணக்கில் எடுக்கவில்லை. நெல் வயல்களிலும் வேலியடைக்கப்பட்டத் தோட்டங்களிலும் வேலை செய்து, கால்நடைகளை மேய்த்துக்கொண்டிருக்கிற சிறார்கள் எழுதக் கற்றுக்கொள்வதை ஜாதி இந்துக்களால் கற்பனை செய்துகூடப் பார்க்க முடியவில்லை. அடிமை வேலைகளை விட்டுவிட்டுப் பள்ளிக்கூடத்திற்கும் அதன்வழியாகக் கல்வித்தளத்திற்கும் அரசுப்பணிகளுக்கும் பட்டியல் சமூக மக்கள் சென்றால், தங்களின் விவசாய நிலங்களில் யார் வேலைசெய்வார்கள் என்று அவர்கள் எல்லோரும் சிந்தித்தனர். தங்களுடைய பொருளாதார நிலையை, அதன் மூலம் அரசு இயந்திரத்தின் பொருளாதார நிலையைப் பத்திரமாகப் பாதுகாக்கின்ற வேளாண் மண்டலத்திலிருந்து பட்டியல் சமூகங்கள் பின்வாங்க முடியாதபடி அம்மக்களின் மனக் கட்டுமானத்தைக்கூட கடினப்படுத்தி, சமூக விலக்குதல்களை ஜாதி இந்துக்கள் ஓர் ஒழுங்குக்குள் உட்படுத்தினர். ஆனால், இந்த விலக்கிவைப்புகள் உருவாக்கிக்கொண்டிருந்த அந்நியத்தனத்தையும் அவமானங்களையும், சொந்தமாக ஓர் உறைவிடப் பள்ளிக்கூடத்தைக் கட்டி எதிர்கொண்டார் மாவீரன் அய்யன்காளி.

1904ஆம் ஆண்டு வெங்கானூரில் தன்னுடைய கூட்டாளிகளுடன் சேர்ந்து, பின்னிய ஓலைகள், நீளமான கமுகு மரக்கம்புகள், முளைகள் உள்ளிட்டவற்றைப் பயன்படுத்தி, தலித் குழந்தைகளுக்கான முதல் பள்ளிக்கூடத்தை அய்யன்காளி கட்டியெழுப்பினார்[1]. தனது சங்கத்தில் உள்ள எழுத்தறிந்த இரண்டுபேரைப் பள்ளியின் ஆசிரியர்களாக பணியமர்த்தினார். இவர்கள், பட்டியல் சமூகக் குழந்தைகளுக்கு மணலில் விரல்கொண்டு எழுதும் முறையைக் கற்பித்தனர்[2]. ஆனால், ஜாதி இந்துக்கள் அன்றிரவே சென்று உறைவிடப்பள்ளியைத் தீயிட்டுக்கொளுத்தினர். போதிய முன்னெச்சரிக்கை நடவடிக்கைகள் இல்லாததாலும் அச்சம்பவம் எதிர்பாராத வகையில் இருந்ததாலும் அந்தத் தாக்குதலைத் தடுக்க அய்யன்காளி படையினரால் முடியாமல் போனது. ஆனால், அதே இடத்தில் மற்றொரு பள்ளிக்கூடத்தைக் கட்டியெழுப்பி ஜாதி இந்துக்களுக்கு அவர்கள் அறைகூவல் விடுத்தார்கள். அன்றிரவு பெருங்கூட்டமாக வந்த வெறியர்கள் அந்தப் பள்ளிக்கூடத்தையும் தீக்கிரையாக்கினர். அய்யன்காளிப்படையால் அவ்வளவு பெரிய கூட்டத்தைத் தடுத்து நிறுத்த முடியவில்லை என்றாலும், தோற்றுப் பின்வாங்கத் தயாராக இல்லை. வேட்கைகொண்டெழுந்த அய்யன்காளி, தனது கூட்டாளிகளின் உதவியோடு மீண்டும் அதே இடத்தில் மற்றுமொரு பள்ளிக்கூடத்தை விரைவாகக் கட்டியெழுப்பினார். இதை எரிக்க வருவோரை இனியும் சும்மா விடக்கூடாது என்று தீர்மானித்து, இரவு நேரங்களில் முழுப் பலத்துடன் பள்ளிக்கூடத்திற்குக் காவல் நின்றார்கள்.

வழக்கம்போல் கொள்ளிக்கட்டையுடன் வந்த ஜாதிவெறி கூட்டத்தைப் பள்ளிக்கூடத்தின் வளாக எல்லைகளில் பதுங்கியிருந்த புலயர் ஜாதி இளைஞர்கள் எதிர்கொண்டனர். புலயர்கள் இத்தகைய திருப்பியடித்தலை ஜாதி இந்துக்கள் எதிர்பார்க்கவில்லை. இரு கூட்டத்தாரும் ஒருவருக்கொருவர் மிகக் கடுமையாகத் தாக்கிக்கொண்டனர். இருதரப்பிலும் பலருக்குக் காயங்கள் ஏற்பட்டன. இருப்பினும் ஜாதி இந்துக்களில் பலர் படுகாயமடைந்து ஓடினார்கள். இதற்குப் பழிக்குப் பழியாக, அவர்கள் தங்கள் கண்ணில்பட்ட எல்லா பட்டியல் ஜாதியினரையும் மிகக் கொடூரமாகத் தாக்கினர். இதைக் கண்டு கொதித்த அய்யன்காளியும் அவரது கூட்டாளிகளும் வலிமையுடன் எதிரிகளை எதிர்த்தார்கள். பெரும் களேபரங்களுக்குப் பிறகு தற்காலிகமான சமாதானச்சூழல் உருவானது. இருந்தபோதும்கூட மணல் எழுத்து ஆசிரியர்களைத் தடுத்ததோடு, படிக்கவந்த குழந்தைகளைத் துரத்திவிட்டு, வாய்ப்புக் கிடைக்கும்போதெல்லாம் உறைவிடப் பள்ளிக்கூடத்தின்

செயல்பாடுகளை ஜாதி இந்துக்கள் தொந்தரவு செய்துகொண்டே இருந்தார்கள். பட்டியல் ஜாதிகளைச் சேர்ந்த குழந்தைகள் என்பதால் அவர்களை அரசுப் பள்ளிக்கூடங்களில் அனுமதிக்கவும் இல்லை; சொந்தமாகப் பள்ளிக்கூடம் கட்டி படிக்கவும் அனுமதிக்கவில்லை. எழுத்தறிவைப் பெறுவதற்கான வாய்ப்பை மறுக்கின்ற அவர்களின் ஆணவத்தையும், சர்க்கார் சட்டங்களையும் வேறு விதத்தில் எதிர்கொள்ள அய்யன்காளி தீர்மானித்தார். அதற்காக அவர் தேர்ந்தெடுத்த வழியே பிற்காலத்தில் 'விவசாய வேலைநிறுத்தப் போராட்டம்' என்றழைக்கப்பட்ட விவசாய நிலங்களைத் தரிசாக்கும் போராட்டம்³.

1903ஆம் ஆண்டு ஸ்ரீ நாராயணகுரு, குமாரனாசான், டாக்டர் பல்பு ஆகியோரது தலைமையில் திருவிதாங்கூரில் 'ஸ்ரீ நாராயண தர்மா பாதுகாப்புச்சபை' செயல்பாட்டுக்கு வந்தது. இச்சபையின் இருப்பும் செயல்பாடுகளும் பட்டியல் சமூக மக்கள் மத்தியிலும் மெல்லிய அதிர்வை உண்டாக்கின. 1904ஆம் ஆண்டு திருவிதாங்கூரின் புதிய திவானாக வி.பி.மாதவராவ் நியமிக்கப்பட்டார். 1905இல் இவர் பல இடங்களில் ஈழவ ஜாதிக் குழந்தைகளுக்காகப் பள்ளிக்கூடங்களைத் திறந்தார். அம்மக்களுடைய இடையறாத முயற்சிகளின் இறுதிப்பலனாகவே இது அவர்களுக்குக் கிடைக்கப்பெற்றது. இந்த ஆணை (புலயர் உள்ளிட்டோருக்கான) கல்வி உரிமைக்கான போராட்டங்களை இன்னும் தீவிரமாக்கியது. ஈழவக் குழந்தைகளின் கல்வி நிலைய நுழைவை நாயர் சமூகம் தடுத்தது; இதன் மூலம் திருவிதாங்கூரின் சமூகச் சூழலை அது அசுத்தப்படுத்தியது. அதனால் பல இடங்களில் ஜாதிய மோதல்கள் வெடித்தன. இதே காலச்சூழலில் புலயர் மக்களுக்காக விவசாய வேலைநிறுத்தப் போராட்டத்தை நடத்திக்கொண்டிருந்தார் அய்யன்காளி. இந்த ஜாதிய மோதல்கள், கல்வி உரிமைக்கான போராட்டங்களில் இன்னும் உறுதியாக நிற்க அவரை ஊக்கப்படுத்தின. விதவிதமான தடைகளைச் சமாளித்துக்கொண்டு போராட்டங்களை அவர் தொடர்ந்து நடத்திக்கொண்டிருந்தார்.

விசாய நிலங்களைத் தரிசாக்கும் தொடர்ப் போராட்டம் காரணமாக 1907ஆம் ஆண்டு புலயர் சிறுவர்களைப் பள்ளிக்கூடங்களுக்குள் அனுமதித்து திருவிதாங்கூர் சமஸ்தான அரசு உத்தரவு பிறப்பித்தது. விவசாயப் பூமியைத் தரிசாக்கும் போராட்டத்தால் விளைந்த ஒப்பந்தத்தின் ஒரு பகுதியாக இந்த உத்தரவு இருந்தது. அதேநேரத்தில், பட்டியல் ஜாதி குழந்தைகளுக்கு அவர்களின் அப்போதைய குணாம்சத்தின்படி,

பள்ளிக்கூடங்களுக்குச் சென்று படிக்க இயலவில்லை. பள்ளி அலுவலர்கள் இக்குழந்தைகளைப் பள்ளிக்கூடச் சுற்றுச்சுவர் வரைகூட அனுமதிக்கவில்லை. அரசின் ஆணை அமல்படுத்தப்பட வேண்டுமெனில் பட்டியல் மக்களின் தரப்பிலிருந்தும் சில நகர்வுகள் செய்தாக வேண்டும் என்பதை அய்யன்காளி உணர்ந்துகொண்டார். தன்னுடன் சில குழந்தைகளையும், கொச்சப்பி, அய்யன், வேலாயுதன், விசாகன், பப்பு, தேவன் முதலிய தனது கூட்டாளிகளையும் அழைத்துக்கொண்டு வெங்கானூர் சாவடிநடை பள்ளிக்கூடத்திற்குச் சென்றார். அய்யன்காளியின் வருகையைப் பள்ளிக்கூட அதிகார மையத்தினர் முன்கூட்டியே அறிந்திருந்தனர். பள்ளிக்கூடத்தின் வராண்டா வரை வந்த அவர்களைத் தலைமையாசிரியரும் பிற ஜாதி இந்து ஆசிரியர்களும் தடுத்தனர். செய்வதறியாது நின்றிருந்த குழந்தைகளை அவர்கள் மிரட்டித் துரத்திவிட்டனர். கேவலமான ஜாதிய சடங்காச்சாரங்களைக் காலில்போட்டு மிதித்துவிட்டு விறுவிறுவெனப் பள்ளிக்கூடத்திற்குள் நுழைந்த அய்யன்காளியுடன் ஆசிரியர்கள் சண்டையிட்டனர். தகவலறிந்து வந்த ஜாதி இந்துக்களும் ஒன்றுசேர்ந்துகொண்டனர். புலயர் ஜாதிக் குழந்தைகளுக்குக் கல்வி கற்பதற்கான உரிமை உள்ளதென்றும், அதற்கான அரசாணையுடன் தாம் வந்திருப்பதாகவும் கூறி விஷயத்தைப் புரிய வைக்க அய்யன்காளி முயன்றார். என்றபோதும் ஜாதி இந்துக்கள் அவருக்குச் செவி மடுக்கத் தயாராக இல்லை. வாதங்கள், பிரதிவாதங்கள் உண்டாகி அவை வாக்குவாதங்களாக மாறி, வெளிப்படையான அடிதடிக்குள் கொண்டுபோய் நிறுத்தின. இரு தரப்பினருக்கும் பலத்த காயங்கள் ஏற்பட்டன. உக்கிரக் கோபத்தில் இருந்த அய்யன்காளி, தனது கூட்டாளிகளுடன் சேர்ந்து இன்னும் பலமாகத் தாக்கினார். தொடர்ந்து விழுந்த பலத்த அடிகளைத் தாங்க முடியாமல் ஜாதி இந்துக்கள் ஓடி மறைந்தனர். அந்தக் குறிப்பிட்ட நாளில் குழந்தைகளைப் பள்ளிக்கூடத்திற்குள் அழைத்துச் சென்று அமர்த்துவதற்கும் பாடம் கற்கச் செய்வதற்கும் முடியவில்லை என்றாலும், கொண்ட வைராக்கியத்திலிருந்து அவர் பின்வாங்கவில்லை.

அரசாணைக்குக் கீழ்படியாத பள்ளிக்கூட அதிகார மையத்தின் புறக்கணிப்புக்கு எதிராக, திவான் மாதவராவையும் கல்வி இயக்குநர் மிச்சல்துரையையும் நேரில் சந்தித்துப் புகார் மனு அளித்தார். அதைத் தொடர்ந்து, அந்த அரசாணையைக் கண்டிப்பாக அமலாக்க வேண்டும் என்று வலியுறுத்தி புதிய அரசாணை பிறப்பிக்கப்பட்டது. அப்போதும்கூட பள்ளிக்கூடத்தின் ஜாதி இந்து அலுவலர்கள் தங்களின் நிலைப்பாட்டிலேயே

இருந்தனர். இந்தக் கையறுநிலையிலும் தன் சமூகத்துக் குழந்தைகளின் கல்வி உரிமைகளை விட்டுக்கொடுக்க அய்யன்காளி தயாராக இல்லை. பட்டியல் ஜாதிக் குழந்தைகளைப் பள்ளிக்கூடங்களில் சேர்த்துப் படிக்க வைக்கும் முயற்சியிலிருந்து பின்வாங்குவதற்குப் பதிலாகச் செத்துப்போவது நலம் என எண்ணினார். இதைத் தொடர்ந்து சாவடிநடை பள்ளிக்கூடத்தின் வாசலும், அதன் வளாகமும் எப்போதும் மோதல் நடக்கும் இடமாக மாறின. இரண்டு கூட்டத்தினரும் தங்களின் நிலைப்பாட்டில் உறுதியாக நின்றார்கள். நிலைமை மோசமாகிக்கொண்டே சென்றதால் திவானின் அறிவுறுத்தலை ஏற்றுப் பள்ளிக்கூடத்திற்குச் சென்ற மிச்சல்துரை, சூழலை நேரில் ஆய்வு செய்தார். அரசு உத்தரவை அமல்படுத்துவதில் குற்றம் இழைக்கும் பட்சத்தில் அதற்கான எதிர்வினை மிகவும் மோசமாக இருக்கும் என்று பள்ளிக்கூட ஆசிரியர்களையும் அலுவலர்களையும் கடுமையாக எச்சரித்தார். பள்ளிக்கூடத்திற்கு வெளியே கூட்டமாக நின்றிருந்த ஜாதி இந்துக்கூட்டம் இதையறிந்து கிளர்ச்சியில் ஈடுபட்டது. இந்த விஷயத்தை மிச்சல்துரை ஒருதலைபட்சமாகக் கையாண்டுள்ளதாகக் குற்றம்சாட்டி அவர்கள் கண்டன முழக்கங்களை எழுப்பினர். ஆனால், தன்னுடைய நிலைப்பாட்டிலிருந்து மிச்சல்துரையை அவர்களால் திசைதிருப்ப முடியவில்லை. இதனால் இன்னும் ஆத்திரமடைந்தவர்களின் போராட்டம் கட்டுப்பாட்டை மீறிச் சென்றது. பள்ளிக்கூட வளாகத்தில் நிறுத்திவைக்கப்பட்டிருந்த மிச்சல்துரையின் அரசு வாகனத்தைத் தீயிட்டுக்கொளுத்தினர். கேரளத்து வரலாற்றில் முதன்முதலாக ஓர் அரசு வாகனம் தீ வைத்து எரிக்கப்பட்ட சம்பவமாக இது கருதப்படுகிறது[4].

மாதவராவைத் தொடர்ந்து 1907இல் திருவிதாங்கூரின் புதிய திவானாக பி.ராஜகோபாலாச்சாரி பதவியேற்றார். கல்வி கற்பதற்கான உரிமையைப் பெறுவதற்காக நடைபெறும் போராட்டத்தில், தான் சார்ந்த சமுதாயம் எதிர்கொண்டிருந்த பிரச்சினைகளை விவரித்துப் புதிய திவானிடத்திலும் கோரிக்கை மனு அளித்தார் அய்யன்காளி. இந்தப் பிரச்சினை தொடர்பாக விரிவான அறிக்கை தாக்கல் செய்யுமாறு கல்வித்துறை இயக்குநர் மிச்சல்துரைக்கு பி.ராஜகோபாலாச்சாரி ஆலோசனை வழங்கினார். அவ்வாறு தாக்கல் செய்யப்பட்ட அறிக்கையின் அடிப்படையில், பட்டியல் சமூகக் குழந்தைகள் பள்ளிக்கூடங்களுக்குள் செல்வதற்கான சுதந்திரத்தை உறுதிப்படுத்தி 1910ஆம் ஆண்டு புதிய உத்தரவு ஒன்றை அரசு வெளியிட்டது. என்றபோதும் கோயில்களுக்கு அருகில் உள்ள

பள்ளிக்கூடங்களுக்கு அதில் விலக்கு அளிக்கப்பட்டிருந்தது. ஆனால், ஜாதி இந்துக்கள் தொன்றுதொட்டுத் தொடர்ந்துவந்த சமூக எதிர்ப்பின் கடினத்தன்மையோ காட்டுமிராண்டித்தனமோ இந்தப் புதிய அரசாணையால் குறைந்துபோய்விடவில்லை. அதேவேளை ஜாதி இந்துக்களின் மனங்களில் ஜனநாயக உணர்வு, தார்மீகம், சமத்துவம் எல்லாம் கலந்து அவர்கள் மனிதர்களாக மாறும்வரை காத்துக்கொண்டிருப்பதற்கு அய்யன்காளியும் தயாராக இல்லை. உடனடியாக கல்வித்துறை இயக்குநர் மற்றும் காவல் துறையினரின் உதவியோடு களத்தில் இறங்கியவர், தன் கூட்டாளிகளான கொச்சப்பி, குஞ்சுகிருஷ்ணன், வேலுக்குட்டி கோபாலன், பரமேஸ்வரன், நாராயணன், சங்கரன், குஞ்சன் உள்ளிட்டோரின் குழந்தைகளைச் சாவடி நடை அரசுப் பள்ளிக்கூடத்தில் சேர்த்தார். அரசாங்க உத்தரவின் அடிப்படையில் அனுமதி கிடைத்துவிட்டது என்றாலும் ஆசிரியர்கள், பள்ளி அதிகாரிகள், ஜாதி இந்துக்களின் குழந்தைகள் ஆகியோரின் மிக மோசமான செயல்பாடுகள் காரணமாகப் பட்டியல் சமூகக் குழந்தைகளால் எதார்த்தமான முறையில் பள்ளிக்குச் செல்லவும் படிக்கவும் முடியாமல் போனது. ஏராளமான பட்டியல் சமூகக் குழந்தைகளைப் பள்ளிக்கூடங்களில் சேர்ப்பதற்கான தொடர் முயற்சிகளில் அய்யன்காளி ஈடுபட்டிருந்தார். இந்தக் காலத்தில், 1911ஆம் ஆண்டு டிசம்பர் மாதம் இவர் ஸ்ரீமூலம் மக்கள்சபைக்குத் தெரிவுசெய்யப்பட்டார்[5]. இதன் காரணமாகத் தலித் மக்களின் கல்வி உரிமைக்கான பிரச்சினைகளைக் கூடுதலாகக் கவனிக்கப்படத்தக்க வகையில் அரசுத் தளங்களில் முன்வைப்பதற்கும் அவற்றுக்குத் தீர்வு காண்பதற்கும் அய்யன்காளிக்குச் சாத்தியப்பட்டது. அய்யன்காளியைத் தொடர்ந்து 1913இல் சரதன், யேசுதாசனும் 1914இல் வெள்ளிக்கரை சோதியும் மக்கள்சபையில் தலித் பிரதிநிதிகளாக அமர்ந்தனர். இருப்பினும் தலித் குழந்தைகளின் கல்வி உரிமைப் பிரச்சினைகளுக்கு ஜாதி இந்துக்களின் கூட்டு எதிர்ப்பினாலும் ஒத்துழையாமையாலும் முழுமையானதொரு தீர்வு கிட்டவில்லை. இதுநாள்வரை நடத்திய போராட்டங்களுக்கு இலக்கை அடைவதற்கான முழுமையான திறன் கைகூடி வராதபோது, பள்ளிக்கூட நுழைவுக்காக அதிக வலிமைகொண்ட, பூரணமான, பலனளிப்பதுமான, நடைமுறைக்குச் சாத்தியமான வழிகளைத் தேடத் தீர்மானித்தார் அய்யன்காளி. 1914ஆம் ஆண்டு பிப்ரவரி 26ஆம்தேதி தலித்துகளின் கல்வி உரிமைக்கான பிரச்சினைகளுக்கு முன்னுரிமை அளித்து மக்கள்சபையில் அய்யன்காளி இப்படியாகத் தனது கருத்துகளை முன்வைக்கிறார்:

"சர்க்கார் பாடசாலைகளில் புலயர் குழந்தைகளைச் சேர்த்துக்கொண்டு, அவர்களுக்குக் கல்வி கற்றுத்தர இந்த அரசு ஏற்கெனவே பிறப்பித்துள்ள உத்தரவுக்காக எனது வந்தனங்களை உரித்தாக்கிக்கொள்கிறேன். ஆனால், இந்த உத்தரவுகள் பிறப்பிக்கப்பட்டும்கூட சில பாடசாலைகளில், அதிகாரிகள் ஏதேனும் உப்புசப்பில்லாத காரணங்களைக் கூறி அந்தக் குழந்தைகளை உள்ளே விடுவதில்லை என்பது மிகுந்த சங்கடத்தை ஏற்படுத்துகிறது. புலயர் குழந்தைகளுக்கு ஏற்கெனவே அனுமதி அளிக்கப்பட்டுள்ள இடங்களில் இனிமேல் எந்தவோர் உபத்திரவமும் இல்லை. நெய்யாற்றின்கரை, வெங்கானூர், புல்லாடு ஆகிய இடங்களில் இப்போது நிலவும் சூழல் என்னுடைய வார்த்தைகளை உறுதிப்படுத்தும். இந்த உபத்திரவங்களுக்கு அடிப்படையாக இருப்பவர்கள் சில பாடசாலைகளில் உள்ள வாத்தியார்கள்தான்; மாறாக ஜனங்கள் அல்ல என்பது எனக்குத் தெரியும். ஆதலால், ஏற்கெனவே பிறப்பித்துள்ள உத்தரவுகளை அமல்படுத்துவதற்குக் கல்வித்துறை இயக்குநருக்கும் பாடசாலை ஆய்வாளருக்கும் தீர்க்கமான உத்தரவுகளைப் பிறப்பிக்க வேண்டும் என்று வேண்டுகோள் விடுக்கிறேன்."

இந்தக் கோரிக்கையோடு, சாவடிநடை பள்ளிக்கூடத்தில் நிகழ்ந்த அசம்பாவிதத்தின்போது ஆசிரியர்களின் புறக்கணிக்கப்படத்தக்க அணுகுமுறையைச் சுட்டிக்காட்டி, எளிய மக்கள் பாதுகாப்புச் சங்கத்தின் சார்பில் மற்றொரு கோரிக்கை மனுவையும் அய்யன்காளி அளித்தார். சூழ்நிலைகள் இன்னும் மோசமாவதற்கு முன்பு மேற்கண்ட பிரச்சினைக்கு அரசுத் தரப்பில் தீர்வுகாணப்பட வேண்டும் என்று அந்த மனுவில் வேண்டுகோள் விடுத்திருந்தார். காளியின் இந்தத் தொடர் முயற்சியின் பயனாக, பட்டியல் ஜாதிக் குழந்தைகளுக்கான கல்விச்சாலை நுழைவு அனுமதிச் சட்டத்தைப் பின்பற்ற வேண்டும் என்று கல்வித்துறை இயக்குநர் **1914**ஆம் ஆண்டு உத்தரவு பிறப்பித்தார். இந்த உத்தரவின் அடிப்படையில் தென்னூர் கோணத்துப் பூசாரி அய்யன் என்பவரின் எட்டு வயது மகளான பஞ்சமியைக் கூட்டிக்கொண்டு அய்யன்காளியும் அவரது சங்கத்தினரும் புறப்பட்டனர். என்ன நடந்தாலும் அதை எதிர்கொள்வதற்குத் தங்களைத் தயார்படுத்திக்கொண்டு நெய்யாற்றின்கரை தாலுகாவில் உள்ள ஊருட்டம்பலம் என்ற கிராமத்தில் அமைந்திருந்த மகளிர் பள்ளிக்கூடத்தை அடைந்தார்கள். ஆனால், வழக்கம்போல் அரசாணையைப் பின்பற்றாமல் தலைமையாசிரியர் அவர்களைப் புறந்தள்ளினார். அரசு

உத்தரவுகளைவிட ஜாதித் தொடர்புடைய கேவலமான வழக்கங்களுக்கே அந்தத் தலைமையாசிரியர் மதிப்பளித்துக்கொண்டிருந்தார். மறுபுறத்தில் சிறுமி பஞ்சமியைப் பள்ளிக்கூடத்தில் சேர்ப்பதற்கான கல்வித்துறை இயக்குநரின் பிரத்யேக ஆணையைக் காட்டி, தலைமையாசிரியருக்குப் புரிதலை ஏற்படுத்த முயற்சித்துக்கொண்டிருந்தார் அய்யன்காளி. ஆனால், பட்டியல் ஜாதி குழந்தைகளைப் பள்ளிக்கூடத்தில் அனுமதிக்க முடியாது என்ற நிலைப்பாட்டில் தலைமையாசிரியர் மிகவும் உறுதியாக இருந்தார். வேறு வழியொன்றும் தென்படாததால் தலைமையாசிரியரின் தடையைப் பொருட்படுத்தாமல் சிறுமியை அழைத்துக்கொண்டு வகுப்பறைக்குள் சென்று பெஞ்சில் அமர வைத்தார் அய்யன்காளி.

கணப்பொழுதில் கும்பலாகச் சேர்ந்த ஜாதி இந்துக்கள் அய்யன்காளியையும் அவரது கூட்டாளிகளையும் சூழ்ந்துகொண்டார்கள். இது அய்யன்காளி எதிர்பார்த்திருந்த ஒன்றுதான். இருதரப்புக்கும் இடையே ஏற்பட்ட கடும் வாக்குவாதம் கைகலப்பில் முடிந்தது. உக்கிரமான இந்தச் சண்டையில், நல்ல உடல்பலம் கொண்ட அய்யன்காளிப்படையோடு மோதிய நாயர்கள் அடி தாங்காமல் கீழே விழுந்தார்கள். சண்டையின்போது சிறுமி பஞ்சமியின் தந்தை அய்யனுக்குப் பலத்த காயம் ஏற்பட்டது. இதனால் கோபத்தில் கொதித்த அய்யன்காளிப்படை கண்மூடித்தனமாகத் தாக்கியது. சுயமரியாதையோடு போராட்டம் நடத்துகின்ற இவர்களை எதிர்த்து நிற்க முடியாமல் ஜாதி இந்துக்கள் பின்வாங்கினர். மறுபுறத்தில், பஞ்சமி என்ற புலயர் ஜாதிச் சிறுமி உள்ளே வந்து அமர்ந்து தீட்டுப்படுத்திவிட்டாள் எனக் குற்றஞ்சாட்டி ஊருட்டம்பலம் பள்ளிக்கூடத்தை அன்றிரவே தீக்கிரையாக்கினர். இருதரப்பும் அந்த இடத்தோடு மோதலை நிறுத்திக்கொள்ளவில்லை. சட்டத்தின் ஆட்சிக்குச் சவால் விடுக்கும்வகையில் ஒன்றுதிரண்ட நாயர்கள், புலயர்களைத் தேடிப்பிடித்துத் தாக்கினர்; அவர்களின் சொத்துகளைச் சூறையாடினர்; புலயர் பெண்களை வீதிகளில் அவமானப்படுத்தினர்; அவர்களின் குடிசைகளுக்குத் தீ வைத்தனர். அய்யன்காளியை ராஜதுரோகியாகச் சித்திரித்ததோடு, அவரது தலைக்கு விலையும் வைத்தனர்.

ஊருட்டம்பலம் மகளிர் பள்ளிக்கூடத்தில் பற்றிய நெருப்பு, பிற்பாடு தொண்ணூறாமாண்டுக் கலகமாகப் பரவியது[6]. தெற்குத் திருவிதாங்கூரில் அய்யன்காளியின் தலைமையிலான மனித உரிமைப் போராட்டங்களின் அலைகள் திருவிதாங்கூர் முழுமைக்கும் படர்ந்தன. 1914ஆம் ஆண்டு

பிறப்பிக்கப்பட்ட அரசாணையின் பின்புலத்தில் ஊருட்டம்பலத்தில் ஏற்பட்ட பலத்த மோதலைப்போலவே, திருவல்லாவில் உள்ள புல்லாடு அரசுப் பள்ளிக்கூடத்திலும் அரங்கேறியது[7]. அய்யன்காளியின் நெருங்கிய கூட்டாளியும் எளிய மக்கள் பாதுகாப்புச் சங்கத்தின் வடக்கு மண்டலத்தின் தலைவரும் மக்கள்சபையின் உறுப்பினருமான வெள்ளிக்கரை சோதியின் (Chothi) தலைமையில் புல்லாடு அரசுப் பள்ளிக்குள் புலயர் குழந்தைகளை அழைத்துச் செல்லும் போராட்டம் நடைபெற்றது. டி.டி.தேவன்[8], பி.டி.கிளியன், எம்.டி.தேவன், சி.கே.பைங்கன் என்ற நான்கு புலயர் சிறார்களே அன்று புல்லாடு அரசுப் பள்ளிக்கூடத்திற்குள் அழைத்துச் செல்லப்பட்டவர்கள்[9]. பட்டியல் ஜாதி சிறார்கள் தங்கள் மத்தியில் வந்து அமர்ந்திருக்கிறார்கள் என்பதை அறிந்த அடுத்த கணமே, மற்ற மாணவர்கள் பள்ளிக்கூடத்தை விட்டு வெளியே ஓடினார்கள். பட்டியல் குழந்தைகளோடு தங்கள் குழந்தைகளையும் ஒன்றாக அமரவைத்து கற்றுத்தர அனுமதிக்க முடியாது என ஜாதி இந்துக்கள் திட்டவட்டமாகத் தெரிவித்தனர். மாணவர்கள் யாரும் பள்ளிக்கு வராததால் ஆசிரியர்களும் பள்ளிக்கு வரவில்லை. இதனால் பள்ளிக்கூடம் அடைக்கப்பட்டுக்கிடந்தது.

ஆனால், அய்யன்காளியின் செயல்பாடுகளில் இருந்து உத்வேகத்தையும் தைரியத்தையும் பெற்ற வெள்ளிக்கரை சோதியும் சங்கமும் பின்வாங்கத் தயாராக இல்லை. மறுபுறத்தில், நாயர்கள் உள்ளிட்ட ஜாதி இந்துக்களின் எதிர்வினையானது வெறுமனே கூட்டமாய்ச் சேர்ந்து நிற்பதோடு நின்றுவிடவில்லை. ஊணுபாறை பணிக்கர் என்ற நாயர் தர்க்கவாதியின் தலைமையில் கிறிஸ்தவர்களை உள்ளடக்கிய ஜாதி இந்து கூட்டத்தினர் சோதியையும் அவரது சகாக்களையும் எதிர்கொண்டார்கள். மோதல்கள் நடந்தேறிக்கொண்டிருந்ததற்கு இடையே ஒருநாள் இரவு, ஜாதி இந்துக்களின் பள்ளிக்கூடம் தீ வைத்து கொளுத்தப்பட்டது[10]. இதையடுத்து உடனடியாக வெங்கானூர் சென்றடைந்த வெள்ளிக்கரை சோதி, அய்யன்காளியைச் சந்தித்து நடந்த சம்பவத்தை எடுத்துக் கூறினார். இருவரும் சேர்ந்து பிரச்சினையின் தீவிரத்தை அரசின் கவனத்திற்குக் கொண்டுசென்றனர். இதையடுத்து, முழுமையான ஏற்பாடாக இல்லாவிட்டாலும்கூட அதிகக் காலந்தாழ்த்தாமல் பட்டியல் ஜாதிக் குழந்தைகளுக்குப் பிற குழந்தைகளோடு அமர்ந்து படிப்பதற்கான வசதி, புல்லாடு அரசுப்பள்ளியில் செய்துதரப்பட்டது[11]. இந்த வகையில் திருவிதாங்கூரில் உள்ள பல்வேறு பள்ளிக்கூடங்களில் அரசு உத்தரவின் அடிப்படையில் அய்யன்காளி படையினர் பட்டியல்

ஜாதிக்குழந்தைகளைச் சேர்த்தார்கள். இருப்பினும் ஆசிரியர்கள் மற்றும் பிற குழந்தைகளின் மனோபாவத்தில் எந்த மாற்றமும் ஏற்படவில்லை. அது உத்தரவுகள் வாயிலாகவும் உரிமை உணர்வு வாயிலாகவும் மட்டுமே வென்றெடுக்கக் கூடியதாக இருந்தது. இந்தப் போராட்டங்கள் நடப்பதற்கு முன்பு, அதாவது 1905இல் பள்ளிக்கூட வகுப்பறைகளில் ஈழவக் குழந்தைகள் சென்றமர்ந்தபோது நாயர் குழந்தைகள் எழுந்து வெளியே சென்றனர். ஆனால், 1914இல் புலயர் குழந்தைகள் வகுப்பறைக்குள் நுழைந்தபோது நாயர் குழந்தைகளோடு சேர்ந்து ஈழவர் குழந்தைகளும் அங்கிருந்து வெளியே ஓடிப்போனார்கள். பாதுகாவலர்கள் மற்றும் ஆசிரியர்களின் துணைகொண்டே மாணவர்கள் இதுபோன்று நடந்துகொண்டனர். பள்ளிக்கூடங்களுக்குள் சென்ற பின்னரும்கூட பட்டியல் ஜாதி மாணவர்கள் மேல் கீழ் பாகுபாட்டைச் சந்திக்க வேண்டிவந்தது. தனியான இடத்தில் அமர வைத்தல்; அவர்கள் அமர்ந்திருக்கும் பெஞ்சுகளின் கால்கள் நிலத்தில் புதைந்திருக்கும்படி செய்தல் போன்றவற்றைச் சொல்லலாம். ஜாதி இந்துக் குழந்தைகளின் கீழ்மையான போக்கையும் ஒத்துப்போகாமையையும் பாகுபாடுகள் கொண்ட இடைபடுதல்களையும் எதிர்கொள்ள, கல்வித்துறை பல்வேறு வழிமுறைகளை நடைமுறைப்படுத்தியது. ஆனால், பள்ளி அதிகாரிகள், பள்ளிப் பாதுகாவலர்கள் ஆகியோரின் கூட்டுச் சக்திக்கு முன்னால் அவை எதுவும் பலனளிக்கவில்லை. சவர்ணர்களின் நிலைப்பாட்டுக்கு எதிர்ப்புத் தெரிவித்து அய்யன்காளி தலைமையில் திருவிதாங்கூரின் பல்வேறு இடங்களில் ஒன்றுகூடிய தலித்துகள், அரசின் உத்தரவை அமல்படுத்துவதற்கான முயற்சிகளில் இறங்கினார்கள். என்றாலும் எழுத்தறிவு பெறுவதற்கான சமாதானச்சூழல் கல்வி நிலையங்களில் உருவாகவில்லை. சிக்கல் நிறைந்த இந்தப் பிரச்சினைகளுக்குத் தீர்வு காணாமல் பட்டியல் ஜாதிக் குழந்தைகளின் கல்விக்கான உரிமையை வென்றெடுக்கவே முடியாது என்பது அய்யன்காளிக்கு மீண்டும் மீண்டும் உணர்த்தப்பட்டுக்கொண்டே இருந்தது. பட்டியல் மக்கள் குறித்தான பிற ஜாதியினரின் மனோபாவம் மாறுகின்ற வரைக்கும் காத்திருக்கவோ அல்லது போராட்டம் நடத்தவோ இனி அய்யன்காளி தயாராக இல்லை. இந்தச் சூழலில்தான் பட்டியல் மக்களுக்கென்று தனியாகப் பள்ளிக்கூடம் தொடங்க வேண்டும் என்ற யோசனை அவருக்குத் தோன்றியது. இதற்கு முக்கியத்துவம் அளித்துக் கோரிக்கை மனுவைத் தயாராக்கியதோடு கல்வித்துறை இயக்குநர் மிச்சல்துரையை நேரில் சந்தித்து இந்த விஷயத்தைத் தெரிவிக்கவும் செய்தார். இதன் பலனாக 1914ஆம் ஆண்டு வெங்கானூரின்

புதுவல்விளாகம் மலையாள ஆரம்பப் பள்ளிக்கூடத்திற்கு அனுமதியளித்து அரசாணை பிறப்பித்தது திருவிதாங்கூர் அரசு.

1905ஆம் ஆண்டு அய்யன்காளியும் அவரது கூட்டாளிகளும் கட்டியெழுப்பிய உறைவிடப்பள்ளிக்கூடமே அரசுப் பள்ளிக்கூடமாக மாறியது[12]. வகுப்புகள் வெற்றிகரமாகத் தொடங்கின. தொடக்கத்தில் ஒன்று, இரண்டு வகுப்புகளுக்கு மட்டுமே அனுமதியளிக்கப்பட்டிருந்தது. பள்ளி நடத்துவதற்கான அனுமதியைப் பெற்றிருந்தாலும் வெவ்வேறு விதமான எதிர்மறைச் சூழ்நிலைகளால் பள்ளிக்கூடத்தை நடத்துவது மிகுந்த சிரமமாக இருந்தது. பள்ளிக்கு வராமல் ஆசிரியர்கள் விடுப்பு எடுப்பது பெரிய பிரச்சினையாக மாறியது. பட்டியல் சமூகத்தில் ஆசிரியராவதற்கான தகுதியுள்ள யாரும் அப்போது இருந்திருக்கவில்லை. பட்டியல் சமூகக் குழந்தைகள் படிக்கும் பள்ளிக்கூடத்திற்கு ஆசிரியராக வர மற்ற ஜாதியினரும் தயாராக இல்லை. அப்படி யாரேனும் தயாரானாலும்கூட, ஜாதி இந்துக்கள் அதை அனுமதிக்கவும் இல்லை. அதேநேரம் சூழ்நிலை எவ்வளவு எதிர்மறையானதாக இருந்தாலும்கூட, கொண்ட லட்சியங்களை விட்டுச்செல்ல மாவீரன் அய்யன்காளி ஒருபோதும் தயாராக இல்லை. அக்காலத்தில் ஆரம்பப்பள்ளி ஆசிரியர் ஒருவருக்கு ஆறு ரூபாய் மாதச் சம்பளமாக வழங்கப்பட்டது. அய்யன்காளியின் செல்வாக்கைத் தொடர்ந்து புதுவல்விளாகம் பள்ளிக்கூடத்திற்கு[13] ஆசிரியராக வருவோருக்கு, மாதச் சம்பளமாக ஒன்பது ரூபாய் வழங்கப்படும் என்று அரசு அறிவித்தது. அப்போதும்கூட அந்தப் பணிக்கு வர யாரும் தயாராக இல்லை. அய்யன்காளி, தனது கூட்டாளிகளுடன் தேடலில் இறங்கினார். கடைசியாகத் திருவனந்தபுரத்தின் கைதமுக்கு என்ற இடத்தில் பரமேஸ்வரன் பிள்ளை என்ற ஆசிரியரைக் கண்டுபிடித்துத் தனது தேவையைத் தெரிவித்தார். அதற்கு பரமேஸ்வரன் பிள்ளையின் உறவினர்கள் எதிர்ப்புத் தெரிவித்தபோதும் அய்யன்காளி உடனான நீண்ட கலந்துரையாடலைத் தொடர்ந்து அவர் ஆசிரியராக வரச் சம்மதித்தார். கைதமுக்குக் கிராமத்திலிருந்து பதினெட்டுக் கிலோ மீட்டர் தூரத்தில் இருந்தது புதுவல்விளாகம் பள்ளிக்கூடம். ஜாதி இந்துக்கள் எதிர்ப்பதால் இவ்வளவு தூரம் ஆசிரியரை ஒற்றையாய்ப் பயணம் செய்ய வைப்பது ஒழுங்கீனமாகவே இருக்கும். ஆகையால், பரமேஸ்வரன் பிள்ளையோடு அய்யன்காளியின் சங்கத்தைச் சேர்ந்த சிலர் ஒப்பந்த ஊழியர்களைப்போல் எப்போதும் உடன் பயணித்துவந்தார்கள். அப்போதும்கூட பரமேஸ்வரன்

பிள்ளை பாடம் நடத்தும்போது பள்ளிக்கூடத்தின் சுற்றுப்புறங்களில் நின்றுகொண்டு கூச்சலிட்டதோடு வாய்ப்புக் கிடைத்தபோதெல்லாம் அவரை அடிப்பதையும் ஜாதி இந்துக்கள் நிறுத்தவில்லை. இதுபோன்று செய்வோரை அய்யன்காளியின் சங்கத்தைச் சேர்ந்தவர்கள் திறம்பட எதிர்த்தார்கள். புத்திசாலித்தனமாகவும் தந்திரத்தோடும்கூடிய செயல்பாடுகளின் வழியாக, வெளியே உள்ள சவால்களை முறியடிப்பதற்கும், குறிப்பிட்ட எல்லைவரை பள்ளியைச் சுற்றிலும் அமைதியான சூழலை உருவாக்கவும் அய்யன்காளியால் முடிந்தது. அற்புதம் பேசும் கண்களோடு ஆசிரியரின் முகத்தையே உற்று நோக்கிக்கொண்டிருக்கும் பட்டியல் ஜாதிக் குழந்தைகளைக் கண்டு ஆன்ம உயிர்ப்பை அடைந்தார் அய்யன்காளி.

குறிப்புகள்:

1. 1904ஆம் ஆண்டு உறைவிடப்பள்ளிக்கூடம் நிர்மாணிக்கப்பட்டது என்று என்.ஜே.ஜோஸ் (பக்கம் 159), டாக்டர்.வெள்ளாயணி அர்ச்சுனன் (பக்கம் 53), ஆர்.அனிருத்தன் (பக்கம் 62) உள்ளிட்டோர் பதிவு செய்துள்ளனர். சி.அபிமன்யூ (பக்கம் 84), செறாயி ராமதாஸ் (பக்கம் 64) ஆகியோர் 1905ஆம் ஆண்டு தொடங்கப்பட்டதாகக் குறிப்பிடுகின்றனர்.

2. பட்டியல் ஜாதிகளில் எழுத்தறிவு பெற்றவர்கள் அந்தக் காலத்தில் தெற்கு திருவிதாங்கூரில் இருந்திருக்கவில்லை. ஆனால், மிஷனரிமார்கள் நடத்திய பள்ளிக்கூடங்களுக்குச் சென்று அவர்கள் படிப்பதற்கு வாய்ப்பு இருந்தது. உறைவிடப்பள்ளிக்கூடத்தின் முதல் ஆசிரியப் பெருமக்கள் இந்த வகையில் எழுத்தறிவு வாய்க்கப்பெற்றவர்களாக இருந்திருக்கக் கூடும். எளிய மக்கள் பாதுகாப்புச் சங்கத்தின் செயலாளராக இருந்த தாமஸ் வாத்தியாரும்கூட அப்படித்தான் எழுத்தறிவு பெற்றிருந்தார்.

3. மேலதிக தகவல்களுக்கு இந்தப் புத்தகத்தில் ‘விவசாய நிலங்களைத் தரிசாக்கும் போராட்டம்’ என்ற அத்தியாயத்தைப் படிக்கவும்.

4. குந்நுகுழி எஸ்.மணி, பி.எஸ்.அனிருத்தன் (பக்கம் 65).

5. மேலதிக தகவல்களுக்கு ‘மக்கள்சபை உறுப்பினர்’ அத்தியாயத்தைக் காண்க.

6. மேலதிக விவரங்களுக்குத் 'தொண்ணூறாமாண்டு கலகம்' அத்தியாயத்தைக் காண்க.

7. அக்காலகட்டத்தில் அந்தப் பகுதியில் இருந்த அரசின் ஒரே யு.பி. பள்ளிக்கூடமாகப் புல்லாடு பள்ளி இருந்தது.

8. இவரே பின்னாளில் திருகொச்சி சட்டசபை சபாநாயகர் பதவிவரை உயர்ந்த ஸ்ரீ டி.டி.கேசவன் சாஸ்திரி.

9. குந்நுகுழி எஸ்.மணி, பி.எஸ்.அனிருத்தன் (பக்கம் 88).

10. அந்தக் காலத்து பழங்கிழவர்கள் இதை 'தீ வெச்ச பள்ளிக்கூடம்' என்று அழைத்தனர். தற்போது இது விவேகானந்தா பள்ளிக்கூடம் என்று அறியப்படுகிறது.

11. இந்தச் செய்தியை அறிந்த மாத்திரத்தில் ஊணுபாறை பணிக்கர், உடல் தளர்ந்து கீழே விழுந்ததாக சி.அபிமன்யூ (பக்கம் 133) எழுதுகிறார்.

12. அதே புத்தகம், அதே பக்கம்.

13. 1980ஆம் ஆண்டு இந்தப் பள்ளிக்கூடத்தின் பிளாட்டினம் ஜூப்ளி கொண்டாடப்பட்டது. 1983இல் யு.பி. பள்ளியாகத் தரம் உயர்த்தப்பட்டது.

விவசாய நிலங்களைத் தரிசாக்கும் போராட்டம்

கேரளத்தின் மறுமலர்ச்சிக்கான எதிர்ச்செயல்பாடுகளில் பத்தொன்பதாம் நூற்றாண்டுக்கும் இருபதாம் நூற்றாண்டின் முதல் பத்தாண்டுகளுக்கும் உள்ள முக்கியத்துவம் உள்ளங்கை நெல்லிக்கனியாகும். இந்தப் பரிணாமத்தின் அசுர பலங்களில் மிகவும் உறுதியான பங்கை வகித்தது குடியேற்ற மறுமலர்ச்சிக் காலமே. கேரளத்தின் நவீன காலகட்டம் அல்லது புத்துயர்வுக் காலகட்டம் என்று பொதுவாகக் கருதப்படுகின்ற காலமும் இதில் உள்ளடங்கியதே. பத்தொன்பதாம் நூற்றாண்டில் கேரளத்தின் சமூகப் பூகோள வரைபடத்தில் பட்டியல் மக்களுக்குப் பொதுப்படையாகக் கிடைக்கப்பெற்ற பண்புக் கூறு வேளாண் அடிமைகள் என்பது மட்டுமே. அதேநேரம் வேளாண் மண்டலத்தில் மட்டுமல்ல; பொருளாதாரம், அரசியல், கலாசாரம் மற்றும் கல்வி மண்டலங்களிலும் அவர்கள் அடிமைகளாகவே இருந்தார்கள். பட்டியல் ஜாதிகளைச் சேர்ந்தவர்கள் என்பதாலேயே வாழ்க்கையின் அனைத்து நிலைகளிலும் அடிமைகளாகவோ, சார்ந்து வாழ்பவர்களாகவோ, தூரமானவர்களாகவோ இருந்தார்கள். இதன் காரணமாகவே அவர்களால் சுயமாக முடிவெடுப்பதற்கோ, சார்ந்து வாழாதிருப்பதற்கோ இயலாமல் போனது. பட்டியல் மக்களுக்கு ஜாதியக் கட்டமைப்பு மறுதலித்தது, சுய பிரதிநிதித்துவத்திற்கான வாய்ப்புகளை மட்டுமல்ல; அவர்களுக்கான வாழ்க்கையையுமே.

சுதந்திரமாக முடிவெடுத்து அதை வெளிப்படையாக நடைமுறைப்படுத்த முயற்சிக்கும்போதுதான் பிரதிநிதித்துவத்திற்கு ஓர் அரசியல் உண்டாகிறது. அடிமைத்தனம் என்பது ஒருதலைபட்சமாக நிர்ணயம் செய்யப்பட்டிருந்த கேரளத்தில், பட்டியல் மக்களின் 'முழுமையாகச் சேவகம் செய்துகொண்டிருந்த' சமூக உடல், சரித்திரத்தில் முதன்முறையாகத் தன்னை ஜாதி இந்துக்களின் பிடியிலிருந்து உதறிக்கொண்டது அய்யன்காளியின் தலைமையில்தான். "என்னுடைய குழந்தைகளைப் படிக்க அனுமதிக்கவில்லை என்றால் காண்கின்ற இந்த நிலங்களில் எல்லாம் முட்டிப்புற்களை[1] முளைக்க வைப்பேன்" என்ற அய்யன்காளியின் அறிவிப்பு அதன் வெளிப்படையான வடிவமாக இருந்தது.

பட்டியல் ஜாதிக் குழந்தைகளுக்கு எழுத்தறிவு கிடைக்கப்பெறுவதற்கான ஜனநாயக உரிமையைத் திருவிதாங்கூரில் அரசு இயந்திரமும் ஜாதி இந்துக்களும் மறுத்ததைத் தொடர்ந்தே இந்த அறிவிப்பை விடுத்தார் அய்யன்காளி. இதையடுத்து, வயல்களில் வேலை செய்யாமல், விவசாய நிலங்களைத் தரிசாக்குவதற்குப் பட்டியல் சமூக மக்களை முரசுகொட்டி அழைத்தார். பட்டியல் சமூக மக்களுக்குப் பாரம்பரியமாக இருந்த தொழில் சாமர்த்தியத்தை வைத்துக்கொண்டு அரசு இயந்திரத்தோடும் ஜாதி இந்துக்களோடும் நடத்திய அரசியல் பேரமே அந்த அறைகூவல். கல்விக்கான உரிமையைத் தடை செய்தால் விவசாய நிலங்களைத் தரிசு நிலங்களாக மாற்றி நாட்டின் உற்பத்தி மண்டலத்தை முடக்குவோம் என்ற தீர்மானத்தை ஆராய்ந்தால், அதில் அய்யன்காளியின் போராட்ட வீரியத்தோடு, நடைமுறைப்படுத்துவதற்குச் சாத்தியமான அரசியல் பார்வை நிழலாடுவதையும் பார்க்க முடியும்.

கல்வி உரிமைக்கான அய்யன்காளியின் போராட்டத்தை வெறும் தொழில் போராட்டமாக மட்டுமே அவரது வாழ்க்கை வரலாற்றை எழுதிய பெரும்பான்மையானோர் மதிப்பீடு செய்கின்றனர். அவரது வாழ்க்கை வரலாற்றை எழுதியவர்களில் முதன்மையானவராகக் கவனத்தில் கொள்ளப்படுகின்ற[2] டி.எச்.பி.செந்தாரசேரி, இந்தப் போராட்டத்தைக் கேரளத்தின் முதல் தொழிற் போராட்டம் என்று உயர்த்திக் காண்பிக்கிறார். கேரளத்தின் தென்கோடியில் அடிநிலை தொழிலாளர் வர்க்கத்தைச் சேர்ந்தவர்கள், தொழில் பிரச்சினையின் பின்னணியில் ஒரு போராட்டத்திற்குத் தயாரானார்கள் என்பது உலக வரலாற்றில் இடம்பிடிக்கின்ற நிகழ்வாகும்[3] என்று செந்தாரசேரி எழுதுகிறார். மற்றொரு வரலாற்று ஆய்வாளரான

சி.அபிமன்யூ[4], விவசாயத் தொழிலாளர் போராட்ட வரலாற்றில் இது முதல் போராட்டம் என்று பதிவுசெய்தது ஒருபுறம் இருக்க, டி.ஏ.மேத்யூஸ்[5], தன்னுடைய புத்தகத்தில் அய்யன்காளியை 'விவசாயத் தொழிலாளர் இயக்கத்தின் குலத்தலைவன்' என்று சிறப்பிக்கிறார்[6]. ஆர்.அனிருத்தனும்[7] தன்னுடைய நூலில் 'கேரளத்தின் முதன்மையான வேளாண் தொழிலாளர் வேலைநிறுத்தப் போராட்டம்' என்று இதர நோக்கங்களையும் இதனோடு சேர்த்துக் கூறுகிறார். 1907இல் புலயர்கள் கேரள சமூகக் கட்டமைப்பின் முதலாளித்துவம் மற்றும் உற்பத்தி ஆகிய பிணைப்புகளுக்குக் கீழ்ப்பட்டுப் போகாமல் இருந்த அந்தக் காலச்சூழலில், கீழ்நிலையில் இருந்த புலயர் மக்கள் கூட்டத்தை, விவசாயத் தொழிலாளர் வர்க்கமாக மதிப்பீடு செய்துகொள்கிறார் கே.கே.எஸ்.தாஸ்[8]. கல்வி என்ற பண்பாட்டு உரிமைக்காக நடத்தப்பட்ட அரசியல் போராட்டமே விவசாய வேலைநிறுத்தம் என்று அவர் கணிக்கிறார்[9]. வாகத்தானம் ராஜகோபால்[10], அய்யன்காளியின் போராட்டத்தை விவசாயப் புரட்சி என்று முன்வைக்கிறார். அவரைப் பொறுத்தவரை அய்யன்காளி, முதல் வர்க்கப் போராட்டத் தலைவன்; எழுத்தறிவற்ற புரட்சிக்காரன்[11]. வரலாற்றை மாற்றியெழுதிய விவசாயத் தொழிலாளர்களின் வேலை நிறுத்தம் என்று குந்நுகுழி எஸ்.மணி, பி.எஸ். அனிருத்தன் ஆகியோர் எழுதுகின்றனர்[12]. பிற்காலத்தில் உருவாகிவந்த பெரிய அளவிலான விவசாயம் சார்ந்த முன்னேற்றங்களுக்கு ஊக்குவிப்பாகவும் வழிகாட்டியாகவும் இந்தப் போராட்டம் இருந்தது என்று ராஜேஷ் சிறப்பாடு[13] கருதுகிறார். மறுபுறத்தில், அய்யன்காளியின் போராட்டத்தைப் பட்டியல் சமூக மக்களின் வாழ்க்கையில் எதிர்ப்புக் கலாசாரம் மற்றும் பேரம் பேசுவதற்கான மன உறுதியைத் தேடிக்கொடுத்த ஒன்றாக ஏ.வி.திவாகரன்[14] மதிப்பிடுகிறார். அய்யன்காளியின் போராட்ட நோக்கத்தை விடவும் போராட்ட வடிவத்திற்கும் போராட்ட மண்டலத்திற்கும், போராட்டப் பிரதிநிதிகளுக்கான மார்க்ஸிய வரையறையான 'வேளாண் தொழிலாளி' என்ற அடையாளத்திற்கும் மட்டுமே மேற்கண்ட எழுத்தாளர்களில் பலரும் முன்னுரிமை தந்தார்கள்.

தங்கள் குழந்தைகளின் கல்வி உரிமைக்காக வேலை நிறுத்தம் செய்து பட்டியல் மக்கள் நடத்திய போராட்டம் என்று டி.எம்.யேசுதாசன்[15] தனது புத்தகத்தில் குறிப்பிடுகிறார். மெச்சிக்கொள்ளுகிற அளவுக்குக் கூலி வாங்கி, தலித் மக்களை நல்ல விவசாயத் தொழிலாளர்களாக்க வேண்டும் என்பதல்ல இந்தப் போராட்டத்தின் நோக்கம். மாறாக, நிலவும்

அடிமைத்தனத்திலிருந்து தங்கள் குழந்தைகளையாவது காப்பாற்றியாக வேண்டும் என்பதே இப்போராட்டத்தின் நோக்கம்[16]. பொருளாதார வெற்றிகளல்ல - மாறாக, கல்வி உரிமைக்காகவே அய்யன்காளி தலைமையில் இந்தப் போராட்டம் நடைபெற்றது என்று எழுதுகிறார் கே.சாரதா மணி[17]. கல்வி கற்கும் உரிமைக்காக அவர்ணர்கள் அல்லது தலித்துகள் நடத்திய முதல் திரள்போராட்டம் என்று செறாயி ராமதாஸ் வர்ணிக்கிறார்[18]. பெரிநாடு போராட்டத்திற்குப் பிறகு[19] நடைபெற்ற சமாதானக் கூட்டத்தில் அந்தப் போராட்டத்தைப் பற்றி அய்யன்காளி நடத்திய வாதப்பிரதிவாதங்களை 1916ஆம் ஆண்டு ஜனவரியில் *மிதவாதி*[20] ஏடு வெளியிட்டிருந்தது. அந்தப் பத்திரிகைச் செய்தியின் பொருத்தமான பகுதியைத் தனது புத்தகத்தில் டி.எச்.பி.செந்தாரசேரி[21] கீழ்கண்டபடி சேர்த்துள்ளார்.

"புலயர்களைப் பள்ளிக்கூடங்களுக்குள் அனுமதிக்க வேண்டாம் எனக்கூறி அந்தப் பகுதியைச் சேர்ந்த நாயர்கள் எதிர்ப்புத் தெரிவித்தபோது, நாயர்களின் விவசாய வேலைக்குப் புலயர்களும் போகக் கூடாது என்று காளி வேலைநிறுத்தம் செய்தாராம். இதன் காரணமாக ஒரு புலயர் ஒருநாளில் செய்துமுடிக்கக்கூடிய நடவு வேலையை ஆறு நாயர்கள் நாள் முழுவதும் மிகவும் கஷ்டப்பட்டுச் செய்யவேண்டியதாக இருந்ததாம். சேற்றிலும் தண்ணீரிலும் நின்று அவர்களுக்கு உடல்நலம் குன்றியதாகவும் அய்யன்காளி கூறியிருந்தார்."

எதார்த்தத்தில் இந்த வேலைநிறுத்தப் போராட்டம், விவசாயம் தொடர்பான கோரிக்கைகளுக்காக வேர்ப்பிடிக்கவில்லை. மாறாக, கல்வி கற்பதற்கான தேவையை முன்வைத்தே நடைபெற்றது[22]. சொந்தமாக ஒரு பள்ளிக்கூடத்தை நிர்மாணித்து தலித் குழந்தைகளுக்குப் பாடம் சொல்லிக்கொடுப்பதற்கோ, அரசுப்பள்ளிகளில் அக்குழந்தைகளை அனுமதிப்பதற்கோ ஜாதி இந்துக்கள் தயாராக இல்லை என்ற சந்தர்ப்பத்தில்தான் விவசாய வேலை நிறுத்தப் போராட்டத்திற்கான உளத்தூண்டல் அய்யன்காளிக்குள் முளைத்தது[23]. தலித்துகளின் வேலைசெய்யும் திறமையை அடக்குமுறையாளர்களுக்கு எதிரானதொரு பலமான அரசியல் ஆயுதமாக முதன்முதலில் பயன்படுத்தியவர் அய்யன்காளிதான்![24]

கல்வி உரிமைக்காக அய்யன்காளி நடத்திய விவசாய வேலைநிறுத்தப் போராட்டத்தைப் போன்று உலகச் சரித்திரத்தில் வேறு ஒருவரும்

நடத்தியதில்லை[25]. கல்வி என்ற சமூக வளர்ச்சியின் துலாக்கோலைச் சொந்தமாக்கிக் கொள்ளும் உரிமை தங்களுக்கும் உண்டு என்ற வெளியரங்கமான பிரகடனமாகவும் இருந்தது அந்தப் போராட்டம்[26]. ஆனால், நம்முடைய அதிகாரப்பூர்வமான வரலாற்றுப் பதிவேடுகள் ஒன்றிலும்கூட மகத்துவம்மிக்க இந்தத் தொழிலாளர் போராட்டத்திற்கு இடம் கிடைக்கவில்லை[27]. கல்வி உரிமைக்காக அய்யன்காளி நடத்திய விவசாய நிலத்தைத் தரிசாக்கும் போராட்டத்தை, வேளாண் மண்டலத்தில் நடத்தப்பட்ட முதல் வேலைநிறுத்தப் போராட்டம் என்றவொரு புகழ்ச்சியைச் சேர்த்தே பலரும் வர்ணிக்கிறார்கள். எனினும் அய்யன்காளியின் போராட்டம் முதல் போராட்டமல்ல, அது மூன்றாவதாக நடத்தப்பட்ட ஒன்று எனவும் குந்நுகுழி எஸ்.மணி, பி.எஸ்.அனிருத்தன்[28] ஆகியோர் குறிப்பிட்டுள்ளனர். கொல்லம் மாவட்டத்தில் உள்ள மண்ணடி காம்பித்தானுக்கு எதிரில் அந்தப் பகுதியைச் சேர்ந்த புலயர் ஜாதி விவசாயிகளே முதலாவது விவசாய வேலை நிறுத்தப் போராட்டத்தை நடத்தினார்களாம்[29]. இரண்டாவது போராட்டம் ஆலப்புழா மாவட்டம் காயம்குளம் வடக்கில் அமைந்துள்ள பத்தியூரில் நடைபெற்றதாக அவர்கள் குறிப்பிடுகின்றனர். பத்தியூரில் பட்டியல் ஜாதிப் பெண்கள் முழங்கால்களுக்குக் கீழேவரை உடை உடுத்திக்கொள்ள உரிமைகேட்டு ஆராட்டுபுழா வேலாயுத பணிக்கர் தலைமையில் விவசாய வேலைப் புறக்கணிப்புப் போராட்டம் நடைபெற்றதாம்[30]. 1812ஆம் ஆண்டு நடந்த குறிச்சியா கலவரமே இந்தியாவின் முதல் விவசாயப் போராட்டம் என்று எம்.குஞ்ஞாமன் உரிமை கோருகிறார்[31]. அப்படியானால் அய்யன்காளியின் போராட்டத்திற்கு மட்டுமல்ல, வேலாயுத பணிக்கரின் போராட்டத்திற்கும் வரிசை சறுக்கல் ஏற்படும். போராட்டங்கள் முதலாவதாக இடம்பிடிப்பது நல்ல விஷயம்தான். ஆனால், அவை எதற்காக நடத்தப்பட்டன என்பது அதனினும் முக்கியமல்லவா! அடிமைத்தனமும் தீண்டாமையும் ஒரேமாதிரியான அனுபவமாக இருந்த கேரளத்தில் புலயர், பறையர், குறவர், அய்யனவர் உள்ளிட்ட பட்டியல் ஜாதியினரும் இவர்களிலிருந்து கிறிஸ்தவ மதத்திற்கு மாறிய[32] புதுக்கிறிஸ்தவர்களும் சேர்ந்து கல்வியுரிமைக்காக நடத்தியதே அய்யன்காளி தலைமையிலான விளைநிலங்களைத் தரிசாக்கும் போராட்டம்.

இப்போராட்டத்தின் காலகட்டம் தொடர்பாகவும்கூட எழுத்தாளர்கள் இடையே வேறுபட்ட கருத்துகள் உள்ளன. டி.எச்.பி.செந்தாரசேரி, தன்னுடைய புத்தகத்தின் மூன்றாவது பதிப்பு வரை இந்தப் போராட்டம்

1907-08 காலகட்டத்தில் நடைபெற்றதாகவே ஆவணப்படுத்தியிருந்தார்[33]. நான்காம் பதிப்பு முதல் 'போராட்டம் நடந்த காலகட்டம் 1913-14' என்று திருத்தப்பட்டிருப்பதைக் காண முடிகிறது. இந்தப் பதிப்பிற்காக எழுதியுள்ள முன்னுரையில் முன்பதிப்புகளில் இடம்பெற்ற குறிப்பு மெய்ப்புத் திருத்தப்பிழை என்றும் மேலதிக ஆய்வில் இக்குறிப்பிட்ட போராட்டம் நடைபெற்ற காலகட்டம் 1913-14ஆம் ஆண்டு என்றும் ஆசிரியர் செந்தாரசேரி[34] சுட்டிக்காட்டுகிறார். அவ்வாறாக 1913ஆம் ஆண்டு ஜூன் மாதம் ஆரம்பித்த விவசாயிகளின் நீண்டநெடிய போராட்டம், 1914ஆம் ஆண்டு மே மாதத்தில் பரஸ்பர ஒப்பந்தத்தை எட்டியது என்று எழுதி, போராட்டத்தைப் பற்றி பதில் அளிக்கின்ற அத்தியாயத்தை செந்தாரசேரி[35] திருத்தியுள்ளார். குறிப்பிட்டுச் சொன்னால் இந்தப் பிரகாரமான மாதகால அளவை செந்தாரசேரி மட்டுமே முன்வைக்கிறார். மற்ற எழுத்தாளர்கள் எல்லாம் ஆண்டுக்கணக்கை மட்டுமே சுட்டிக்காட்டுகின்றனர். அய்யன்காளி தலைமையிலான இந்தப் போராட்டம் நடைபெற்றது 1904ஆம் ஆண்டு என்று குந்நுகுழி எஸ்.மணி, பி.எஸ்.அனிருத்தன்[36] ஆகியோர் கருதுகின்றனர். 1904ஆம் ஆண்டு செப்டம்பரில் விவசாய வேலைகள் அனைத்தையும் நிறுத்தி வைக்குமாறு வெங்கானூர் நெற்களங்களில் வேலை செய்யும் புலயர் உள்ளிட்ட பட்டியல் ஜாதியினரிடம் உரத்தச் சத்தம் எழுப்பியபடி அய்யன்காளி வேண்டுகோள் விடுத்தாராம். அதை ஏற்று விவசாய மண்டலங்களில் வேலைகள் அனைத்தையும் மக்கள் ஸ்தம்பிக்க வைத்தார்களாம்[37]. கிட்டத்தட்ட மூன்று ஆண்டுகள்வரை நீண்ட விவசாய வேலைநிறுத்தப் போராட்டம் 1907இல் நிறைவடைந்தது[38] என்றும் இவர்கள் தங்கள் புத்தகங்களில் தொடர்ந்து எழுதியுள்ளனர். போராட்டம் நடைபெற்ற காலகட்டம் பற்றி சி.அபிமன்யூவின் புத்தகத்தில் வெளிப்படையான குறிப்புகள் இல்லையென்றாலும் பட்டியல் ஜாதிக் குழந்தைகளின் பள்ளி நுழைவுக்கு அனுகூலமான, 1907இல் அரசு வெளியிட்ட அரசாணையைக் கடைப்பிடிக்க பள்ளிக்கூட அதிகாரிகள் சம்மதிக்காததைத் தொடர்ந்தே அய்யன்காளி இந்தப் போராட்டத்திற்கு அறைகூவல் விடுத்தார் என்ற குறிப்புகள் உண்டு[39]. அவர்கள் மேலிடத்து உத்தரவைப் புறந்தள்ளியதே அய்யன்காளியைப் போராட்டத்தை நோக்கித் தள்ளியது என்று ஆர்.அனிருத்தனும்[40] தெரிவிக்கிறார். கேரளத்தில் 1907இல் தொடங்கி 1908இல் முடிவுக்கு வந்த முதன்மை வேளாண் தொழிலாளர்களின் வேலைநிறுத்தப் போராட்டம், தலித்துகளின் வாழ்வுநிலையில் திண்ணமானதொரு தற்சார்பை உருவாக்கியது என்ற

கருத்தையும் ஆர்.அனிருத்தன் கூடுதலாகச் சேர்த்துக்கொள்கிறார்[41]. ஓராண்டுகாலம் நீடித்த வேளாண் போராட்டம் 1908ஆம் ஆண்டு நிறைவடைந்ததாக டி.ஏ.மேத்யூஸ் எழுதுகிறார்[42]. விவசாய வேலைநிறுத்தப் போராட்டம் நடைபெற்ற காலகட்டம் 1914-15 என யூகிக்கலாம் என்று 'தலித் பந்து' கருதுகிறார்[43]. அய்யன்காளியின் வாழ்க்கையில் அவர் மேற்கொண்ட நடவடிக்கைகளை முழுமையான உத்திகளின் மூலம் பரிசோதனை செய்துபார்த்துவிட்டே டி.ஏ.மேத்யூஸ் இப்படியாக யூகிக்கிறார். மற்றபடி, சான்றுகளின் அடிப்படையில் இந்த முடிவுக்கு அவர் வரவில்லை. இன்னொருபுறத்தில் தலித் பந்துவின் அனுமானங்களை எதிர்மறையாக விமர்சிக்கிறார் டி.ஏ.அனியன்[44]. அத்துடன் அய்யன்காளி நடத்திய போராட்டம் 1907ஆம் ஆண்டு இறுதியில் தொடங்கி 1909ஆம் ஆண்டு துவக்கம் வரை நடைபெற்றது என்று இவர் வாதிடுகிறார். மாவீரன் அய்யன்காளி நடத்திய விவசாய நிலங்களைத் தரிசாக்கும் போராட்டத்தின் காலகட்டத்தைப் பூரணமான சான்றுகளின் உதவியோடு யாரும் நிர்ணயம் செய்யவில்லை. என்றாலும்கூட ஓராண்டுகாலம் நீடித்த போராட்டத்திற்கு அய்யன்காளியின் சமூகப் போராட்ட வாழ்விலும் தலித்துகளின் பிற்காலச் சுயபரிசோதனையிலும் உறுதியான பங்குண்டு என்ற விஷயத்தில் யாரும் மாற்றுக்கருத்தை முன்வைப்பதில்லை. இருபதாம் நூற்றாண்டைக் குரலுயர்த்தி எழுப்பிய, தீரமிக்க மனித உரிமைச் செயற்பாட்டாளராக இருந்தவர் அய்யன்காளி[45]. மனித உரிமைகள் மற்றும் சமூகச் சமநிலையைக் குறித்துள்ள தார்மீக பெருங்கற்பனைகளே அய்யன்காளியை எப்போதும் தலித்துகளின் உரிமைப் போராட்டங்களின் முன்வரிசையில் நிறுத்தின. வெறும் உத்திகள் அல்லது கொள்கைகள் வாயிலான நகர்வுகளால் மட்டுமே சமூக உரிமைகளைப் பெற்றுவிட முடியாதவொரு சமூகப்பிரிவைப் பிரதிநிதித்துவப்படுத்துகிறோம் என்பதை அய்யன்காளி அறிந்திருந்தார். தங்களுடைய வசிப்பிடச் சூழலுக்கு வெளியே போராயுதங்கள் தரித்து, தீரத்துடன் உட்புகுந்து, உடல்வலிமை கொண்டு, மாட்டுவண்டியை ஓட்டிச்சென்று வென்றெடுத்ததே, தலித்துகளுக்கான பொதுவெளியில் நடமாடும் சுதந்திரம். அதே உடல்வலிமையைச் சொந்த வசிப்பிடச்சூழலுக்குள்ளேயே மறைத்துக்கொண்டு கல்வி உரிமைக்காக மேலாதிக்கத்தோடு நடத்திய பேரம் பேசும் போராட்டமாக இருந்தது விளைநிலங்களைத் தரிசாக்கும் போராட்டம். மாட்டுவண்டிப் போராட்டத்தின் எரிபொருளானது உடல் வலுவையும் மனோதைரியத்தையும் மடைதிறந்துவிட்ட ஒன்றாக இருந்தது. விளைநிலத்தைத் தரிசாக்கும்

போராட்டமோ மௌனத்தின் வலிமையையும் சாதுரியத்தையும் மீட்பதற்கானதாக இருந்தது. பெரிய நில உடமஸ்தர்களைப் பொறுத்தமட்டில், பட்டியல் மக்களின் இந்த ஒத்துழையாமைப் போராட்டம் எதிர்பாராத ஒன்றாகவும் பெரிதாக நம்பிக்கையற்றதாகவுமே இருந்தது. நெல்வயல்களில், தோட்டங்களில் இரவுப் பகல் பாராமல் வேலைசெய்து, கூலிக்காகக் கைகளை நீட்டிக்கொண்டு வாசற்படிக்கு வெளியே ஆமாஞ்சாமி போடுபவர்களாக நின்றிருந்தவர்கள்தானே இந்தப்பட்டியல் மக்கள்! இவர்கள் இப்படியொரு போராட்டத்தை முன்னெடுப்பார்கள் என்று அவர்கள் நினைத்திருக்கவில்லை. அப்படியே நடத்தினாலும் இரண்டு நாட்கள் பட்டினி கிடக்கும்போது போராட்டத்தை நிறுத்திக்கொள்வார்கள் என்று நிலக்கிழார்கள் நினைத்தனர். ஆனால், பட்டியல் சமூக மக்கள் மத்தியில் துணிச்சலையும் சுயமரியாதையையும் பரப்பிக்கொண்டு அய்யன்காளி என்றொரு பெருமரம் கிளைபரப்பி நின்ற விவரத்தைப் பெருநில உடைமையாளர்கள் அறிந்திருக்கவில்லை. அப்போதைய சூழலில் பட்டியல் சமூக மக்கள் உயிர் பயத்தால், அறிவின்மையால் மட்டுமே ஜமீன்தாரர்களுக்குக் கீழ்ப்படிந்திருந்தார்கள். இங்கே அந்த மக்கள், ஆதரவுக்கரம், பகுத்தறிவு[46], அந்தஸ்து, சுயமரியாதைக்காகவே அய்யன்காளிக்குக் கீழ்ப்படிந்தார்கள். நாட்கள் கடந்தபோதும்கூட பட்டியல் சமூக மக்களின் நிலைப்பாட்டில் மாற்றம் வரவில்லை என்பதைக் கண்ணுற்றபோது ஜாதி இந்துக்களின் குணத்தில் மாற்றம் காணத்தொடங்கியது.

தொடக்கத்தில் மிரட்டியும், சூழ்ச்சிகரமான திட்டங்களோடும், பிறகு நட்பு பாராட்டுவதுபோல் பக்குவமாகவும் அவர்கள் பேசிப்பார்த்தார்கள். ஆனால், நீதிநிரம்பிய லட்சியத்தோடு அய்யன்காளிக்குப் பின்னால் உறுதியாக நின்ற பட்டியல் சமூக மக்களின் ஓர்மையைக் குலைத்து, போராட்டத்தைப் பலவீனப்படுத்த ஜாதி இந்துக்களால் முடியவில்லை.

"வேளாண் தொழில் செய்வோரான நம் மூலமாக மட்டுமே இந்த நாட்டுக்கு முன்னேற்றம் உண்டு. கீழாக உள்ளவர்கள் வேலை செய்யாவிட்டால் மேலாக உள்ளவர்கள் பட்டினி கிடப்பார்கள். நமக்கு எதுவும் ஏற்படாது. நாம் எல்லோரும் பட்டினி கிடந்தவர்கள்தானே!" என்று முழங்கினார் அய்யன்காளி[47]. போராட்டத்திற்கு ஆதரவானவர்கள் 'அய்யன்காளிப் படையினர்' என்று பொதுப்படையாக அறியப்பட்டனர். அய்யன்காளியும் அவரது படையும் மாட்டுவண்டியில் ஏறி ஊர் ஊராகப் பயணம் செய்து, விவசாயப் பணிகளை நிறுத்திவைக்குமாறு பட்டியல்

சமூக மக்களைக் கேட்டுக்கொண்டனர்[48]. மாட்டுவண்டிப் போராட்டம், சாலியத்தெரு போராட்டம் ஆகியவை மூலமாகப் பட்டியல் மக்களுக்கும் அய்யன்காளிக்கும் உருவான எழுச்சி மற்றும் நம்பிக்கையின் பிரதிபலனை நில உடைமையாளர்கள் பின்னர் கண்டுகொண்டனர். அதன்படி, கண்டலா, பள்ளிச்சல், மடவூர்பாறா, விழிஞ்ஞும், பாலராமபுரம், வெங்கானூர், பாச்சல்லூர் ஆகிய ஊர்களில் பல ஆயிரம் ஏக்கர் நெல்வயல்கள் நடவு காணாமல் தரிசாகக் கிடந்தன[49]. நாட்கள் செல்லச்செல்ல பட்டியல் மக்களின் வீரியம்மிக்கப் போராட்டத்தைப்போல் நெல் வயல்களில் 'முட்டிப்புல்' முளைத்துவரத் தொடங்கியது[50]. பட்டியல் சமூக மக்கள் தங்கள் போராட்டத்தைத் தொடர்ந்தார்கள்; ஜாதி இந்துக்களும் விட்டுக்கொடுக்கத் தயாராக இல்லை. இருப்பினும் இரு பிரிவினரும் தங்களின் நிலைப்பாடுகளில் நிற்பதில் உள்ளுக்குள்ளேயே சிக்கல்கள் ஏற்பட்டன. ஜாதி இந்துக்களிடமிருந்து வரும் மிரட்டல்கள், தாக்குதல்களை விடவும் பட்டினியும் பஞ்சமும் பட்டியல் சமூக மக்களைக் கடினமான நிலைக்குத்தள்ளின. உயிரையே கொடுக்க நேர்ந்தாலும் சுய கௌரவத்தை உயர்த்திப்பிடித்து, போராட்டக்களத்தில் தளராது நிற்க வேண்டுமென வீடு வீடாக ஏறியிறங்கி அறைகூவல் விடுத்துக்கொண்டிருந்தார் அய்யன்காளி. சேம்புத் தண்டையும் ஊசித்தகரை இலைகளையும் (*Cassia Tora*) அவித்து உண்டு, பசியோடு போராடியபடி பட்டியல் சமூக மக்கள் தங்கள் போராட்டத்தின் அஸ்திவாரம் அசையாதபடி காத்தார்கள். அதேநேரம் எத்தனை நாள் செல்லும் என்று முன்கூட்டியே கணிக்க இயலாத போராட்டத்தை, தற்காலிகமான ஏற்பாடுகளைக் கொண்டு அதிக நாட்கள் நீட்டித்துச்செல்ல முடியாது என்பதை அய்யன்காளி அறிந்திருந்தார். விழிஞ்ஞுத்திற்கும் பெரிய துறைமுகத்திற்கும் சென்று மீனவர்களைச் சந்தித்து, அவர்களிடம் போராட்டத்தின் நோக்கம் குறித்தும் போராட்டக்காரர்கள் சந்திக்கின்ற பிரச்சினைகள் குறித்தும் எடுத்துக்கூறினார். போராட்டக்காரர்களை மீன்பிடிப்புக்குச் சேர்த்துக்கொண்ட மீனவர்கள், அய்யன்காளியின் போராட்டத்தில் தாங்களும் இணைவதாக அறிவித்தனர். மிகப்பெரிய எதிர்மறையான சூழ்நிலையில் புலயர்களும் மீனவர்களும் உருவாக்கிய கூட்டாண்மை, விளைநிலங்களைத் தரிசாக்கும் போராட்டத்தை எழுச்சியுறச் செய்தது. இதைத் தொடர்ந்து பட்டியல் சமூக மக்களின் குடிசைகளில் மீண்டும் அடுப்பெரிய ஆரம்பித்தது. பட்டியல் சமூக மக்களின் பிரச்சினைகளோடு ஒப்பீடு செய்ய முடியாது என்றாலும்கூட இந்தப் போராட்டம் ஜாதி

இந்துக்களின் பொதுவாழ்க்கையையும் ஆரோக்கியத்தையும் அதிகமாகப் பாதித்தது. விவசாய வேலைகளுக்கு ஆட்கள் கிடைக்கவில்லை என்பது மட்டுமல்ல, கூப்பிட்டவுடன் ஓடிவந்து நிற்கும் மக்கள் இப்போது தங்களின் சொல்லைக் கேட்காமல் போவதால் உண்டான அவமானம் நிலவுடைமையாளர்களைத் தொந்தரவுக்கு உள்ளாக்கியது. இவர்களின் மதம் சார்ந்த உயர் ஸ்தானத்திற்கு விவசாய நிலங்களைத் தரிசாக்கும் போராட்டம் கொடுத்த அடி மிகப்பெரியதாக இருந்தது. போராட்டத்தின் இடையறாத தொடர்ச்சி, உறுதியான பிணைப்பு ஆகியவை, ஜாதி இந்துக்களின் சமூக அந்தஸ்தையும் மேலாதிக்க மனக்கட்டுமானத்தையும் பிடித்து உலுக்கின. இதுவே தொடக்கத்தில் அவர்கள் அவிழ்த்துவிட்ட கொடுமையான தாக்குதல்களுக்கும், அதைத் தொடர்ந்து அரசின் முன்னெடுப்பின் மூலம் எடுக்கப்பட்ட சமரச முயற்சிகளுக்கும் காரணம் எனலாம். இதற்கிடையே, நில உடைமையாளர்கள் இணைந்து முக்கிய ஜமீன்தாரான பூத்தலத்து கிருஷ்ணன் பிள்ளையின் தலைமையில் ஒன்றுகூடி ஏழையான நாயர்களை அணுகினர். சாமானியர்களான அவர்களைப் பயன்படுத்தி நெல்வயல்களில் சாகுபடியைத் தொடங்க முயற்சித்தனர். ஆனால் அனுபவம், பரிட்சயக் குறைவு காரணமாக நாயர்களால் அந்த வேலையை முழுமைப்படுத்த முடியவில்லை. ஆரோக்கியமான உடலையும், கடின உழைப்புக்கான மனதையும் மட்டுமே மூலாதாரமாகக்கொண்டு நெற்கதிர்களை விளைவிக்க முடியாது என்பதையும், 'கேட்டும், பட்டும்' கிடைத்த அறிவும் கைத்திறமையும் வேண்டும் என்பதையும் ஜாதி இந்துக்கள் உணர்ந்தனர்[51]. இதைத்தொடர்ந்து மத்தியஸ்தர்கள் மூலமாகச் சமரச முயற்சியை தொடங்கினர். ஆனால், தொடக்கத்தில் இதற்கு அய்யன்காளி முதல்கை நீட்டவில்லை[52]. போராட்டக்காரர்கள் எதிர்கொள்கின்ற பிரச்சினைகளை ஆட்சிபீடத்தின் கவனத்திற்குக் கொண்டுசென்று, கூடவே திவானுக்கு தாமஸ் வாத்தியார் மனுவும் அளித்திருந்தார். ஓராண்டுக்கும் மேலாக நாட்டின் உற்பத்தி மண்டலத்தைப் பலவீனப்படுத்தி, சமூகச் சூழலை மிகக்கடுமையாகப் பாதித்திருக்கும் இந்தப் போராட்டத்திற்கு இருதரப்பும் ஏற்றுக்கொள்ளக்கூடிய வகையில் தீர்வைக் கொண்டுவர வேண்டும் என்பது அரசின் விருப்பமாக இருந்தது. சமரசப் பேச்சுவார்த்தைக்கான முன்னெடுப்பைச் செய்ய அப்போதைய மிகச்சிறந்த மாஜிஸ்திரேட்டான கண்டள நாகன்பிள்ளையைத் திவான் மாதவராவ் நியமித்தார்[53]. அதையடுத்து இருதரப்பையும் அழைத்துப் பேச்சுவார்த்தை நடத்தினார் மாஜிஸ்திரேட் நாகன்பிள்ளை. அய்யன்காளியும் நிலவுடைமையாளர்களான நாயர்களும்

தம்மில் நடத்திய பலதரப்பட்ட பேச்சுவார்த்தைகளின் பலனாகத் திருவிதாங்கூரின் கல்வி மண்டலம் ஜனநாயகப்படுத்தப்பட்டதாக அறிவிக்கப்பட்டு விளைநிலங்களைத் தரிசாக்கும் போராட்டம் சமரசத் தீர்வை எட்டியது[54].

இந்த அத்தியாயத்தின் தொடக்கத்தில் சுட்டிக்காட்டப்பட்டுள்ள சங்கதிகளில் எழுத்தாளர்கள் தங்கள் வித்தியாசமான அபிப்ராயங்களைப் தெரிவித்திருப்பதைப்போல் சமரசத் தீர்வுகளைக் குறித்தும் அவர்கள் வேறுபட்ட கருத்துகளைச் சான்றுப்படுத்துகிறார்கள். கூடுதலாகக் கூலி வேண்டும் என்ற கோரிக்கையை ஜமீன்தார்கள் ஏற்றுக்கொண்டனர்; பள்ளிக்கூடத்திற்குள் நுழைதல், பொதுப்பாதைகளில் நடக்கும் சுதந்திரம் ஆகிய கோரிக்கைகளுக்கு ஒத்துழைக்கிறோம் என்று ஜமீன்தார்கள் உறுதியளிக்கவும் செய்தனர் என்று செந்தாரசேரி குறிப்பிடுகிறார்[55]. ஜாதி இந்துக்களோடும் அய்யன்காளியோடும் நாகன்பிள்ளை ஆலோசனை நடத்தினார் என்றும், ஜமீன்களான நாயர்களின் காட்டுமிராண்டித்தனமான நிலைப்பாட்டை அவர் எதிர்த்தார் என்றும் குந்நுகுழி எஸ்.மணி, பி.எஸ்.அனிருத்தன் ஆகியோர் குறிப்பிடுகின்றனர்[56]. மேலும், பட்டியல் ஜாதிக் குழந்தைகள் பள்ளிக்கூடத்திற்குள் நுழையும் உரிமை, அவர்கள் பொதுவீதிகளில் நடமாடும் உரிமை ஆகியவற்றை நாகன்பிள்ளை உறுதிப்படுத்தியதாகவும் தங்கள் புத்தகங்களில் குறிப்பிட்டுள்ளனர். பொதுவீதிகளில் நடப்பதற்கான சுதந்திரம், பள்ளிக்கூடங்களில் நுழைதல் தொடர்பான விவகாரம், தொழிலாளர்களுக்குக் கூடுதலான கூலி ஆகியவற்றில் பட்டியல் ஜாதிகளைச் சேர்ந்தவர்களுக்கு அனுகூலமான நிலைப்பாட்டை எடுக்க வேண்டும் என்ற இந்த மத்தியஸ்தனின் கோரிக்கையை ஜமீன்தார்கள் ஏற்றுக்கொண்டனர் என்று சி.அபிமன்யூ ஆவணப்படுத்துகிறார்[57]. ஒடுக்கப்பட்ட வகுப்பைச் சேர்ந்தவர்களின் குழந்தைகளுக்காகக் கல்வி உரிமையை உறுதிப்படுத்தியதோடு நாயர்களின் நிலைப்பாடுகளை நாகன்பிள்ளை அலட்சியப்படுத்தவும் செய்தார் என்று தலித் பந்து சுட்டிக்காட்டுகிறார்[58]. போராட்டம் நடைபெற்ற காலகட்டம், போராட்டத்தின் முழக்கம், போராட்டத்தில் பங்கெடுத்தவர்களின் ஆளுமை, போராட்டத்தின் மதிப்பீடு, போராட்டத்தின் சரித்திரப் பொருத்தப்பாடு, சமூக, அரசியல் சார்ந்த வாசிப்புகள், சமரசத்திற்கான ஏற்பாடுகள் ஆகியவை தொடர்பான மாறுபட்ட கருத்துகளில் இனியும்கூட சரியான ஒன்றைத் தேர்ந்தெடுக்க வேண்டியதுள்ளது. என்றாலும் தலித்துகளின் கல்வி

உரிமைக்கான போராட்டங்களுக்கும் பிற்காலத்தில் தலித்துகள் சம்பாதித்த சமூக மேம்பாட்டுக்கும், சுய உடைமை உணர்வுக்கும் அய்யன்காளி நடத்திய போராட்டம் வழங்கிய வலிமை என்பது ஒப்பிட முடியாத ஒன்று.

குறிப்புகள்:

1. டி.எச்.பி.செந்தாரசேரி, புத்தகம் - 'அய்யன்காளி', பக்கம் 63.
2. அய்யன்காளி குறித்துப் புத்தகம் எழுதப்பட்டது 1974ஆம் ஆண்டில்தான். அய்யன்காளியின் பேரனான வெங்கானூர் சுரேந்திரன், 'ஶ்ரீ அய்யன்காளி ஸ்மாரக கிரந்தம்' என்ற பெயரில் வெளியிட்ட நினைவுமலர் இதுவாகும். (டி.கே.கெனியன், பக்கம் 71). அய்யன்காளியின் மூத்த மகனான பொன்னுவின் மூன்றாவது மகன் வெங்கானூர் சுரேந்திரன். இவர் கல்வித்துறையில் அதிகாரியாகவும் நன்கு அறியப்பட்ட கவிஞருமாயிருந்தார்.
3. டி.எச்.பி.செந்தாரசேரி, பக்கம் 64.
4. சி.அபிமன்யூ, 'அய்யன்காளி', பக்கம் 88.
5. மேத்யூஸ், 'ஆச்சாரிய அய்யன்காளி', பக்கம் 97.
6. வேளாண் தொழிலாளி என்ற மார்க்ஸிய பார்வையிலான சமூகப் பகுப்பாய்வு அடையாளத்தோடு குலத்தலைவன் என்ற நவீன இந்துவுக்கான சிறப்பையும் சேர்த்து அய்யன்காளியை ஒரு மார்க்ஸிய இந்துவாக ஆக்கித்தீர்த்தார் மேத்யூஸ். அவருடைய பெயர், அதன் நீளம் உள்ளிட்டவை மூலம் இந்து சார்பை மேத்யூஸ் தாங்கி நிற்கிறார்.
7. ஆர்.அனிருத்தன், 'அனஸ்தித நவோல்தான சில்ப்பிகள்: ஃபூலே முதல் கான்சிராம் வரை', பக்கம் 66.
8. கே.கே.எஸ்.தாஸ், 'அய்யன்காளி - கேரள சரித்திரத்தில்', பக்கம் 95.
9. அதே புத்தகம், பக்கம் 90.
10. வாகத்தானம் ராஜகோபால், 'அய்யன்காளியுடெ சரித்ரபிரசக்தி', பக்கம் 27.
11. அதே புத்தகம், 'யதாகிரமம்', அத்தியாயம் 3, (பக்கம் 26),-க்கும் அத்தியாயம் 4 (பக்கம் 29)-க்கும் கொடுக்கப்பட்டுள்ள தலைப்புகள்.

12. குந்நுகுழி எஸ்.மணி, பி.எஸ்.அனிருத்தன், 'மகாத்மா அய்யன்காளி: அய்யன்காளியுடெ அறியப்பெடாத்த சரித்ரம்', பக்கம் 47, 6ஆம் அத்தியாயத்திற்குக் கொடுக்கப்பட்டுள்ள தலைப்பு.

13. ராஜேஷ் சிறப்பாடு, 'அய்யன்காளி: ஜீவிதவும், போராட்டவும்', பக்கம் 25.

14. ஏ.வி.திவாகரன், 'அக்ரகாமியுடெ கால்பாடுகள்', பக்கம் 164.

15. டி.எம்.யேசுதாசன், பக்கம் 73.

16. அதே புத்தகம், அதே பக்கம்.

17. K.Saradamoni, 'Emergence Of a Slave Caste: Pulayas of Kerala'. Page 149.

18. செறாயி ராமதாஸ், 'அய்யன்காளிக்கு ஆதரத்தோடெ', பக்கம் 68.

19. பெரிநாடு சமரம் என்ற அத்தியாத்தைக் காண்க.

20. சி.கிருஷ்ணன், கோழிக்கோட்டிலிருந்து வெளியிடப்பட்ட ஏடு. 1913ஆம் ஆண்டு'தீயருடெ ஒரு மலயாள மாஸிக' என்ற பெயரில் மிதவாதி ஏடு தொடங்கப்பட்டது (டாக்டர் ராதிகா சி.நாயர், 'கேரளத்திலெ நவோல்தான நாயகர்', பக்கம் 27). மிதவாதி ஏடு மூலமாகப் புலயர், பறையர், குறவர் பிரிவினர்களின் பிரச்சினைகளுக்குத் தீர்வுகாண்பதற்கு சி.கிருஷ்ணன் வக்கீல் தீவிரமாகச் செயல்பட்டார். (வி.தங்கய்யா, டாக்டர்.பி.கே.திலக், 'தெக்கன் திருவிதாங்கூர்: வில்பவத்தின்டெ நாடு', பக்கம் 30), 1921ஆம் ஆண்டு முதல் மிதவாதி ஏடு ஆங்கிலம் - மலையாள வார இதழானது.

21. டி.எச்.பி.செந்தாரசேரி, பக்கம் 66.

22. ராஜேஷ் சிறப்பாடு, பக்கம் 22.

23. குந்நுகுழி எஸ்.மணி, பி.எஸ்.அனிருத்தன், பக்கம் 49.

24. M.Nisar & Meena Kandhasamy, 'Ayyankali A Dalit Leader of Organic Protest', Page 81.

25. டி.கே.அனியன், 'ஸாதுஜன பரிபாலன சங்கத்தின்டெ சரித்ரம்','சில வியோஜன குறிப்புகள்', பக்கம் 47.

26. சந்தோஷ். ஓ.கே., 'திரஸ்கிருதருடெ ரச்சனாபூபடம்', பக்கம் 50.

27. சி. கே. லூக்கோஸ் (எடிட்டர்), 'அய்யன்காளியும் கேரள நவோல்தானவும்', பக்கம் 72.

28. குந்நுகுழி எஸ்.மணி, பி.எஸ்.அனிருத்தன், பக்கம் 47.

29. 1783 முதல் 1795 வரை அடிமைத்தனத்திற்கு எதிராக விவசாயத் தொழிலாளர்கள் நடத்திய போராட்டமே இது என்று குந்நுகுழி எஸ்.மணியும், பி.எஸ்.அனிருத்தும் (பக்கம் 48) எழுதியுள்ளனர்.

30. 1866ஆம் ஆண்டு காலகட்டத்தில் இந்தப் போராட்டம் நடைபெற்றது. மேலதிக விவரங்களுக்கு மேலே உள்ள புத்தகப் படைப்பாளர்களின் புத்தகங்களையும் (பக்கம் 48), (அடூர் ராமச்சந்திரன் நாயருடைய, 'கேரள சரித்ரத்திலெ விஸ்மிருதாத்யாயங்ஙள்' என்ற புத்தகத்திலிருந்து எடுத்தாளப்பட்டுள்ள பகுதி இது) பி.கோவிந்தபிள்ளையுடைய புத்தகத்தையும் (கேரள நவோல்தானம்: யுகசந்ததிகள், யுகசில்ப்பிகள், பக்கங்கள் 47 - 56). வேலாயுத பணிக்கசேரியின் புத்தகத்தையும் (அணையாத்த தீபங்ஙள், பக்கம் 28 - 37) காண்க.

31. எம்.குஞ்ஞாமன், 'கேரளத்திலெ விகஸன பிரசிசந்தி', பக்கம் 11).

32. தனிமைப்படுத்தப்பட்ட, சகாயமற்ற ஒரு சூழ்நிலையில் இருந்து மிகவும் பாராட்டப்படத்தக்க ஒரு சூழ்நிலையை எட்டியமைக்கான மாற்றத்தை ஏற்றமாகக் கண்ணுறுகிறார் டி.எம்.யேசுதாசன். (பக்கம்-3). கூட்டுச்சேர்க்கப்பட்ட மதத்திலிருந்து மற்றொன்றுக்கு நேராக நடத்துகின்ற சமயக் கைவிடுதல் செயலைத்தான் நாம் மாற்றம் என்கிறோம். ஆனால், கேரளத்தில் தலித்துகள் நடத்திய செயலை ஏற்றம் என்று கூறுகிறார் டி.எம்.யேசுதாசன். எதார்த்தத்தில் மதமற்றவர்களாக இருந்த ஆதி இந்தியர்கள், புதிதாக மதத்தை ஏற்றுக்கொண்டவர்கள் என்று கூறுவதற்குப் பதிலாக, இந்த மத ஏற்பு என்ற எதிர்வினையாற்றுதலை மதமாற்றம் என்று வரலாற்றாசிரியர்கள், தவறாக எடுத்தாண்டுள்ளனர் என்று செந்தாரசேரியும் கருதுகிறார். (பக்கம் 114).

33. டி.எச்.பி.செந்தாரசேரி, 'அய்யன்காளி' (மூன்றாம் பதிப்பு), பக்கம் 42.

34. டி.எச்.பி.செந்தாரசேரி, பக்கம் 177, 178.

35. அதே புத்தகம், பக்கம் 66.

36. குந்நுகுழி எஸ்.மணி, பி.எஸ்.அனிருத்தன், பக்கம் 47.

37. அதே புத்தகம், பக்கம் 49.

38. அதே புத்தகம், பக்கம் 51.

39. சி.அபிமன்யூ, பக்கம் 86, 87.

40. ஆர்.அனிருத்தன், பக்கம் 66.

41. அதே புத்தகம், அதே பக்கம்.

42. டி.ஏ.மேத்யூஸ், பக்கம் 105.

43. தலித் பந்து, பக்கம் 105.

44. டி.கே.அனியன், பக்கம் 30, அய்யன்காளியின் ஒரே மகளான தங்கம்மா - டி.டி.கேசவன் சாஸ்திரியின் மகன்தான் டி.கே.அனியன்.

45. டி.எம்.யேசுதாசன், பக்கம் 73.

46. செறாயி ராமதாஸின் புத்தகத்தின் பெயரையும் (அய்யன்காளிக்கு ஆதரத்தோடெ) நினைவில் கொள்க.

47. டி.எச்.பி.செந்தாரசேரி, பக்கங்கள் 63, 64.

48. குந்நுகுழி எஸ்.மணி, பி.எஸ்.அனிருத்தன், பக்கம் 46.

49. அதே புத்தகம், பக்கம் 49.

50. முட்டிப்புல்லு என்றொரு சொல்லை சிவனின் ஷப்ததாராவலி அகராதியில்கூட காண முடியாது. அய்யன்காளியின் சமூகப் போராட்ட வாழ்விலும் பட்டியல் சமூக மக்களின் எதிர்வினைகளிலும் சாதாரண புல்லாக இந்த முட்டிப்புல் அடையாளப்பட்டு நிற்பதில்லை. அதுவொரு உவமையும்கூட. அடிப்படையான மனித உரிமைகளையும் தரித்து உறுதியாக நிற்றலையும் சுட்டிக்காட்டுகின்ற உவமையான செல்லி (Chelli) என்றொரு பதம் சப்ததாராவலியில் உள்ளது. (விரல்களைக் கொண்டு அழுத்தினால் நெரிந்து உடைகின்ற, உள்ளே சாவியான, வயலில் வளருகின்ற செல்லி என்ற புல்லை 'முட்டிப்புல்' என்று அழைக்கிறார்கள்.)

51. ஒரு புலயன் ஒரு நாளில் நடவுசெய்து முடிக்கும் நெற்பயிர்களை நட்டு முடிக்க, நாயர்கள் ஆறு நாட்கள் எடுத்துக்கொண்டார்கள். (செந்தாரசேரி, பக்கம் 67). சேற்று வயலில் நெற்பயிர்களை மிக ஆழமாக ஊன்றி நட்டதன் காரணமாக ஒரு பயிரிலும்கூட கதிர்கள் வரவில்லை. (அதே புத்தகம், பக்கம் 65).

52. டி.எச்.பி.செந்தாரசேரி, பக்கம் 65.

53. குந்நுகுழி எஸ்.மணி, பி.எஸ்.அனிருத்தன், பக்கம் 51.

54. 1875இல் எடுக்கப்பட்ட மக்கள்தொகைக் கணக்கெடுப்பின்படி, திருவிதாங்கூரில் 1,88,916 புலயர்கள் இருந்தார்கள். அதில் 183 பேருக்கு எழுதவும் படிக்கவும் தெரிந்திருந்தது. இவர்களில் பெண்கள் யாரும் இருந்திருக்கவில்லை. (சாமுவேல் மெட்டீர், 'ஞான் கண்ட கேரளம்' பக்கம் 62). இந்தச் சூழலில் இத்தனை பேர் கல்வியறிவுப் பெற்றவர்களாக இருந்திருக்கிறார்கள் என்றால் அவர்கள் கிறிஸ்தவ மதத்தை ஏற்றுக்கொண்டவர்களாக இருந்திருக்க வேண்டும். பதினெட்டாம் நூற்றாண்டின் இரண்டாம் பாதியில் திருவிதாங்கூரில் மிஷனரிமார்கள் அடிமைப் பள்ளிக்கூடங்களை நடத்திக்கொண்டிருந்தார்கள். 1882ஆம் ஆண்டு திருவல்லாவில் ஆண் குழந்தைகளுக்கும் பெண் குழந்தைகளுக்கும் ஏழாம் வகுப்புவரையுள்ள போர்டிங் பள்ளிக்கூடங்களையும், 1894ஆம் ஆண்டில் கோட்டயத்தில் ஓர் இன்டஸ்ட்ரியல் பள்ளியையும் மிஷனரிகள் நிர்மாணித்தார்கள். (டி.எம்.யேசுதாசன், பக்கம் 70). ஆனால், பத்தொன்பதாம் நூற்றாண்டில் திருவிதாங்கூரில் நிர்மாணிக்கப்பட்ட அரசுப் பள்ளிக்கூடங்களில் ஜாதி இந்து குழந்தைகளுக்கு மட்டுமே கல்வி கற்றுக்கொடுக்கப்பட்டது. (கே.என்.கணேஷ், 'கேரளத்தின்டெ இந்நலெகள்' பக்கம் 85). மிஷனரிமார்கள் நடத்திய பள்ளிக்கூடங்களில் கிறிஸ்தவ மதத்தை ஏற்றுக்கொண்ட பட்டியல் ஜாதியினருக்கு முன்னுரிமை அளிக்கப்பட்டிருந்தது. இந்த வகையிலான சமூகச் சூழலில் பட்டியல் ஜாதிகளைச் சேர்ந்த மக்களுக்கான கல்வி உரிமைப் போராட்டங்களுக்கு அய்யன்காளி தொடக்கப்புள்ளி வைத்தார். உடனடியாக இல்லாவிட்டாலும்கூட அதன் பயனானது, திருவிதாங்கூரின் தொடர்ச்சியான கல்வியறிவு உள்ளோர் தொடர்பான தரவுகளில் எதிரொலித்தது. 1914ஆம் ஆண்டில் புலயர் ஜாதி

மாணவர்கள் மற்றும் பறையர் ஜாதி மாணவர்களின் எண்ணிக்கை முறையே 2017, 1097 ஆக இருந்தது. 1917ஆம் ஆண்டு இந்த எண்ணிக்கை முறையே 10,913, 4885 ஆக உயர்ந்தது.

55. டி.எச்.பி. செந்தாரசேரி, பக்கம் 66.

56. குந்நுகுழி எஸ்.மணி, பி.எஸ்.அனிருத்தன், பக்கம் 51.

57. சி.அபிமன்யூ, பக்கம் 90.

58. தலித் பந்து, பக்கம் 174.

எளிய மக்கள் பாதுகாப்புச் சங்கம்

அய்யன்காளியின் தலைமையில் பட்டியல் சமூக மக்கள் நடத்திய மனித உரிமைப் போராட்டங்களே எளிய மக்கள் பாதுகாப்புச் சங்கம் என்ற சமுதாயக் கூட்டமைப்பை அவர் உருவாக்கக் காரணங்களாக அமைந்தன. மறுமலர்ச்சிக்கால தர்க்கங்கள் மூலமாகவும் சுய எழுச்சியின் அடிப்படையிலும் பல்வேறு சமூகங்கள் பார்ப்பன, ஜாதி இந்துக்களின் மேலாதிக்கப் பிடியிலிருந்து உதறிக்கொண்டு சுதந்திரமான நிலைப்பாடுகளைச் சொந்தமாக்கத் தொடங்கிய புத்துயர்வின் காலம் என்று பொதுப்படையாக அழைக்கப்பட்ட காலத்தில்[1] அய்யன்காளியின் இயக்கம் உருக்கொண்டது. பத்தொன்பதாம் நூற்றாண்டின் ஆரம்பக் காலங்களில் தொடங்கி இருபதாம் நூற்றாண்டின் இறுதியில் தீவிரமடைந்த மறுமலர்ச்சிக் காலத்தில் கேரளம் சம்பாதித்த பரிணாமங்களும் ஜனநாயக மேம்பாடும் முழுமையாகச் சுருங்கிவிடுகின்ற ஒன்றல்ல. வரலாற்றைத் திரும்பிப் பார்த்தால் இந்தக் காலகட்டத்திற்கு வந்து சேருகின்ற, தெளிவானதும் தெளிவற்றதுமான பல குறுக்குப் பாதைகளை நாம் பார்க்க முடியும். உரிமை தொடர்பான உணர்வைத் தாண்டி, சுயமரியாதைக்காகவும் சுய கௌரவத்திற்காகவும் விடுதலைக்காகவும் அடிமை ஜாதிகள் நடத்திய போராட்டங்களில் ஏராளமான பிரிவுகளைக் கொண்ட இயக்கவியல்களை (Dynamics) நாம் உணர முடியும். சரித்திரத்தின் இருட்டிலிருந்து எழுகின்ற இத்தகைய சில

குறுக்குவழிகளின் வீரியம், அய்யன்காளி மற்றும் அவரது கூட்டாளிகளின் போராட்ட ஓட்டத்தில் வந்து சேர்ந்தது.

பத்தொன்பதாம் நூற்றாண்டுவரை ஜாதிய கலகங்கள் குறித்த குறிப்புகள் கேரளத்தில் இல்லை[2]. அதேநேரம், அதற்கு முன்பு பதிவான குறிப்புகள், பட்டியல் ஜாதியினர் மீதான ஆதிக்க ஜாதிகளின் அடிமைத்தன - ஜாதியத் தாக்குதல்கள் குறித்தவையாகவே இருந்தன. தலித்துகளுக்கு வாய்பேசாத பிராணிகளுக்கான இடமே கொடுக்கப்பட்டிருந்தது. அம்மக்கள் மத்தியில் சுய இருப்புணர்வு தலைதூக்கியபோது அது ஜாதிய கலகங்களுக்கு ஆரம்பப் புள்ளியாக அமைந்தது. இதனால் அடிமைகள் என்ற அரவமற்ற அணுக்கம் மாறி, கலவரக்காரர்கள், கலகக்காரர்கள் என்று அழைக்கப்படலாயினர். ஜாதி இந்துக்களின் பார்வையிலான பட்டியல் சமூகமக்களின் இந்தப் 'பரிணாம வளர்ச்சி', சமூக அங்கத்தில் இவர்களுக்குத் 'தொந்தரவான இருப்புகள்' என்ற முகவரியையாவது பெற்றுக்கொடுத்தது. தலித்துகள் சமூக விலக்குகளுக்கு எதிராகத் திரும்பியதில் மிஷனரிகளின் அளவற்ற பின்பலம் உண்டு[3]. கிறிஸ்தவ மிஷனரிகள் நடத்திய கல்விப் பிரச்சாரங்களும், அவர்கள் முன்னிலைப்படுத்திய மனித உரிமைக்கான உணர்வும் கேரளத்துச் சமூக வாழ்வில் மிகவும் ஆழமான, விரிந்த நடவடிக்கைகளைத் தோற்றுவித்தன[4]. ஆயினும் இடைநிலை ஜாதியினரோடு கொண்டிருந்த ஐக்கியத்தைப் போன்று பட்டியல் சமூக மக்களிடம் மிஷனரிமார்கள் கொண்டிருக்கவில்லை[5]. மிஷனரிகளின் சுவடுகள் அடையாளப்படுத்தப்பட்டிருந்த முதல் போராட்டமாக, பத்தொன்பதாம் நூற்றாண்டின் தொடக்கத்தில் தெற்குத் திருவிதாங்கூரில் வெடித்துக்கிளம்பிய 'சாணார் கலக'த்தைக் குறிப்பிடலாம்[6]. 1822இல் கல்குளம் தாலுகாவுக்கு உட்பட்ட கொத்தனாவிளை என்ற இடத்தில் இருந்த சந்தைக்கு சாணார் பெண்கள் ரவிக்கை அணிந்துகொண்டு வந்தார்கள். அவர்களைத் தடுத்து நிறுத்திய நாயர்கள், அவர்கள் அணிந்திருந்த ரவிக்கைகளை வெட்டவெளியில் கிழித்தெறிந்தனர்[7]. அதைத் தொடர்ந்து சாணார் சமுதாயம் நடத்திய மனித உரிமைக்கான போராட்டங்களும், அவற்றை மொத்தமாகக் கீழ்ப் படுத்தி, நிலப்பிரபுத்துவ முறையிலான ஒழுங்கையும் மேல்-கீழ் வழமையையும் மீண்டும் நிர்மாணிப்பதற்கான ஜாதி இந்துக்களின் கூட்டான முயற்சிகளுமே 'சாணார் கலகம்' என்று அறியப்படுகிறது[8]. இக்கலகம், பல்வேறு ஜாதிகளின் வாழ்க்கை முறைகளில் மிஷனரிகளின் செயல்பாடு அல்லது தலையீட்டினால் விளைந்ததாக இருந்தது[9]. சாணார்கள் நடத்திய

போராட்டம், ஒற்றுமைக்கான வலிமையின் உதாரணமாக மாறியது[10]. ஜாதி இந்துக்களின் அத்துமீறல்களைச் சுட்டிக்காட்டி அதிகாரிகளிடம் சாணார்கள் (நாடார்கள்) புகார் மனுக்களைத் தாக்கல் செய்தார்கள்[11]. கூடவே, தங்கள் பெண்களை அவமானப்படுத்தியதோடு வீடுகளையும் தீக்கிரையாக்கிய நாயர்களையும் வெள்ளாளர்களையும் ஊர்க்கூட்டத்தைக் கூட்டி எதிர்க்கவும் திருப்பியடிக்கவும் செய்தார்கள். 1820களில் ஜாதி இந்துக்களுக்கு எதிரான போராட்டங்களுக்குப் பிறகு கிறிஸ்தவ சாணார் பெண்கள் வித்தியாசமான ரவிக்கையைக் கொண்டு மார்புகளை மறைத்துகொள்ளும் உரிமையை பெற்றார்கள்[12]. இந்தக் காலத்தில் நாடார்களோடு தெற்குத் திருவிதாங்கூரில் புலயர்கள், பறையர்கள் எனப் பலரும் கிறிஸ்தவ மதத்தை ஏற்றுக்கொண்டிருந்தார்கள். மதம்மாறியதால் கைவசமான சுதந்திரமும் அதைத் தொடர்ந்து உண்டான பின்விளைவுகளும், நாடார் - புலயர் - பறையர் பிரிவினருக்கிடையே ஒற்றுமை உணர்வை விதைத்தன. அய்யன்காளியைப் போன்றொரு போராளி அங்கு சுயம்புவாக உருவாகும் விதத்தில் தெற்குத் திருவிதாங்கூரைப் பக்குவப்படுத்தியதில் 'சான்றோரடி'களுக்கு[13] குறைவற்றப் பங்குண்டு.

அய்யன்காளி பிறப்பதற்குப் பன்னிரண்டு ஆண்டுகளுக்கு முன்பு மறைந்தவரான வைகுண்ட சுவாமிகளின்[14] சமூக மறுமலர்ச்சிக்கான செயல்பாடுகளும் மேற்சொன்ன சூழலை வடிவம் கொள்ளச்செய்ததில் உறுதியான பங்கை வகித்தன. ஜாதிய சம்பிரதாயங்களுக்கும் அடிமைத்தனத்திற்கும் எதிராக இந்தச் சமஸ்தானத்தில் மகத்துவமிக்கப் பெரிய மனிதர்களும் இயக்கங்களும் களம் காண்பதற்கு முன்பு; ஒன்றிணைந்த கேரளம் உதயமாவதற்கு முன்பு திருவிதாங்கூரின் தெற்கு முனையில் உள்ள சுவாமித்தோப்பில், மனிதர்கள் எல்லோரும் சமமானவர்கள் என்றும், உயர்ச்சி, தாழ்ச்சி என்பது சமூகத் தீமையென்றும்கூறி மக்களைத் தட்டியெழுப்பிக்கொண்டிருந்தார் வைகுண்ட சுவாமிகள்[15]. ஜாதிய மேலாதிக்கத்திற்கு எதிராகப் போராட்டம் நடத்தியிருந்த சுவாமிகள், தன் சமூகத்தாரின் ஜாதி மேட்டிமையையும் எதிர்த்து நின்றார்[16]. தன்னுடைய செயற்பாட்டாளர்களுக்குள் உள்ள பாகுபாட்டுச் சிந்தையை அகற்றி, சமத்துவப் பண்பை வளர்த்தெடுக்க 1836இல் அவர் சமத்துவ சமாஜம் என்றொரு இயக்கத்தை ஆரம்பித்தார். பார்ப்பன ஏகாதிபத்தியத்திற்கு எதிராகப் பலமாகவும் பலன்தரும் வகையிலும் போராடிய முதல் அவர்ண இயக்கம் வைகுண்ட சுவாமிகளுடையதாகத்தான் இருக்க வேண்டும்[17].

கொடுங்கோலனான சுவாதி திருநாள் ராஜாவை 'திருவனந்தபுரத்து நீசன்' என்று அழைத்தவர் சுவாமிகள்[18]. நாடார் சமுதாயத்தின் சுயமரியாதைக்கான போராட்டங்கள் மற்றும் வைகுண்ட சுவாமிகள் என்ற மகாஞானியின் சமத்துவ தரிசனங்களின் வெளிச்சம் அய்யன்காளியின் இயக்கத்தை மட்டுமல்ல; இருபதாம் நூற்றாண்டின் தொடக்கத்தில் முளைத்தெழும்பிய அனைத்துச் சமூக மறுமலர்ச்சி இயக்கங்களையும் வசப்படுத்தியதோடு எழுச்சியூட்டவும் செய்தது. திருவிதாங்கூரில் மறுமலர்ச்சி நாயகர்கள், அவர்களின் கருத்தியல்கள் மீது ஆழமாகச் செல்வாக்கு செலுத்தியிருந்த மற்றொருவர் தைக்காட்டு அய்யாவு சுவாமி[19].இவருக்கு சட்டம்பி சுவாமிகள், ஸ்ரீ நாராயண குரு ஆகியோர் சீடர்களாக இருந்தார்கள்[20]. சட்டம்பி சுவாமிகளுக்கும் நாராயண குருவுக்கும் சன்னியாசம் வழங்கியவர் அய்யா குருவேதான்[21]. மனிதனுக்கு 'ஒரு ஜாதி', 'ஒரு மதம்', 'ஒரு தெய்வம்' என்ற ஆன்மிகத் தரிசனத்தின் பிரச்சாரகரும் அதை அப்பியாசப்படுத்தியவருமான சுவாமிகளின் பாதச்சுவடுகளைப் பின்தொடர்ந்து, பிற்காலத்தில் நாராயணகுருவும் சட்டம்பி சுவாமிகளும் ஆன்மிக மறுமலர்ச்சியை மையப்படுத்திச் சமுதாய சீர்திருத்தங்களில் அலுவலானார்கள்[22]. சுவாமியிடம் இருந்து ஆன்மிக போதனைகள் அல்ல; மாறாக, தீண்டாமை என்ற ஆக்டோபஸ் கரங்களில் சிக்கி உழலுகின்ற சொர்க்கத்தை மீட்டெடுப்பதற்கான உபதேசமே அய்யன்காளிக்குக் கிடைக்கப்பெற்றது[23]. "உன்னுடைய போட்டோவை ராஜாக்கள் சபையில் வைக்கப்போகிறேன்; ஸ்ரீமூலம் சபைக்குள்ளும் நீ போகலாம்" என்று தன்னுடைய நேசத்திற்குரிய சிஷ்யப்பிள்ளைக்கு அய்யாவு சுவாமிகள் தனது வாழ்க்கையின் அந்திம காலத்தில் சொன்னதாக செந்தாரசேரி குறிப்பிடுகிறார்[24]. தன்னுடைய செயல்பாடுகளை முழுமையடையச் செய்வதற்கும், கூட்டாளிகளை ஏகோபித்தவர்களாக ஆக்குவதற்கும் ஓர் உறுதியான இயக்குவிசை தேவை என்பதைத் தொடக்கம் முதலே நன்றாக உணர்ந்திருந்தார் அய்யன்காளி. ஆனால், மின்னல் வேகத்திலான சமுதாயப் போராட்டங்களின் மோதல் மிகுந்த வாழ்க்கைப் பயணத்தில், கூட்டுச்சேர்க்கவும் கூடுதல் செயல்பாடுகளுக்கும் அய்யன்காளிக்குப் போதிய நேரம் கிடைக்கவில்லை. அதேநேரம் உடன் நிற்பவர்களை ஒன்றிணைப்பதற்கும், அவர்களின் அர்ப்பணிப்பைப் பலன்தரும் ஒன்றாக மாற்றுவதற்கும், தொடர்ச்சியான செயல்பாடுகளை வலிமைப்படுத்துவதற்கும் ஓர் அமைப்பை உருவாக்கியே ஆக வேண்டும் என்று அய்யன்காளிக்குத் தோன்றியது. 1903ஆம் ஆண்டில் ஸ்ரீ நாராயண குருவின் தலைமையில்

'ஸ்ரீ நாராயண தர்மபரிபாலன சபை' செயல்பாட்டுக்கு வந்ததையடுத்து, அமைப்பை உருவாக்குவதற்கான அய்யன்காளியின் முயற்சிக்கு உத்வேகம் கூடியது. அதேவேளை கீழ்மையான ஆச்சாரங்களுக்கு எதிரான நடவடிக்கைகளை மையப்படுத்தி தாமஸ் வாத்தியார், ஹாரிஸ் வாத்தியார் ஆகியோரின் முன்னெடுப்பில் ஓர் இயக்கம் உருவாகியிருந்தது. இந்தக் காலத்தில், அதாவது 1904ஆம் ஆண்டு இந்து சமூகத்தின் உடனடிச் சீர்திருத்தப் பணிக்கான தூதுவனாக[25] திருவனந்தபுரத்திற்கு வந்து சேர்ந்தார் சதானந்த சுவாமிகள்[26]. இந்து சமூகத்தில் அமலில் இருந்த ஜாதிய வழக்கங்களை சதானந்த சுவாமிகள் விமர்சனம் செய்தார். இது ஒரே நேரத்தில் பாரம்பரிய இந்துக்களை இழுத்துப்பிடிக்கவும் இந்து சமூகத்தின் ஒருபகுதியாக இருந்துகொண்டு சுதந்திரத்திற்காக ஏங்கிய பட்டியல் சமூக மக்களை ஈர்க்கவும் செய்தது. அதேவேளையில் கிறிஸ்தவ மிஷனரிகளின் மதமாற்றச் செயல்பாடுகளை இந்து மதத்தின் அஸ்திவாரத்தில் விரிசல்களை உண்டாக்குகின்ற இழிவான அல்லது வெறுக்கத்தக்க நகர்வாக வியாக்யானம் செய்துகொண்டார் சதானந்த சுவாமிகள். சவர்ணர்கள்- அவர்ணர்கள் பேதங்களுக்கு நடுவே இது இந்து சமூகத்தின் சிந்தை மண்டலத்தையும் தூண்டியது. சுதந்திரத்திற்காகவும் மனித உரிமைக்காகவும் கிறிஸ்தவ மதத்தை ஏற்றுக்கொண்ட பட்டியல் சமூகச் சகோதரர்களின் வழியைப் பின்தொடராமல் அவர்களுடனான நெருக்கத்தை நிலைநிறுத்திக்கொண்டு விடுதலைக்கான இதர வழிகளைத் தேடிய அய்யன்காளியை சதானந்த சுவாமிகளின் பிரசங்கங்கள் கவர்ந்திழுத்தன. மதம் எதுவானாலும் தன்னுடைய மக்கள் ஒன்றாக வேண்டும் என்ற நிர்பந்தம் கொண்டவராக அய்யன்காளி இருந்தார்[27].

சதானந்த சுவாமிகளின் உரைகளில் பொதிந்திருந்த மதமாற்ற எதிர்ப்பு; பட்டியல் சமூக மக்கள் மீதான அனுதாபம்; ஜாதி இந்துக்கள் உடனான விமர்சன ரீதியிலான அணுக்கம் தொடர்பான அறிவை அய்யன்காளிக்குக் கொடுத்தவர் தாமஸ் வாத்தியார். சதானந்த சுவாமிகள் மீது அய்யன்காளிக்கு உண்டான ஈர்ப்பானது, பாச்சல்லூரை மையமாகக்கொண்டு பிரம்மனிஷ்டா மடத்தினுடைய ஓர் 'அறிவுச்சபை'யின் நிர்மாணத்தில் நிறைவடைந்தது.

ஜாதி இந்துக்களின் தயவு தாட்சண்யத்தோடு தலித் மக்களுக்கான மனிதத்துவம் சாத்தியமாகுமோ என்பதை அறிய, அறிவுச்சபை நிர்மாணத்தின் ஊடாக அய்யன்காளி பரீட்சித்துப்பார்க்க முயன்றார். இதற்காகவே அவர் அறிவுச்சபையை உருவாக்கவும் செய்தார்[28]. ஆனால், ஆன்மிக மார்க்கங்களின்

வரையறையை மிக விரைவாகவே அய்யன்காளியால் உணர முடிந்தது. பட்டியல் சமூக மக்கள் எதிர்கொள்கிற கொடிய சமூகப் பாகுபாடுகளுக்குத் தீர்வுகாண்பதற்கோ, அதில் தலையிடுவதற்கோ அவை முயற்சிப்பதில்லை என்பதைக் கண்டார். அதைத் தொடர்ந்து அய்யன்காளியும் அவரது கூட்டாளிகளும் அறிவுச்சபையின் செயல்பாடுகளிலிருந்து விலகினர். வெளியே இருந்து சமுதாயம் எதிர்கொள்கின்ற பிரச்சினைகளுக்குத் தீர்வு காண்பதற்கு அமைப்பு ரீதியான இயங்குதல் அவசியமாக இருந்தது. இதுபோன்றதொரு சரித்திரச் சந்தர்ப்பத்தில் எளிய மக்கள் பாதுகாப்புச் சங்கத்தை அய்யன்காளி உருவாக்கினார். இதன் உருவாக்கத்தில் அய்யன்காளியின் இடையறாத கூட்டாளிகளான தாமஸ் வாத்தியார், ஹாரீஸ் வாத்தியார், தைவிளாகத்து காளி உள்ளிட்டோரும் குறிப்பிடும்படியான பங்கை வகித்துள்ளனர். சங்கத்தின் தலைவராக அய்யன்காளியையே தெரிந்தெடுத்தார்கள். தாமஸ் வாத்தியார், ஹாரிஸ் வாத்தியார் உள்ளிட்டவர்கள் ஆரம்பித்த இழிவழக்க எதிர்ப்பு இயக்கம், இந்தப் புதிய சங்கத்தோடு இணைந்ததென்று கருதலாம்.

ஸ்ரீ நாராயண குரு, மகாகவி குமாரனாசான், நீதிபதி கோவிந்தன் உள்ளிட்டோரின் பரிந்துரைகளும் சங்கத்தின் சட்டவிதி உருவாக்கத்தில் செல்வாக்கு செலுத்தின. சங்கத்தின் நுட்பமான செயல்தந்திர உத்திகளை தாமஸ் வாத்தியார் கையாண்டார்[29]. எளிய மக்கள் பாதுகாப்புச் சங்கத்தின் சட்டதிட்டங்களுக்கு அய்யன்காளியின் பரிந்துரைப்படி நீதிபதி கோவிந்தன் வடிவம் கொடுத்தார். அமைப்பு ரீதியிலான விஷயங்களோடு எளிய மக்களின் சமூக, பொருளாதார, கல்வி மேம்பாட்டுக்குத் தேவையான திட்டங்களும் அதில் உட்புகுத்தப்பட்டிருந்தன[30].

வாரத்தில் ஏழு நாட்களும் பட்டியல் சமூக மக்கள் வேலைசெய்துவந்த நிலையில், சங்கம் அதை ஆறு நாட்களாகக் குறைத்தது. ஞாயிற்றுக்கிழமைகள் ஓய்வெடுப்பதற்காகவும் சங்கத்தின் செயல்பாடுகளுக்காகவும் மட்டுமே இருக்கும் என்று தீர்மானிக்கப்பட்டது. ஞாயிறுதோறும் அய்யன்காளியின் மேற்பார்வையில் வெங்கானூரில் கூட்டம் கூடுவதும், தங்கள் சமுதாயத்தின் பிரச்சினைகள் குறித்து விவாதிப்பதும், சங்க உறுப்பினர்களின் புகார்கள் மீது தீர்ப்பளிப்பதும், சிக்கல்களைத் தீர்ப்பதுமாகத் தொடர்ந்தது. சங்கக் கூட்டங்களில் பெண்களும் தீவிரமாகப் பங்கெடுத்தனர். ஆண்களிடம் அரை செப்புக்காசும் பெண்களிடம் கால் செப்புக்காசும் சந்தா தொகையாக வசூலிக்கப்பட்டது[31]. இப்படியாக ஒழுங்கும் கிரமமுமான செயல்பாடுகள் மூலம் மூன்றாண்டுகள் சந்தா தொகை வசூலிக்கப்பட்டது. இந்தப் பணத்தைக்

கொண்டு வெங்கானூர் புதுவல்விளாகம் பள்ளிக்கு அருகில் உள்ள இடத்தை எளிய மக்கள் பாதுகாப்புச் சங்கத்தின் பெயரில் வாங்கிய அய்யன்காளி, அதில் சங்கத்தின் அலுவலகக் கட்டடத்தை கட்டினார்[32]. அத்துடன் 'திருவிதாங்கூர் எளிய மக்கள் பாதுகாப்புச் சங்கம்' என்ற பெயரில் சங்கம் பதிவு செய்யப்பட்டது[33]. குறுகிய காலத்திற்குள் திருவிதாங்கூர் முழுவதும் சங்கத்திற்குக் கிளைகள் உருவாக்கப்பட்டன. கிளைகளின் செயல்பாடுகளைத் தேர்ந்தெடுக்கப்பட்ட கமிட்டிகள் மேற்கொண்டன. இந்தக் கமிட்டிகளில் தலைவர், துணைத் தலைவர், செயலாளர், கஜானாக்காரர் அல்லது கருவூலக்காரர், மேலாளர், கிராமத்தலைவர் ஆகியோர் இடம்பெற்றிருந்தனர். கணக்குப்பிள்ளை (கணக்கன்) என்றறியப்பட்டிருந்த செயலாளருக்குச் சமுதாயப் பணிகளோடு நிறைய அதிகாரங்களும் கொடுக்கப்பட்டிருந்தன. இவர்கள் சங்கத்தின் போராட்டங்களுக்குத் தலைமையேற்றும், சமுதாய உறுப்பினர்களைப் பாதுகாத்தும் அய்யன்காளி இயக்கத்தின் முன்வரிசையில் நின்றார்கள். இவர்கள் பிரத்யேகப் பயிற்சி பெற்ற படையாளிகளாகவும் இருந்தார்கள். மேனேஜர் என்றழைக்கப்பட்டிருந்த பிரபலமானவர்களான உரிமைப் பாதுகாப்புப் போராளிகள் நிறையபேர், ஆயுதப்படையில் இருந்தனர்[34]. அய்யன்காளியின் மேற்பார்வையில் ஞாயிற்றுக்கிழமைகளில் கூடும் கூட்டத்தில் பல்வேறு விஷயங்களை விவாதித்ததோடு சில பாடல்களையும் அவர்கள் பாடினார்கள். அவை பட்டியல் மக்களின் அசாதாரண அனுபவங்களைச் சுட்டிக்காட்டும் பாடல்களாக இருந்தன. அவற்றில் ஒரு பாட்டு[35],

"காதால் கேட்டு உள்வாங்கிக்கொள்ளுங்கள்...
கண்ணீர் சிந்தி சாமானியர்கள் அழுவதை!
கஷ்டமெல்லாம் எங்கு போகும்கடவுளே!எனக் கதறுகிறார்...
வீடுகள் ஒன்றும் இல்லை; ஊருமில்லை...
காடுகள் மட்டுமே கையில் உண்டு...
காட்டில்தான் கிடக்க வேண்டும்;
காட்டைத் தினம் திருத்த வேண்டும்...
காட்டு மரங்கள் நட்டு
கனிகள் அங்கே நிறையும்போது
காசுள்ளோர் அபகரிப்பார்!
கடவுளே! நான் கதறுகிறேன்...
குடைகளைப் பிடிக்கக் கூடாது...

கடைகளை நான் கடக்கக் கூடாது...
மௌனம் பழகிய எளியஜனம்
மௌனியாக்கப்படுகின்றாரே...

கல்வி பிரச்சாரத்தின் ஒரு பகுதியாகச் சங்கத்தின் ஆதரவில் பாட்டுக் கச்சேரிகள், நாடகம், தடுப்பாட்டம், கபடி, கோலாட்டம், விளையாட்டம், காக்காரிஷி நாடகம் முதியவை நடத்தப்பட்டன. சங்க உறுப்பினர்களிடையே நீதியுணர்வையும் ஒழுக்கத்தையும் வளர்க்கும் விதமாக உருவாக்கப்பட்ட 'சமுதாய நீதிமன்றம்'கூட கல்விப்பிரசாரத்தின் ஒரு பாகமாக இருந்தது என்று கணிக்கிறார் செந்தாரசேரி[36]. 1912ஆம் ஆண்டுஅய்யன்காளியும் திருவல்லாவில் உள்ள வெள்ளிக்கரை சோதியும்[37] இணைந்து எளிய மக்கள் பாதுகாப்புச் சங்கத்தின் செயல்பாடுகளை மத்திய திருவிதாங்கூர் வரையிலும் விஸ்தாரப்படுத்தினர்[38]. ஜமீன்தார்கள் உள்ள இடங்களில் காணப்பட்ட மண் சுவர்களில், பாகுபாடுகளுக்கு எதிரான வாக்கியங்களைச் சுண்ணாம்பு கொண்டு எழுதி, ஆறன்முளையின் சமூகச் சூழலுக்குள் சூட்டைக்கிளப்பிவிட்ட குறும்பன் தெய்வத்தான்[39], மத்திய திருவிதாங்கூரில் அய்யன்காளியின் மற்றோர் உறுதுணையாக இருந்தார். திருவல்லா, செங்கனூர், மெழுவேலி, கோழஞ்சேரி, கிடங்கனூர், ஆறன்முளை உள்ளிட்ட பகுதிகளிலும் தெய்வத்தானின் வீரியம்மிக்க செயல்பாடுகள், எளிய மக்கள் பாதுகாப்புச் சங்கத்தின் வேர்களை உறுதிப்படுத்தின[40]. 1910ஆம் ஆண்டு முதல் குப்புறம் வீதங்கனின் தலைமையில் குட்டநாட்டில், சங்கத்தின் செயல்பாடுகளுக்கு மோயிக்காட்டு அப்பியும், பத்துக் கண்டத்தில் தேவனும் தலைமையேற்றனர் என்று தலித் பந்து எழுதுகிறார்[41]. செயல்பாடுகளுக்கு வசதியாகச் சங்கத்தை திருவனந்தபுரம், கொல்லம், கோட்டயம் என டிவிஷன்களாக ஆக்கியிருந்தனர். கோட்டயம், திருவல்லா ஆகியவை கோட்டயம் டிவிஷனின் வலிமையான மையங்களாக இருந்தன. அந்தக் காலகட்டத்தில் இவ்விடங்களில் மட்டுமே கிட்டத்தட்ட இருபது கிளைகள் செயல்பட்டன. கடந்த நூற்றாண்டின் முதல் காலாண்டில் இந்த இடங்களில் எளிய மக்கள் பாதுகாப்புச் சங்கத்தின் செயல்பாடுகள் செழுமையானதாக இருந்தன. சங்கத்தின் அதிகாரப்பூர்வ ஏடான 'ஸாதுஜன பரிபாலினி', சங்கனாசேரியில் இருந்து வெளியாகிக்கொண்டிருந்தது[42]. பத்திரிகையின் ஆசிரியராக இருந்த திருக்கொடித்தானம் செம்புதறா காளிச்சோதி குறுப்பன், கட்டத்தறப்பாப்பன், மேச்சேரித்தற பாப்பன், பிலாந்தறா பாப்பன், செருந்ந மைலன், மாந்தரக் குட்டி, பி.வாசுதேவன், வி.எம்.

பரமேஸ்வரன், பாலப்பறம்பில் பாப்பன், வலியதற பாப்பன் ஆகியோர் சங்கனாசேரியில் முக்கியச் செயற்பாட்டாளர்களாக இருந்தார்கள் என்று செந்தாரசேரி எழுதுகிறார்[43]. வெள்ளிக்கரை சோதியோடு கொம்பாடி அணிஞ்சன், தலக்கேரி கண்டன்காளி ஆகியோர் திருவல்லாவிலும், குறும்பன் தெய்வத்தான் ஆறன்முளையிலும், கோபாலதாசன் கொல்லத்திலும், திருவார்ப்பு டி.சி.குட்டன் கோட்டயத்திலும் எளிய மக்கள் பாதுகாப்புச் சங்கத்தின் நடவடிக்கைகளுக்குத் தலைமை தாங்கினர். ஒழுங்கும் கிரமமுமான செயல்பாடுகள், பொருளீட்டல் பண்புக்கூறு ஆகியவற்றின் பலனாக அநேகக் கிளைகளுக்குச் சொந்தமாக நிலம் வாங்கவும் அதில் கிளை அலுவலகங்களைக் கட்டியெழுப்பவும் முடிந்தது. சமுதாயப் பெண்கள் எடுத்து வைத்த 'பிடியரிசி'யைச் சேர்த்து வைத்து அதில் சம்பாதித்த பணமே பின்னாட்களில் சங்கக் கிளைகளின் சொத்துகளாகப் பரிமளித்தன. இதனை 'அரிவாளின் முனைவழியே வழிந்திறங்கிய செல்வம்' என்று வர்ணிக்கிறார் செந்தாரசேரி[44]. எஸ்.என்.டி.பி.யைத் தவிர்த்துப் பார்த்தால் அக்காலத்தில் திருவிதாங்கூரில் மிகவும் பெரிய சங்கமாக எளிய மக்கள் பாதுகாப்புச் சங்கம் விளங்கியது. சங்கத்தின் செயல்பாடுகளில் காரியசித்தி கூடியதைத் தொடர்ந்து எளிய மக்கள் பாதுகாப்புச் சங்கத்தின் ஒருபகுதியாக உச்ச அதிகாரம் கொண்ட சமுதாய நீதிமன்றமும் அதன் பணியைத் தொடங்கியது[45]. அப்போதைய அரசின் நீதிமன்றமும் நீதிபரிபாலனத்தின் ஒழுங்கற்ற முறைமையும் பராமரித்த பாகுபாட்டு அணுக்கம் மற்றும் இதுபோன்ற வழக்கு சார்ந்த காரியங்களைக் கையாளுவதில் பட்டியல் சமூக மக்களுக்கு இருந்த அறிவின்மை, அனுபவக்குறைவு ஆகியவற்றின் காரணமாகவே சமுதாய நீதிமன்றங்களை நிர்மாணித்தார் அய்யன்காளி[46]. இதன் தொடர்ச்சியாகச் சங்கக் கிளைகள் தோறும் கிளை நீதிமன்றங்கள் செயல்பாட்டுக்கு வந்தன. அய்யன்காளிதான் நீதிபதி. வெங்கானூரில் உள்ள சங்க அலுவலகக் கட்டடத்தில் சமுதாய நீதிமன்றம் இயங்கியது. நீதிமன்றத்தின் கடிதப் போக்குவரத்தை அய்யன்காளியின் சகோதரரான கேசவன் கவனித்தார். பிற்காலத்தில் 'கேசவன் ரைட்டர்' என்று அறியப்பட்ட கேசவன் மட்டுமல்லாது குஞ்சு கிருஷ்ணன் வக்கீல், சிந்நன் சிபாயி ஆகிய இருவரும் சமுதாய நீதிமன்றத்தில் பணியாற்றினர்[47]. அதன் செயல்பாடுகளைக் குறித்துக் கீழ்க்கண்டவாறு விவரிக்கிறார் செந்தாரசேரி[48].

"அரசு நீதிமன்றத்தின் சட்டங்கள், ஒழுங்குகள் ஆகியவற்றை இந்தச் சமுதாய நீதிமன்றம் பின்பற்றியது. நீதிபோதனை, ஊர் நியாயங்கள், சமூக

ரீதியிலான நியாயங்கள், பொதுச் சட்டங்கள் முதலியவற்றில் அறிவும் அனுபவமும் பெற்ற வழக்கறிஞர்கள் இந்நீதிமன்றத்தில் வாதாடியிருக்கின்றனர். தீர்ப்புகளும் உத்தரவுகளும் சங்கத்தின் கிளைகளுக்குச் சென்றுசேரும் வண்ணம், இதற்காகச் சேவகர்கள் நியமனம் செய்யப்பட்டனர். சட்டத்தை மீறுவோரைக் கைது செய்து நீதிமன்றத்தின் முன்பு ஆஜர்படுத்துவதற்காக வாரண்ட் சிப்பாய்களும், பெஞ்சு குமாஸ்தாக்களும் பணி செய்தார்கள். வழக்குகளின் விசாரணையைக் கேட்பதற்கு வாதிகள், பிரதிவாதிகள், பார்வையாளர்கள் மிகவும் அடக்கமாக நின்றிருந்தனர். இந்தச் சமுதாய நீதிமன்றம் ஒருபோதும் நீதி தவறி செயல்பட்டதே இல்லை. எப்புறமும் சாயாத தீர்ப்பின்படி குற்றவாளி தண்டனைக்கு உட்படுத்தப்பட்டார். சமுதாய கிளை நீதிமன்றங்களில் விதிக்கப்பட்ட தண்டனை மீதான மேல்முறையீட்டை விசாரிப்பதற்கும் இந்த நீதிமன்றத்திற்கு அதிகாரம் உண்டாகியிருந்தது. பிரதி சனிக்கிழமைகளில் சமுதாய நீதிமன்றம் கூடியது. சமுதாயத்திலிருந்து ஒதுக்கி வைத்தல் என்பதே மிகவும் பெரிய தண்டனையாக இருந்தது."

எளிய மக்கள் பாதுகாப்புச் சங்கத்தின் ஆண்டிறுதிக் கூட்டங்கள் வி.ஜே.டி. ஹாலில் நடத்தப்பட்டன[49]. இது ஜூபிளிஹால் கூட்டம் என்றறியப்பட்டது[50]. சங்கத்தின் அனைத்துக் கிளைகளில் இருந்தும் வெகு கொண்டாட்டத்துடன் பிரதிநிதிகள் ஆண்டிறுதிக் கூட்டங்களில் பங்கேற்றனர். பொதுவழிகளில் நடப்பதற்கான சுதந்திரம் இல்லாதிருந்த காரணத்தினால் அண்டை ஊர்களைச் சேர்ந்தவர்கள் குறுக்கு வழிகள் மூலமாகவே இக்கூட்டங்களுக்கு வந்துகொண்டிருந்தார்கள்[51]. இந்தச் சம்மேளனத்திற்கு அந்தந்தக் காலத்திய திவான்கள் தலைமை வகித்தனர். தலைமைச் செயலர் முதல், துறைத் தலைவர்கள் வரையில் உள்ள உயர் அதிகாரிகள் அனைவரும் கூட்டத்தில் பங்கெடுத்தனர். இறைவழிபாட்டுப் பாடலோடு கூட்டத்தின் நிகழ்ச்சிகள் தொடங்கும். சரசகவி மூலூர் எஸ்.பத்மநாப பணிக்கர் இயற்றிய புலய விருத்தப் பாடல்களே இறைவணக்கப் பாடல்களாகப் பாடப்பட்டன[52]. அனைத்துக் கூட்டங்களிலும் மூலூர் பங்கெடுத்திருந்தார். பாடலை இனிய, கனிந்த குரலில் குறும்பன் தெய்வத்தான் பாடுவார். சில நேரங்களில் புலயர் ஜாதி மாணவர்களும் பாடுவர். 1914ஆம் ஆண்டு கூடிய கூட்டத்தில் மூலூரின் புலவிருத்தத்தைப் பாடிய சிறுவனே பின்னாளில் புகழ்பெற்றவராக மாறிய டி.டி.கேசவன் சாஸ்திரியாவார். கூட்டத்தில் பங்கெடுக்க வந்திருந்த சான்றோர்களுக்கும் சங்கத்தின் உறுப்பினர்களுக்கும் வந்தனம் வைத்து

வரவேற்புரை நிகழ்த்துவார் அய்யன்காளி. வரவேற்புரை என்பதையும் தாண்டி நீளுகின்ற உரையில், கவனிக்கப்படத்தக்க ஏராளமான சமுதாயப் பிரச்சினைகளை உள்ளடக்க அவர் மறந்ததில்லை. சங்க உறுப்பினர்களான ஏராளமான பெண்களும் கூட்டத்தில் பங்குபெற்றனர். 1915ஆம் ஆண்டில் (மலையாள கொல்ல வர்ஷம் 1090, குபம் 10) நடைபெற்றக் கூட்டத்தில் திவான் கிருஷ்ணன் நாயர் தலைமையில் புலயர் சங்கக் கூட்டம் மிகச்சிறப்பான விதத்தில் நடைபெற்றது என்றும் பாச்சி என்ற புலயர் உரை வாசித்தார் என்றும் மூலூர் எஸ்.பத்மநாப பணிக்கரின் நாட்குறிப்பில் குறிப்பிடப்பட்டுள்ளது[53]. எல்லா ஆண்டிறுதிக் கூட்டங்களுக்கும் மூலூரைக் கொண்டு புலவிருத்தமோ, வஞ்சிப்பாட்டோ (படகோட்டிப் பாடும் பாட்டு) எழுத வைத்து, அதைக் கூட்டத்தில் பாடுவார் குறும்பன் தெய்வத்தான். 1924ஆம் ஆண்டு (கொல்ல வர்ஷம் 1099, குபம் 19) நடத்தப்பட்டக் கூட்டத்தில் தெய்வத்தான் பாடிய புலவிருத்தத்தை எழுதியவர் மகாகவி உள்ளூர் எஸ்.பரமேஸ்வரய்யர்.

எளிய மக்கள் பாதுகாப்புச் சங்கம் 1907இல் நிர்மாணிக்கப்பட்டது என்பதே அய்யன்காளியைப் பற்றி எழுதிய பெரும்பான்மையான எழுத்தாளர்களின் அபிப்பிராயமாக உள்ளது[54]. என்றாலும் சங்கம் உருவாக்கப்பட்டது 1904-1905 காலகட்டத்தில் என்று சில எழுத்தாளர்கள் கருதுகின்றனர்[55]. சங்க உருவாக்கம் கொல்ல வர்ஷம் 1080இல் என்று அய்யன்காளியின் பேரனான வெங்கானூர் சுரேந்திரன் 1974இல் திருத்தி வெளியிட்ட ஶ்ரீ அய்யன்காளி நினைவு ஆண்டு மலரில் குறிப்பிடப்பட்டுள்ளது. அதாவது, 1904ஆம் ஆண்டு ஆகஸ்டுக்கும் 1905ஆம் ஆண்டு ஆகஸ்டுக்கும் இடைப்பட்ட காலம் என்று செறாயி ராமதாஸ் எழுதுகிறார்[56]. வெங்கானூர் சுரேந்திரன் எழுதிய புத்தகத்தின் 18, 26 ஆகிய பக்கங்களில் இந்த விவரங்கள் உள்ளன என்றும் ஆங்கில ஆண்டு கணக்குபடி 1904 ஆகஸ்ட் 16ஆம்தேதி முதல் 1905 ஆகஸ்ட் 15ஆம்தேதி வரையுள்ள காலம்தான் கொல்ல வர்ஷம் 1080க்குச் சரியாய்ப் பொருந்திப் போகிறதென அதன் தொடர்ச்சியாக எழுதுகிறார்[57]. என்றாலும் எஸ்.என்.டி.பி. கூட்டத்தின் பொன்விழா ஆண்டு மலரின் 3ஆம்பக்கத்தில் எஸ்.என்.டி.பி., அமைப்பு உருவாக்கப்பட்டதற்கு நான்கு ஆண்டுகள் கழித்து திரு.அய்யன்காளி, எளிய மக்கள் பாதுகாப்புச் சங்கத்தைத் தோற்றுவித்தார் என்று டி.டி.கேசவன் சாஸ்திரி கருதுகிறார் என அய்யன்காளியின் மற்றொரு பேரனான டி.கே. அனியன் எழுதுகிறார்[58]. வரலாற்றில் தேதிகளுக்கும் ஆண்டுகளுக்கும்

அவற்றிற்கான முக்கியத்துவம் உண்டு. கூடுதலாக, உண்மையான ஆவணங்களைக் கண்டுபிடித்துச் சரித்திர சம்பவங்களின் கால ஒழுங்கை உறுதிப்படுத்த வேண்டியது அவசியமாகும். இப்போதும் அதுபோன்று பலதரப்பட்ட அபிப்பிராயங்கள் ஒருமைக்குள்ளாகாமல் வேறுபட்டு நிலைத்துவிட்டாலும்கூட, அய்யன்காளியின் வாழ்வுக்கும் செயல்களுக்குமான வரலாற்றுப்பூர்வமான, சமூகப்பூர்வமான தொடர்புக்கு ஒருகுறைவும் ஏற்படுவதில்லை. இந்தச் சமகால உலகம் சரித்திர சம்பவங்களின் கால ஒழுங்கோடு உயர்த்திப் பிடிக்கின்ற மதிப்பீடுகளையும், அது உருவாக்கிய மெல்லிய எதிரொலிப்புகளையும் கவனமாகக் கண்ணோக்குவது நம் கடமையாகும்.

குறிப்புகள் :

1. பதினான்கு, பதினைந்து, பதினாறாம் நூற்றாண்டுகளில் கலை, இலக்கியத் தளங்களில் ஐரோப்பாவை மையப்படுத்தி உண்டான எழுச்சியையும் மீட்டெடுத்தலையும்தான் மறுமலர்ச்சி என்ற வார்த்தையில் பொருள்படுத்துகிறோம். மறுமலர்ச்சி என்ற வார்த்தை அனைத்துத் தளங்களோடும் தொடர்புடைய ஒன்றாகும். என்றாலும் இந்திய - கேரளத்துச் சூழல்களில், முக்கியமாகச் சமூகத் தளங்களில் உண்டான மாற்றங்களைச் சுட்டிக்காட்டியே அந்த வார்த்தைப் பயன்படுத்தப்படுகிறது. உலகச் சூழல்களிலும் இந்தியச் சூழல்களிலும் மறுமலர்ச்சி என்று அறியப்படுகிற காலத்திற்கும் அதை நிர்ணயித்த காரணிகளுக்கும் வித்தியாசங்கள் உண்டு; ஒற்றுமைகளும் உண்டு. அதுபோன்ற ஒற்றுமைகளின் சுவடுகளைப் பின்பற்றியே 1850 - 1900இடையிலான காலகட்டத்தை இந்தியாவின் மறுமலர்ச்சிக் காலமாகக் கருதுகிறோம். பத்தொன்பதாம் நூற்றாண்டின் இறுதி தொடங்கி இருபதாம் நூற்றாண்டின் இறுதியில் முடிகின்ற காலகட்டத்தைக் கேரளத்தின் மறுமலர்ச்சிக்கான காலமாக மதிப்பீடு செய்கிறோம். ஜாதி, மத கட்டுமானத்தின் ஆதிக்கத்தால் நிலைநின்றிருந்த பல்வேறு இழிவான வழக்கங்கள் மற்றும் அழிப்புச் செயல்களை எதிர்த்துக்கொண்டும் ஒழுங்குமுறைக்கு உட்படுத்திக்கொண்டும் சமூகச் சீர்திருத்தவாதிகளும் இயக்கங்களும் மக்களின் மிக முக்கியமான ஜனநாயக உரிமைகளுக்காகக் களத்திற்கு வந்த காலகட்டம் இது. நவீனப்படுத்தப்பட்ட அதிகாரங்களின் மீதான சுதந்திரமான வாஞ்சை, ஒருவரின் சொந்த தனித்தன்மைக்கான

உணர்வு ஆகியவை மறுமலர்ச்சியின் உள் ஊக்கிகளாக இருந்தபோது அதை வெளியே இருந்து நிர்ணயித்த முக்கிய காரணி, காலனியமாக இருந்தது.

2. கே.என்.கணேஷ், 'கேரளத்தின்டெ இந்நலெகள்', பக்கம் 197.

3. கி.பி.1800ஆம் ஆண்டு முதலாகவே நெய்யாற்றின்கரை தாலுகாவில் ஈழவர், நாடார் ஜாதிகளைச் சேர்ந்தவர்கள் கத்தோலிக்க மதத்தைத் தழுவிக்கொண்டார்கள். புனலூர், கொல்லம் பகுதிகளின் சில இடங்களில் ஈழவர்கள் புரொட்டஸ்டண்ட் (சீர்திருத்த கிறிஸ்தவப் பிரிவு) பிரிவுக்கும் மாறினார்கள். (வி.தங்கய்யா, டாக்டர்.பி.கே.திலக், பக்கம் 24). 1806ஆம் ஆண்டு இலண்டன் மிஷன் சொசைட்டியைச் சேர்ந்த (எல்.எம்.எஸ்.) முதல் மிஷனரியான ரிங்கல் டோபை (1770-1816), அகஸ்தீஸ்வரத்தின் மைலாடியில் தேவாலயத்தையும் ஆங்கிலப் பள்ளிக்கூடம் ஒன்றையும் கட்டினார். அதன் மூலம் சொசைட்டியின் தலைமையிடத்தை நிலைப்படுத்தச் செய்து மதமாற்றத்தை விரிவுபடுத்தினார். மார்புகளை மறைத்துக்கொள்ளும் உரிமைக்காக நடத்தப்பட்ட 'சாணார் கலகம்' ஓர் எல்லைவரை மிஷனரி செயல்பாட்டின் பூரணமான பலனாக இருந்தது.

4. டாக்டர்.கே.கே.இந்திரா, 'கவிதயும் சாமூஹிய பரிவர்த்தனவும்', பக்கங்கள் 18, 19).

5. கண்ணியமான முறையில் உடை உடுத்துவதற்கான, நாடார் பெண்களின் உரிமைக்காக மிஷனரிமார்கள் தீர்க்கமான நிலைப்பாட்டை எடுத்தார்களாம். ஆனால், புலயர் ஜாதிப் பெண்களின் இதே உரிமைக்காக அவர்கள் ஒன்றுமே செய்யவில்லை என்கிறார் டி.எம்.யேசுதாசன். ('பலியாடுகளுடெ வம்சாவளி', பக்கம் 22). அத்துடன் புலயர் பெண்களின் உடையணியும் சுதந்திரத்திற்காகப் பல பத்தாண்டுகள் காத்திருப்பும் அய்யன்காளியின் தலைமைத்துவமும் தேவையாக இருந்தன என்றும் எழுதுகிறார் யேசுதாசன்.

6. சான்றோர் அல்லது நாடார் என்றழைக்கப்படுகிற ஜாதியினரை, பழைய திருவிதாங்கூரில் உள்ள ஜாதி இந்துக்கள் சாணார் என்று அழைத்தார்கள். (வி.தங்கய்யா, பக்கம் 22). நாடார் என்ற சொல் தமிழ் இலக்கியப் புத்தகங்களில் 'சான்றோர்' என்று

பயன்படுத்தப்பட்டுள்ளது என்கிறார் வி.தங்கய்யா (பக்கம் 21). 1926இல் மதராசி சர்க்கார் அல்லது சென்னை மாகாண அரசு, சாணார் என்ற ஜாதிப்பெயரை நாடார் என்று மாற்றி அரசாணை பிறப்பித்தது. (அபிமன்யூ, பக்கம் 38).

7. வி.தங்கய்யா, டாக்டர் பி.கே.திலக், 'தெக்கன் திருவிதாங்கூர்: வில்பவத்தின்டெ நாடு', பக்கம் 24.

8. பழைய திருவிதாங்கூருக்கு உட்பட்ட நெய்யாற்றின்கரை, விளம்கோடு, கல்குளம், அகஸ்தீஸ்வரம், தோவாளை தாலுகாக்களிலும் மெட்ராஸ் பிரஸிடென்சிக்கு உட்பட்டிருந்த திருநெல்வேலி மாவட்டத்தில் சில பகுதிகளிலும் வாழ்ந்துவந்த, கிறிஸ்தவ மதத்தை ஏற்றுக்கொண்ட நாடார் சமுதாய மக்களின் தலைமையில் சாணார் கலகம் தொடங்கியது. தோல்சீலை போராட்டம், மார்பு மறைக்கும் போராட்டம் என்ற பெயர்களில் சாணார் கலகம் அறியப்பட்டது. இந்தக் கலகம் தொடங்கிய ஆண்டு 1822. சமூக விலக்குகளை மீறும் உரிமைப்போராட்டங்களும் ஒடுக்குமுறைகளும் ஏறக்குறைய நீண்டகாலம் நீடித்தன. கடைசியில் 1859ஆம் ஆண்டில் மதம் மாறிய நாடார் மற்றும் ஈழவப் பெண்களுக்கு மேலாடை அணிய அனுமதியளித்து உத்தரவு பிறப்பிக்கப்பட்டது. ஆனால் அதோடு முற்றுப்பெறாத நாடார்கள் போராட்டம், சமூக நீதிக்காகவும் சுயமரியாதைக்காகவும் தொடர்ந்து நடந்தது. 1916இல் நாடார் - மறவர் கலகம், 1923இல் குமரம்கோயில் அக்னிக்காவடி கலகம், 1942இல் பல்லக்குப் பவனி கேஸ் உள்ளிட்டவற்றை இதற்கு உதாரணங்களாகக் கூறலாம். மேலதிக விவரங்களுக்கு என்.கே.ஜோஸ் எழுதிய 'சாணார் கலகம்' என்ற புத்தகத்தையும் வி.தங்கய்யா, டாக்டர்.பி.கே.திலக் (பக்கங்கள் 21-27), ஜோய் ஞானதாசன் (பக்கங்கள் 76-91) ஆகியோரின் புத்தகங்களையும் படித்தறிக.

9. கே.என்.கணேஷ், பக்கம் 202.

10. டி.எம்.யேசுதாசன், 'கறுத்த தெய்வங்ஙளும் நக்னசத்யங்ஙளும்', பக்கம் 172.

11. 1828இல் தெற்குத் திருவிதாங்கூரில் ஊழிய வேலை முறைக்கு எதிராக சாணார் சமுதாயம் எதிர்ப்புத் தெரிவிக்கத் தொடங்கியிருந்தது.

12. ராபின் ஜெஃப்ரி, 'நாயர் மேதாவிதத்தின்டெ பதனம்', பக்கம் 49.

13. வி.தங்கய்யா, டாக்டர். பி.கே.திலக், பக்கம் 21.

14. திருவிதாங்கூரின் ஒரு பகுதியாக இருந்த கன்னியாகுமரி ஜில்லாவில் பூவண்டன் தோப்பு என்ற இடத்தில் பிறந்து வளர்ந்த நாடார் சமுதாயத்தைச் சேர்ந்த முத்துக்குட்டிதான், கேரளத்தின் மறுமலர்ச்சி சரித்திரத்தில் பின்னாளில் முதல் பெயர் கொண்ட நபராக மாறிய சாமித்தோப்பு வைகுண்ட சுவாமிகள். (1809-1851). இவரது தாய் வெயிலாளம்மா, தந்தை பொன்னு நாடார். நல்வழி, மூதுரை, திருக்குறளோடு சேர்த்துச் சிறுவயதில் பைபிளையும் வாசித்தறிந்தார். பனையேறி, பாளை சீவி வருமானம் உண்டாக்கி, ஏழ்மையில் இருந்த மக்களுக்கு உதவினார். 24ஆம் வயதில் திருச்செந்தூர் யாத்திரையையும் தியானத்தையும் நிறைவுசெய்துவிட்டு வந்து 'வைகுண்ட சுவாமிகள்' என்ற பெயரை வைத்துக்கொண்டார். பட்டியல் ஜாதிகளைச் சேர்ந்த மக்களின் மீட்பே தன் வாழ்நாள் லட்சியம் என்று அறிவித்துக்கொண்டு மனித சமத்துவ உரிமைகளுக்காகச் சமூகப் பரிணாம வளர்ச்சிக்கான எதிர் நடவடிக்கைகளுக்குத் தொடக்கப் புள்ளி வைத்தார். 'சட்டத்தை' மீறி பெண்கள் மாராப்புச்சீலை அணியும் போராட்டத்திற்கான நெடுந்தூணாக மாறினார். தீண்டாமையின் கீழ்மை வழக்கங்களைப் புரட்டிப்போட்டு, கோனார்கள், பறையர், புலயர், நாவிதர்கள், நாடார்கள் உள்ளடக்கிய பலதரப்பட்ட ஜாதியினரை ஒன்றுதிரட்டி சுசீந்திரம் சிவன் கோயில் தேரோட்டத்தில் பங்கெடுத்து, தேரின் வடம் பிடித்தார். இதையடுத்து அவரைக் கைது செய்து மணக்காடு அருகேயுள்ள சிங்காரத்தோப்பில் கட்டப்பட்டிருந்த சிறையில் அடைத்து கொடுஞ்சித்ரவதைக்கு ஆட்படுத்தியது மன்னர் ஆட்சிபீடம். ஆனால், தன்னுடைய தனித்துவம் மிக்க முழுமையான ஆன்மபலத்தைப் பயன்படுத்தி அவற்றை எதிர்கொண்டார். அவரது அபிமானிகளின் தொடர்ச்சியான சந்திப்பு, அதனால் உண்டான நெருக்கடிகள் ஆகியவை காரணமாக வைகுண்ட சுவாமிகளை விடுதலை செய்ய வேண்டிய சூழல் ஏற்பட்டது. நாற்பத்திரண்டாம் வயதில் அவர் மரணமடைந்தார். 1994ஆம் ஆண்டு முதல், வைகுண்டசுவாமிகளின் பிறந்தநாளான மார்ச் 26ஆம்தேதி கன்னியாகுமரி மாவட்டத்திற்கு உள்ளூர் விடுமுறை நாளாக அறிவிக்கப்பட்டது. கூடுதல் விவரங்களுக்குத் தளியில்

லக்ஷ்மணன் (1993), சதீஸ் கீராடக்குழி (2013), வி.தங்கய்யா, டாக்டர் பி.கே.திலக் (பக்கங்கள் 45-50), செறாயி ராமதாஸ் (பக்கங்கள் 216-221), வேலாயுதன் பணிக்கசேரி (2013: 13-21) ஆகியோரின் புத்தகங்களைக் காண்க.

15. தளியில் லக்ஷ்மணன், 'பிரம்ம ஸ்ரீ வைகுண்ட சுவாமிகள் ஒரு சாமூஹிய வில்பவக்காரி', பக்கங்கள் 5 - 6.

16. வி.தங்கய்யா, டாக்டர் பி.கே.திலக், பக்கம் 45.

17. செறாயி ராமதாஸ், 'அய்யன்காளிக்கு ஆதரத்தோடெ', பக்கம் 218.

18. அதே புத்தகம், அதே பக்கம்.

19. சமஸ்கிருதத்திலும் தமிழிலும் மெத்த புலமையும் ஆழமான ஆங்கில அறிவும் கொண்டிருந்த ஒரு சன்னியாசி அய்யாவு சுவாமிகள் (1817-1909). திருவிதாங்கூர் மகாராஜாவுக்கு வேண்டப்பட்டவராக இருந்த சுவாமிகள், அரசினர் விருந்தினர் மாளிகையின் கண்காணிப்பாளராக இருந்தார்; தைக்காட்டில் வசித்துவந்தார். இவரது இயற்பெயர் சுப்பராயன். சட்டம்பி சுவாமிகள், நாராயண குரு ஆகியோர் இவருக்குச் சீடர்களாக இருந்தார்கள். மேலதிக விவரங்களுக்கு ச.கெ.சுகதனின் 'தைக்காடு அய்யாகுரு' என்ற புத்தகத்தையும் வேலாயுதன் பணிக்கசேரியின் (2013: 22-27) புத்தகத்தையும் படிக்க.

20. மனிதர்களைப் பொன்னாக மாற்றுகின்ற ரசவாதக் கோட்பாட்டைக் கண்டுபிடித்த ஞானியாகவும், சட்டம்பி, நாணு என்ற பெயர்களைக் கொண்ட இரண்டு சீடர்களின் குருவாகவும் அய்யாவு சுவாமிகளை மலையாளக் கதையில் (ரசவித்யாயுடெ சரித்ரம்) எஸ்.ஹரீஸ் அறிமுகப்படுத்தியதையும் நினைவில் கொள்க.

21. குந்நுகுழி எஸ்.மணி, பி.எஸ்.அனிருத்தன், பக்கங்கள் 53 - 54.

22. ஆர்.அனிருத்தன், பக்கம் 58.

23. டி.எச்.பி.செந்தாரசேரி, 'அய்யன்காளி', பக்கம் 30.

24. அதே புத்தகம் அதே பக்கம். (அய்யாவு சுவாமிகளின் மகனின் நாட்குறிப்பிலிருந்து இந்த விவரம் கிடைக்கப்பெற்றதாக செந்தாரசேரி சுட்டிக்காட்டுகிறார்)

25. ஆர்.அனிருத்தன், பக்கங்கள் 63 - 64.

26. சதானந்த சுவாமிகள், கொச்சியில் உள்ள சிட்டூர் தாலுகாவில் ஒரு நாயர் குடும்பத்தில் பிறந்தார். தத்தமங்கலத்து புத்தன் வீட்டில் ராமநாதன் என்பது இவரது இயற்பெயர். சமஸ்கிருதப் பண்டிதராக இருந்தார் என்றாலும் தமிழ் சொற்பொழிவாற்றல் மூலம் அதிகப் பிரபலத்தை அடைந்தார். இந்து மதத்தில் நடைமுறையில் இருந்த மோசமான வழக்கங்களுக்கு எதிராகக் களமாடியதோடு மதத்தை உயிர்ப்பிக்கும் முயற்சிகளையும் செய்தார். பிரசங்க சாதுரியம், வேதாந்த அறிவு, மதச்சீர்திருத்த வாதங்கள், பட்டியல் சமூக மக்கள் மீதான அனுதாபம் ஆகியவற்றின் மூலமாக இவர் பல்வேறு சமூகப் பிரிவினரால் ஏற்றுக்கொள்ளப்படத்தக்கவரானார். இவர், பிரம்மனிஷ்டா மடத்தின் நிறுவனருமாவார். கொட்டாரக்கரையை அடுத்துள்ள சதானந்தபுரத்தில் தனது ஆசிரமத்தை நிறுவினார்.

27. செந்தாரசேரி, பக்கம் 25.

28. ஆர்.அனிருத்தன், பக்கம் 64.

29. அய்யன்காளியின் உடன்பிறந்த சகோதரியின் மகன் தாமஸ் வாத்தியார். கிறிஸ்தவ மதத்தை ஏற்றுக்கொண்டு கல்வியறிவு பெற்றார். மிஷன் பள்ளியில் ஆசிரியராகப் பணியாற்றினார். அந்தப் பணியை உதறிவிட்டு அய்யன்காளியுடன் இணைந்து சமூகச் செயற்பாட்டாளரானார். இவர் மலையாள மொழியில் சாமர்த்தியம் நிரம்பிய வாத்தியாராவார். அரசு உத்தரவுகளை நகல் எடுத்து, அவற்றைப் பாதுகாத்து, சங்கத்திற்காக விண்ணப்பங்களைத் தயார் செய்யும் பணியிலும் அலுவலாக இருந்தார். அய்யன்காளியின் ஆலோசகராகவும் செயலாளராகவும் இருந்தார் என்று குறிப்பிடுகிறார் செந்தாரசேரி (பக்கம் 120).

30. அபிமன்யு, பக்கம் 80.

31. திருவிதாங்கூரில் புழக்கத்தில் இருந்த நாணயத்தின் பெயர் சக்ரம். 16 காசு = 1 சக்ரம், 4 சக்ரம் = 1 பணம், 7 பணம் = 1 சர்க்கார் ரூபா (ஶ்ரீகண்டேஸ்வரத்தின்டெ சப்ததாராவலி, பக்கம் 803).

32. குந்நுகுழி எஸ்.மணி, பி.எஸ்.அனிருத்தன், பக்கம் 57.

33. செந்தாரசேரி, பக்கம் 30.

34. மாது மேனேஜர், நாராயணன் மேனேஜர், பாச்சன் மேனேஜர், பப்பு மேனேஜர், காளி மேனேஜர், குஞ்ஞன் மேனேஜர், செல்லப்பன் மேனேஜர், பொன்னு மேனேஜர், பரமு மேனேஜர் உள்ளிட்டோர் இவர்களில் சிலராக இருந்தார்கள் என்று செந்தாரசேரி குறிப்பிடுகிறார். (பக்கம் 125).

35. செந்தாரசேரி, (பக்கம் 123), அபிமன்யூ (பக்கம் 160), குந்நுகுழி எஸ்.மணி, பி.எஸ்.அனிருத்தன் (பக்கம் 60) ஆகியோரின் புத்தகங்களில் இந்தப் பாடலின் சிறு பகுதிகள் சேர்க்கப்பட்டுள்ளன.

36. செந்தாரசேரி, பக்கம் 121.

37. பத்தனம்திட்டா மாவட்டம் வெள்ளிக்கரை பகுதியைச் சேர்ந்த புள்ளோலில் என்ற புலயர் குடும்பத்தில் வெள்ளிக்கரை சோதி பிறந்தார் (1878-1927). ஜாதியப் பாகுபாடுகளைத் தொடர்ந்து கிறிஸ்தவ மதத்திற்கு மாறி மத்தாயி என்று தனது பெயரை மாற்றிக்கொண்டார். பிற்காலத்தில் மத்தாயி ஆசான் என்ற பெயரில் திருவல்லாவில் சர்ச் மிஷன் சொசைட்டியின் பிரசங்கியாக அறியப்பட்டார். வெறும் சுவிசேஷ பணியால் மட்டுமே தீண்டாமை மாறிவிடாது என்பதை உணர்ந்து, அய்யன்காளியின் இயக்கத்தில் இணைந்து செயல்பட்டார். அதைத் தொடர்ந்து வெள்ளிக்கரை சோதி என்ற பெயர் இவருக்கு நிலைத்தது. 1914ஆம் ஆண்டு ஸ்ரீமூலம் மக்கள்சபையில் அங்கமானார். புல்லாடு பள்ளிக்கூடத்திற்குள் புலயர் ஜாதி மாணவர்கள் செல்வதற்கான உரிமையைப் பெற்றுக்கொடுத்த சங்கத்தின் தலைவர்களில் பிரதானமானவர்.

38. குந்நுகுழி எஸ்.மணி, பி.எஸ்.அனிருத்தன், பக்கம் 57.

39. இடையாறன்முளையில் குரவய்க்கல் சாக்கோளயில் குறும்பன் - தெற்கேதில்பரம்பில் நாணி தம்பதியின் மகனாகப் பிறந்தார் குறும்பன் தெய்வத்தான் (1880-1927). பல கிலோ மீட்டர் தூரம் கால்கடுக்க நடந்து சென்று, கால்வாய்களை நீந்திக்கடந்து, இரவில் ஆறன்முளையில் கொச்சுகுஞ்சு ஆசானின் உறைவிடப் பள்ளிக்கூடத்தை அடைந்து, ரகசியமாகக் கல்வி கற்றவர். படிப்போடு விவசாயத்திலும் காளை வியாபாரத்திலும் தீவிரம் காட்டினார். இடையாறன்முளையில்

மேலேப்பரம்பில் சாத்தனின் மகளான தெய்வத்தாளை மணம் முடித்தார். நான்கு குழந்தைகள் பிறந்தன என்றாலும் இரண்டு பேர் அகால மரணமடைந்தனர். பணப்பயிர்த் தோட்டங்களில் கணக்கு எழுதுபவராகவும் மேற்பார்வையாளராகவும் நீண்ட காலம் வேலை செய்தார். வெள்ளிக்கரை சோதியுடன் இணைந்து மத்திய திருவிதாங்கூரில் எளிய மக்கள் இயக்கத்தை வலுப்படுத்தினார். ஜமீன் கோட்டைகளின் மண் சுவர்களில் "எஜமானுக்கு வேலை செய்தால் கூலி தரமாட்டார்கள்; அவர்கள் ஐந்து மரக்கால் எனத் தந்தால் மூன்று மரக்காலே இருக்கும். ஆதலால், வேலையை நிறுத்துங்கள்" என்று எழுதி பட்டியல் மக்களின் மன எழுச்சியை ஜுவாலிக்கச் செய்தார். திருவனந்தபுரத்திற்குச் சென்று அய்யன்காளியைச் சந்தித்து அவரின் முக்கியக் கூட்டாளியாக மாறினார். எழுதுவதிலும் வாசிப்பதிலும் சொற்பொழிவாற்றுவதிலும் பாடுவதிலும் நிபுணரான தெய்வத்தான், அய்யன்காளி ஆகியோர், இயக்கத்தின் முதன்மையான பங்காளிகளாக மாறினர். தெய்வத்தானின் ஆசானுக்குச் சமமானவராக இருந்த சரசகவி மூலூர் எஸ்.பத்மநாப பணிக்கர், தெய்வத்தானின் நலம் விரும்பியாகத் திகழ்ந்தார். தன்னுடைய மனக்கிடக்கைகளின் சாத்தியமாக்கல் வழியாக தெய்வத்தானை கண்டிருந்தார் மூலூர். ஆலாபனை மனோபாவத்தில் தெய்வத்தானைப் புகழ்ந்து கவிதைகளையும் எழுதியிருக்கிறார் மூலூர் பத்மநாப பணிக்கர். துரதிருஷ்டவசமாக 1917ஆம் ஆண்டு அய்யன்காளியுடன் ஏற்பட்ட கருத்து வேறுபாடு காரணமாக 'இந்து புலய சமாஜம்' என்ற அமைப்பை உருவாக்கினார் தெய்வத்தான். பிறகு அதை 'மத்திய திருவிதாங்கூர் புலய சமாஜ'மாக விரிவாக்கம் செய்தார். 1915ஆம் ஆண்டில் ஸ்ரீமூலம் மக்கள்சபையில் உறுப்பினரானார். இதே ஆண்டில் தன்னுடைய சமுதாயத்தைச் சேர்ந்த இளவட்டங்களின் உடல் வலிமையைக் காட்டி ஆறன்முளை கொட்டாரம் பள்ளியில் பன்னிரண்டு ஏழைக் குழந்தைகளைச் சேர்த்தார். பட்டியல் மக்களைத் திரட்டி 1924ஆம் ஆண்டு செங்கனூர் சிவாலயத்தில் தந்திரமாக உள்ளே புகுந்து பாகுபாடுகளுக்கு எதிராக நின்றார். தன்னுடைய நாற்பத்து ஏழாம் வயதில் தெய்வத்தான் மரணமடைந்தார். தெய்வத்தானின் மரணத்தைத் தொடர்ந்து இப்படியாக எழுதினார் மூலூர்:

"சோம்பலை தூரம் நிறுத்தினார் - இந்து

புலய சமாஜ பூரணக்காரியதரிசி...

சோபித்து இலங்கிய தெய்வத்தான்...

புலயர் குலத்தின் சிம்னி விளக்கு!

கூடுதலான விவரங்களுக்கு பாபு தாமஸின் (2005) 'நவோல்தனத்தின்டெ சூரிய தேஜஸ்' என்ற தெய்வத்தானின் வாழ்க்கைச் சரிதை புத்தகத்தையும், பி.கோவிந்த பிள்ளையின் புத்தகத்தையும் (பக்கங்கள் 110-129), மூலூர் எஸ்.பத்மநாப பணிக்கர் எழுதிய 'புலவிருத்தம்' என்ற கவிதைத் தொகுப்பையும் படிக்க. புல விருத்தத்தில் சேர்க்கப்பட்டுள்ள மூலூரின் நாட்குறிப்புகளில், டி.டி.கேசவன் சாஸ்திரி 1930ஆம் ஆண்டு மகாகவி உள்ளூர் அவர்களின் முன்னுரையோடு தெய்வத்தானின் வாழ்க்கை வரலாற்றை எழுதி வெளியிட்டதாகச் சான்றுபடுத்தியுள்ளார்.

40. பி.கோவிந்தபிள்ளை, பக்கம் 18.

41. தலித் பந்து, பக்கம் 130.

42. 1913ஆம் ஆண்டு'ஸாதுஜன பரிபாலினி' ஏடு வெளியாகத் தொடங்கியது என்று அபிமன்யூ (பக்கம் 158) எழுதுகிறார். சங்கனாசேரி சுதர்சன் அச்சகத்தில் பத்திரிகை அச்சடிக்கப்பட்டது. சேம்புதறா சி.பாப்பன், எம்.கோபாலன் நாயர் உள்ளிட்டோர் அந்த ஏட்டில் வழக்கமாக எழுதிவந்துள்ளனர்.

43. டி.எச்.பி.செந்தாரசேரி, பக்கம் 126.

44. டி.எச்.பி.செந்தாரசேரி, பக்கம் 127.

45. குந்நுகுழி எஸ்.மணி, பி.எஸ்.அனிருத்தன், பக்கம் 57.

46. அந்தக் காலத்தில் எந்தவொரு சமுதாய அமைப்புக்கும் இதுபோன்றதொரு நீதிமன்றம் இருக்கவில்லை என்றும், ஒரு சமுதாயக் கட்டமைப்புக்குக் கீழ் அதன் நீதிமன்றம் செயல்பட்டது இந்தியாவிலேயே இதுவே முதன்முறை என்று குந்நுகுழி எஸ்.மணி, பி.எஸ்.அனிருத்தன் ஆகியோர் குறிப்பிடுகின்றனர். (பக்கம் 58). இது பொருத்தமான கூற்றுதான் என்றாலும்கூட சமுதாயத்திற்குள் உண்டான

தர்க்கங்களுக்குத் தீர்வுகண்ட மேடையாக மட்டுமே அதைக் கண்ணுற முடியும். நீதிமன்றம் என்ற பெயரை இணைத்துக்கொண்டாலும்கூட உண்மையான நீதிமன்றத்திற்கான அதிகாரங்கள் அதற்கு இருக்க முடியாதல்லவா! அதுமட்டுமல்லாமல் தலித் மக்கள் தங்களுக்குள் எழும் தர்க்கங்களை ஜாதி இந்துக்களின் நீதிமன்றங்கள் வரை கொண்டுசெல்லாமல் சமுதாய நீதிமன்றத்தின் வாயிலாகவே தீர்வு கண்டுகொள்வது, ஜாதி இந்துக்களுக்கு விருப்பமான காரியமாகவே இருந்திருக்க வேண்டும். அதனால்தானே பட்டியல் மக்களுக்காகப் பிளாம்மூடு நீதிமன்றங்களை அவர்கள் நடத்திவந்தனர். (டி.எம். மாத்யூஸ் பக்கங்கள் 162-164 வரை காண்க). ஒரு நிகர்நிலை நீதிமன்றம் என்ற மட்டில் சமுதாய நீதிமன்றத்தைப் புனைவுப் போக்குக்குள் அடைப்பதில் பாதகங்கள் உண்டு.

47. குந்நுகுழி எஸ்.மணி, பி.எஸ்.அனிருத்தன், பக்கம் 58.

48. டி.எச்.பி.செந்தாரசேரி, பக்கம் 119 - 120.

49. விக்டோரியா டவுன்ஹால், இங்குதான் ஸ்ரீமூலம் மக்கள்சபை கூடியது.

50. டி.எச்.பி.செந்தாரசேரி, ஜூபிலி கூட்டம் (பக்கம் 122) என்றும் பயன்படுத்துகிறார்.

51. டி.எச்.பி.செந்தாரசேரி, பக்கம் 122.

52. கவிஞராகவும் சமூகச் சீர்திருத்தக் கர்த்தாவுமாக இருந்த மூலூர் எஸ்.பத்மநாப பணிக்கர் (1869-1931), பத்தனம்திட்டா ஆறான்முளை அடுத்துள்ள இளவந்திட்டையில் பிறந்தார். ஜாதிய வேறுபாடுகளுக்கு எதிராக; தீழ்ப்பான வழக்கங்களுக்கு எதிராக எழுதியும் செயலாற்றியும் வந்தார். ஸ்ரீ நாராயணா இயக்கத்தின் செயற்பாட்டாளராகவும் ஸ்ரீமூலம் மக்கள்சபையின் அங்கமாகவும் இருந்தார். தீண்டாமையைப் பூண்டோடு அழிப்பதற்கான முயற்சியின் ஒருபகுதியாக மூலூர் படைத்த கவிதைகள், 'புலவிருத்தம்' என்ற பெயரில் தொகுக்கப்பட்டன. புலய சமாஜங்களிலும் மக்கள்சபையோடு இணைந்து நடைபெற்ற எளிய மக்கள் பாதுகாப்புச் சங்கத்தின் ஆண்டிறுதிக் கூட்டத்திலும் வாசிக்கப்பட்ட கவிதைகளே இவை. இக்கவிதைத் தொகுப்பில் நாட்குறிப்புகளும் இணைக்கப்பட்டன. நாட்குறிப்புகளோடு குறும்பன் தெய்வத்தான், பிரம்ம பிரத்யக்ஷ

எளிய மக்கள் பாதுகாப்புச் சங்கத்தின் செயலாளரும் மக்கள்சபை உறுப்பினருமாக இருந்த கண்டன் குமாரன், டி.டி.கேசவன் சாஸ்திரி ஆகியோர் மூலூர் பத்மநாப பணிக்கருக்கு எழுதிய சில கடிதங்களும் இதில் சேர்க்கப்பட்டன. இப்புத்தகத்தில் உள்ள கிட்டத்தட்ட எல்லாக் கவிதைகளும் ஸ்லோகங்களும் குறும்பன் தெய்வத்தானின் விருப்பத்திற்கிணங்க மூலூர் பத்மநாப பணிக்கர் எழுதியதாகும். புலவிருத்தம் என்ற தலைப்பு இரண்டு விதமான அர்த்தங்களை வெளிப்படுத்துகின்றது. ஒன்று: கணிசமான பாடல்கள், புலவிருத்தம் என்றறியப்படுகின்ற விருத்த வகையில் இயற்றப்பட்டுள்ளன. புலயரின் விருத்தம் (சரித்திரம்) என்ற இரண்டாவது அர்த்தமே விவாதிக்கப்பட வேண்டியது என்று புத்தகத்தின் முன்னுரையில் குறிப்பிடுகிறார் என்.கே.தாமோதரன் (பக்கம் 5).

53. மூலூர் எஸ்.பத்மநாப பணிக்கர் (பக்கம் 38). அய்யன்காளியைப் பற்றி எழுதப்பட்ட வாழ்க்கை வரலாற்றில் முழுவதும் தேடிப்பார்த்தாலும் நமக்குக் கிடைக்கும் ஒரே பெண்பால் பெயர் பஞ்சமியுடையது மட்டுமே (அய்யன்காளியின் குடும்பத்திற்கு வெளியே). ஒரு போராட்ட வாழ்க்கையில் கவனிக்கப்பட்டிருக்க வேண்டியவர்களான பெண்களின் பிரதிநிதித்துவம் இல்லாமலிருந்தது என்று கருதுவதில் நியாயமில்லை. ஆனால், அவர்கள் அடையாளப்படாமல் போனார்கள் என்பதற்கே வாய்ப்புள்ளது. இந்தச் சூழலில்தான் மூலூரின் நாட்குறிப்புகளில் பஞ்சமி என்ற பெண்ணின் முக்கியத்துவம் உயர்கிறது.

54. செந்தாரசேரி (பக்கம் 29), அபிமன்யூ (பக்கம் 79), தலித் பந்து (பக்கம் 47), டி.ஏ.மாத்யூஸ் (பக்கம் 158), பி.எஸ்.அனிருத்தன் (பக்கம் 56), டி.கே.அனியன் (பக்கம் 26), பி.கோவிந்த பிள்ளை (பக்கம் 116), ஆர்.அனிருத்தன் (64) ஏ.ஸ்ரீதரமேனோன் (பக்கம் 464), முந்தூர் கிருஷ்ணன் (பக்கம் 10), ஏ.ஆர்.மோகன கிருஷ்ணன் (பக்கம் 99), கரிவேலி பாபு குட்டன் (பக்கம் 68).

55. இதில் முக்கியமானவர் செறாயி ராமதாஸ். கே.கே.எஸ்.தாஸும் (பக்கம் 63), கே.சாரதாமணியும் (பக்கம் 150), பி.கே.கோபாலகிருஷணனும் (பக்கம் 512) 1905ஆம் ஆண்டு என்று ஆவணப்படுத்துகின்றனர்.

56. செறாயி ராமதாஸ், பக்கம் 64.

57. செறாயி ராமதாஸ், 'அய்யன்காளி இயக்கம்', பக்கம் 2, *மாத்ருபூமி* வார இதழ், 2014 ஜனவரி 26. (செறாயி ராமதாஸ், 2013 டிசம்பர் 29இல் *மாத்ருபூமி* வார இதழில் எழுதிய '150ஆவது ஜெயந்தி நினைவுபடுத்துவது' என்ற தலைப்பிலான கட்டுரைக்கு எதிர்ப்பு தெரிவித்துக்கொண்டு 2014ஆம் ஆண்டு ஜனவரி 12ஆம் தேதியன்று வார இதழில் குந்நுகுழி எஸ்.மணி, 'அய்யன்காளியின் வாழ்க்கையைத் திரித்து எழுத வேண்டாம்' எனத் தலைப்பிட்டு எழுதிய கடிதத்தின் விளக்கக் குறிப்புதான் இது)

செறாயி ராமதாஸ் தொடர்ந்துகொண்டிருக்கின்ற சுதந்திரமான ஆய்வுகள் (அய்யன்காளியின் தந்தை அய்யனுக்குக் கிடைத்த நிலம் தொடர்பான ஆய்வு உள்பட), அய்யன்காளியின் வாழ்க்கை மற்றும் செயல்பாடுகளைக் குறித்து எண்ணிறந்த புதிய தகவல்களை (அதன் தன்மை எவ்வாறு இருந்தாலும்) வெளிச்சத்திற்குக் கொண்டுவந்துகொண்டிருக்கின்றன.

58. டி.கே.அனியன், பக்கம் 26.

மக்கள் சபை உறுப்பினர்

இந்திய மாநிலங்களில் திருவிதாங்கூரில்தான் முதன்முதலில் சட்டநிர்மாண சபை உருவானது. 1888இல் உருவான சபையில் 3 அலுவல் பூர்வமற்ற உறுப்பினர்கள் உட்பட 8 உறுப்பினர்கள் இருந்தனர். 1898இல் உறுப்பினர்களின் அதிகபட்ச எண்ணிக்கை 15 ஆக அதிகரிக்கப்பட்டது. 1904ஆம் ஆண்டு மக்கள்சபை (பிரஜாசபா) உருவாக்கப்பட்டது. அதோடு நிரந்தர உறுப்பினர்களைச் சபையில் நியமனம் செய்யலாம் என்றும் முடிவானது. மக்கள் சபைக்கு மக்கள் பிரதிநிதிகளை மன்னர் ஆட்சிப் பீடமே நியமனம் செய்தது[1]. 1920இல் உறுப்பினர்களின் எண்ணிக்கை இருபத்து ஐந்தும், 1922இல் அந்த எண்ணிக்கை 50 ஆகவும் உயர்த்தப்பட்டது. இதில் அலுவல்பூர்வமற்ற உறுப்பினர்களான 35 பேரில் 28 பேர் மட்டுமே பொது, தனி தொகுதிகளிலிருந்து தேர்ந்தெடுக்கப்பட்டார்கள். 5 ரூபாய் வரி தவணை செலுத்துவோருக்கு மட்டுமே வாக்குரிமை வழங்கப்பட்டிருந்தது[2]. ஒவ்வொரு மதம், ஜாதி மற்றும் ஜமீந்தார்களுக்கு மட்டும் அவர்களுடைய சமூகத்தின் பிரச்சினைகளை சபையில் முன்வைத்துத் தீர்வைப் பெற பிரத்யேகப் பிரதிநிதிகள் இருந்தார்கள்[3]. தேர்வு செய்யப்பட வாய்ப்பில்லாத சமூகத்திலிருந்து உறுப்பினர்களை நியமனம் மூலம் சபையில் சேர்க்கின்ற முறையும் இருந்தது. நியமனம் செய்யப்படும் உறுப்பினர் ஸ்ரீமூலம் மக்கள்சபையில் அவர் சமுதாயத்துப் பிரச்சினைகளை மட்டுமே வைக்க வேண்டும் என்பதே சட்டம்[4]. தொடக்கக் காலம் முதல் ஈழவ சமுதாய

உறுப்பினர்களுக்கு மக்கள்சபையில் பிரதிநிதித்துவம் உண்டாகியிருந்தது. ஆலும்மூட்டில் சங்கரன் கொச்சுகுஞ்சு சாணார், மக்கள்சபையில் (1904) இடம்பெற்ற பட்டியல் ஜாதியைச் சேர்ந்த முதல் உறுப்பினர்[5] ஆவார். பட்டியல் ஜாதிகளில் முன்னிலை பிரிவின் பிரதிநிதியாக குமாரனாசான் நியமனம் செய்யப்பட்டிருந்தார்[6]. மக்கள்சபையில் சமுதாய ரீதியிலான பிரதிநிதித்துவம் இடைநிலை ஜாதியான ஈழவர்களைக் கொண்டு நிறைவு செய்யப்பட்டிருந்தது. நாயர் சமுதாயத்தைச் சேர்ந்த பி.கே.கோவிந்தபிள்ளை, எளிய மக்கள் பாதுகாப்புச் சங்கத்தை அதாவது, புலயரை மக்கள்சபையில் பிரதிநிதித்துவம் பெறச்செய்தவர் ஆவார்[7]. புலயர் சமுதாயத்தின் பெயரைக் கூறியே அவர் மக்கள்சபையில் பிரச்சினைகளை முன்வைத்தார் என்பதால், அது மொத்தப் பட்டியல் ஜாதிக்காரர்களுக்கும் பாதகமாக இருந்தது. அவர் 1911ஆம் ஆண்டு பிப்ரவரியில் நிகழ்த்திய உரை இவ்விதமாக இருந்தது[8].

"அவர்கள் எதிர்கொள்கின்ற மிகப்பெரிய பிரச்சினைகளில் ஒன்று வசிப்பிடம் இல்லாமல் இருப்பது. விவசாயம் செய்வதற்கும், குடில் கட்டி வசிப்பதற்குமாக அவர்கள் பெயரில் கொஞ்சம் நிலத்தைப் பதிவு செய்து கொடுக்க வேண்டும். இந்தப் புலயர்களின் சகாயம் இல்லாமல் இங்குள்ள நிலக்கிழார்களுக்கு வேளாண்மை செய்வது சாத்தியமில்லை."

"அரசாணை வெளியிடப்பட்டது என்றாலும், தங்களுக்காகப் பரிந்துரைக்கப் பட்டுள்ள பள்ளிக்கூடங்களைப் புலயர் ஜாதியினரால் எட்டிக்கூடப் பார்க்க முடியவில்லை. அவர்களின் உரிமையை உறுதிப்படுத்தவும், பள்ளிக்குள் நுழையும் வாய்ப்பைப் பெறவும் அவர்கள் வலிமையற்றவர்களாக இருக்கிறார்கள்."

"துன்பங்கள் உண்டாவது பார்ப்பன - சூத்திரர்களிடமிருந்து அல்ல. புலயருக்கு அருகில் உள்ள, அதாவது இருபதடி தூரம் விலகி நிற்க வேண்டும் என்ற ஜாதிக்காரர்களே அவர்களைத் துன்பப்படுத்துகிறார்கள்."

"அரசுப் பொது மருத்துவமனையில் பிற ஜாதிகளைச் சேர்ந்த நோயாளிகளுக்குச் சிகிச்சை அளித்து முடியும்வரை புலயர்கள் காத்திருக்க வேண்டியுள்ளது. அதற்குப்பிறகு எந்த மருந்தையும் மருத்துவர்கள் தூரமாக நின்றுகொண்டு தூக்கி எறிகிறார்கள். மனநலம் பாதிக்கப்பட்டோருக்கான மருத்துவமனையில் புலயர்களுக்கு அனுமதி அளிக்கப்படுவதில்லை."

"நீதிமன்றங்களில் புலயர்களுக்கு அனுமதி இல்லை என்பதால், மிகவும் தூரமாக நிற்கவேண்டியுள்ளது. மூன்றாவது நபரைக் கொண்டு இவர்களின்

வாக்குமூலத்தை வாங்குவதோடு, இவர்களின் மனுக்களை வெளியே வீசவும் செய்கிறார்கள்."

நிலச்சொத்து, கல்வி, சாதியத் தாக்குதல், பொது இடங்களில் பாகுபாடு, நீதி பரிபாலனத்தில் பாரபட்சம் உள்ளிட்டவற்றோடு பட்டியல் ஜாதிகள் எதிர்கொள்கின்ற பிரச்சினைகளை நேர்த்தியாக முன்வைத்தார் நாயர் சமூகத்தைச் சேர்ந்த கோவிந்தபிள்ளை. இதுபோன்ற விவகாரங்களை முன்வைக்க மேற்கண்ட பட்டியல் பிரிவைச் சேர்ந்த பிரதிநிதி வேண்டும் என்று அவர் விரும்பினார். இந்த அபிப்ராயத்தை வெளிப்படுத்துகின்ற பிள்ளையின் உரையைப் பற்றி அய்யன்காளியின் வரலாற்றுச் சரித்திரத்தை எழுதிய முக்கிய வரலாற்று ஆய்வாளர்கள் எல்லோரும் தங்களுடைய புத்தகங்களில் சுட்டிக்காட்டியுள்ளனர்[9]. புலயர் பிரதிநிதியைச் சபையில் சேர்ப்பதற்கு மற்ற உறுப்பினர்கள் யாரும் எதிர்ப்புத் தெரிவிக்கவில்லை என்றும் இவர்கள் குறிப்பிடுகின்றனர். புலயரின் பிரதிநிதியாக யாரைப் பரிசீலிப்பார்கள் என்றவொரு பிரச்சினை எழுந்தபோது பலரும் அய்யன்காளியின் பெயரையே முன்மொழிந்தனர். அய்யன்காளி, முறைப்படி கல்வி அறிவைப்பெற்ற நபர் அல்ல என்றாலும் புலயர், பறையர், குறவர் உள்ளிட்ட பட்டியல் ஜாதிகளில் அன்று இவரைப்போல் பொருத்தமான வேறொருவர் இருந்திருக்கவில்லை. இவற்றோடு அய்யன்காளியின் சமுதாயப்பணிகளில் ஈர்க்கப்பட்டிருந்த பிராக்குளம் தாசில்தார் பத்மநாபன் பிள்ளையும் அய்யன்காளிக்காக திவானோடு பேசினார்[10]. தாசில்தாரும் அய்யன்காளியும் தங்களுக்கிடையே மெச்சத்தக்க நட்புறவைப் பாதுகாத்துவந்தனர். திவானிடம் பத்மநாபன் பிள்ளைக்குக் கூடுதல் செல்வாக்கு இருந்தது[11]. பல்வேறு இடங்களிலிருந்து எழுந்த அபிப்ராயங்களையும் விண்ணப்பங்களையும் பரிசீலனை செய்து இறுதியாகத் தீர்மானித்தார் திவான். அத்தீர்மானம் 1911ஆம் ஆண்டு டிசம்பர் 5ஆம்தேதி திருவிதாங்கோட்டு அரசிதழில் இப்படியாக வெளியிடப்பட்டது[12]:

"எளிய மக்கள் பாதுகாப்புச் சங்கத்தின் பொதுச்செயலாளர் மதிப்புக்குரிய ராஜராஜ ஸ்ரீ அய்யன்காளி அவர்களை, திருவிதாங்கோட்டு ஸ்ரீமூலம் மக்கள்சபை உறுப்பினராக நியமனம் செய்துள்ளேன்.[13]"

1912ஆம் ஆண்டு பிப்ரவரி 27ஆம்தேதி கூடிய ஸ்ரீமூலம் மக்கள்சபையின் 8ஆவது கூட்டத்தில் பங்கேற்று உரை நிகழ்த்தினார் அய்யன்காளி. அதைத்தொடர்ந்து அய்யன்காளியின் தனித்துவமும் செயல்பாடுகளும் பட்டியல் மக்களின் மனித உரிமைகளுக்கான போராளி என்ற புதிய

கட்டத்திற்குள் அவரை உட்புகச்செய்தன. அய்யன்காளியின் மக்கள்சபை உட்பிரவேசத்தில் சில ஜாதி இந்து நலம் விரும்பிகளின் ஒத்துழைப்போ, பின்துணையோ நிழலிட்டிருக்க வாய்ப்புண்டு என்றாலும் அது அய்யன்காளி மீதான அப்பழுக்கற்ற விருப்பத்தின்பால் ஏற்பட்டிருந்த ஒன்று எனக் கருதுவதற்குச் சாத்தியமில்லை. முதலில் அய்யன்காளியையும் அதைத் தொடர்ந்து பட்டியல் ஜாதிகளைச் சேர்ந்த மற்ற தலைவர்களையும்[14] மக்கள்சபையில் தேர்ந்தெடுக்கும்போதுகூட திருவிதாங்கூரில் பெரும்பான்மையான பள்ளிகளில் பட்டியல் ஜாதிக்குழந்தைகளுக்கு அனுமதி மறுக்கப்பட்டிருந்தது[15]. ஜூப்ளி ஹால் கூட்டத்தில் பங்கெடுப்பதற்காகச் சாமானிய மக்கள் பொதுவழியில் கால் வைக்காமல் குறுக்கு வழிகள் ஊடாக ஒளிந்தும் பதுங்கியும் வந்தார்கள். எனவே, சம்பிரதாய முறையிலான மற்றும் சமூக முறையிலான பதவிகள் வழியாக ஆதிக்க ஜாதிக்காரர்கள் கையாண்டிருந்த பல்வேறு விதமான அதிகார வடிவங்களில்; நிலையான விருப்பங்களின் வழியாகக் கொண்டுவரப்பட்ட ஒருசில ஒழுங்குமுறைகளே, மேற்சொன்ன நலம் விரும்பிகள் என்ற போர்வையில் அய்யன்காளியின் மக்கள்சபை நுழைவில் அவர்களை ஆதாய நோக்கத்தில் செயல்படவைத்தது.

1893 முதல் 1911 வரையுள்ள காலகட்டத்தில் ஜனநாயக உரிமைகளுக்காக அய்யன்காளியும் அவரது கூட்டாளிகளும் நடத்திய போராட்டங்களும் மோதல்களும் திருவிதாங்கூரின் சமூகச் சூழலைப் பிடித்து உலுக்கின. மேலும், சுதந்திரத்திற்காகவும் கல்வி உரிமைக்காகவும் மனித மாண்புக்காகவும் பட்டியல் சமூக மக்கள் தேர்ந்தெடுத்த கிறிஸ்தவ மத ஏற்பு என்பது இந்து அரசான திருவிதாங்கூரின் ஆணி வேரையே அசைத்தது. ஜாதி இந்துக்களின் சமூகச் சீர்த்திருத்த நடவடிக்கைகளை, பட்டியல் சமூக மக்களின் கிறிஸ்தவ தழுவலைத் தவிர்த்துவிட்டு ஆய்வு செய்தால் அது முழுமையான ஒன்றாக இராது. காலனி ஆதிக்கத்திற்கு முன்பு இந்து மதத்தில் சீர்த்திருத்தம் இல்லாததன் சமூகக் காரணங்களை அய்யன்காளியின் மக்கள்சபை நுழைவோடும் கிறிஸ்தவத்தைத் தழுவுதல் என்ற நிகழ்வோடும் இணைத்துப் புரிந்துகொள்ள வேண்டும்[16]. திருவிதாங்கூரில் தங்கள் சமூகப் போராட்டங்கள் ஊடாகவும், சுதந்திரமான தீர்மானங்கள் வழியாகவும் ஆதிக்குடிகள் வென்றெடுத்த ஜனநாயக உரிமைகளுக்கு அவர்கள் ஆட்சி பீடத்திற்கும் அதன் பலவித இருப்புகளுக்கும் நன்றி சொல்லவோ கடப்பாடு கொண்டிருக்கவோ தேவையில்லை.

மக்கள்சபைக்குச் சென்று அதிகாரப்பூர்வமாகத் தன் சமுதாயத்தின் தேவைகளை முன்வைக்கும் முன்னரே தன் சமுதாயத்திலிருந்து கூடுதல் பிரதிநிதிகளைத் தெரிவு செய்ய வேண்டும் என்று திவானிடம் வேண்டுகோள் வைத்தார் அய்யன்காளி[17].

"நாங்கள் 6 இலட்சம் பேர் இருக்கிறோம். ஒவ்வொரு இலட்சத்திற்கும் ஒரு பிரதிநிதி என்ற விகிதத்தில் கொடுக்க தயவு செய்ய வேண்டும்[18]."

அய்யன்காளியின் பரிந்துரைகளை, அடுத்துவந்த ஆண்டுகளில் திவான் பரிசீலனைக்கு எடுத்துக்கொண்டார். மக்கள்சபை உறுப்பினர் விரிவாக்கத்தின் பிரதானமான அளவுகோல் என்பது ஜாதி-சமுதாயப் பிரதிநிதித்துவமாக இருந்தது. அய்யன்காளியும்கூட எளிய மக்கள் பாதுகாப்புச் சங்கத்தின் பிரதிநிதியாக அல்லாமல் புலயரின் பிரதிநிதியாகவே மக்கள்சபைக்குப் பரிசீலிக்கப்பட்டார்[19]. மக்கள்சபையில் புலயர் சமுதாயத்தின் 2ஆவது பிரதிநிதியாக இருந்தவர் சரதன் சாலொமோன்[20]. குறிப்பிட்ட ஆண்டிலேயே நாகர்கோவில்காரரான ஜி.யேசுதாசன், பறையர் பிரதிநிதியாக மக்கள்சபைக்குள் கொண்டுவரப்பட்டார்[21]. 1914ஆம் ஆண்டில் கோட்டயம் மாவட்டத்தைப் பிரதிநிதித்துவப்படுத்தி வெள்ளிக்கரை சோதியும் மக்கள்சபைக்கு வந்தார்[22]. 1915 பிப்ரவரியில் கூடிய மக்கள்சபையில் பட்டியல் ஜாதிகளைப் பிரதிநிதித்துவப்படுத்தும் வகையில் அய்யன்காளியும் காவாரிக்குளம் கண்டன் குமாரனும் மட்டுமே இருந்தார்கள்[23]. 1917ஆம் ஆண்டில் மக்கள்சபையில் அய்யன்காளியோடு குறும்பன் தெய்வத்தானும் உடனிருந்தார். இவர்கள் மட்டுமல்லாது கண்டன் குமாரனும் பாறாடி எப்ரஹாம் ஐசக்கும் அந்த ஆண்டில் சபையில் இருந்தார்கள். 1918ஆம்ஆண்டிலும் இவர்கள் 4 பேர் மட்டுமே எளிய மக்களைப் பிரதிநிதித்துவப்படுத்தினார்கள். 1919இல் கண்டன் குமாரனுக்குப் பதிலாக பாழூர் ராமன் சேந்நன்[24], சபை உறுப்பினரானார். மற்ற 3 பேரும் அவையில் நிலைநிறுத்தப்பட்டனர். திருவிதாங்கூர் ஆட்சி பீடத்தின் அளவுகோலுக்கு உட்பட்டு ஏதேனும் ஒரு கூட்டமைப்பின் கீழே அணிதிரண்டு, அதனை வலிமைப்படுத்தி, மக்கள்சபைக்குச் செல்வதைவிட சொந்தக் கூட்டமைப்பையே உடைத்து, சுயாதீனமானதொரு சமுதாயச் சங்கமாக உருவாக்கி, அதன் தலைவராகி, பின்னர் சபையில் நுழைவது எளிதாக இருந்தது[25].

இதுபோன்றதொரு பிரதிநிதித்துவத்தையே திவானும் மன்னர் ஆட்சிபீடமும் ஆதரித்தனர். எளிய மக்கள் பாதுகாப்புச் சங்கத்தின்

ஜாதி-மத பேதமற்ற கட்டமைப்பையும் பலகருத்து முன்வைப்பையும் விரிசல்களாக மாற்றுவதில் ஆட்சிபீடத்தின் இந்த இழிவான கருதுகோல் முக்கியப் பங்கை வகித்தது. சுயஜாதி-மத கருதுகோல்களுக்கும் ஒருசார்பு மதப்பரிவுணர்ச்சிகளுக்கும் முக்கியத்துவம் கொடுத்து, பல பட்டியல் ஜாதித் தலைவர்களும் ஆட்சிபீடத்தின் மறைக்கப்பட்ட விருப்பங்களுக்கு ஆதரவு அளித்ததும், இதனால் எளிய மக்கள் பாதுகாப்புச் சங்கம் கிட்டதட்ட பலவீனப்பட்டுப் போனதையும்தான் பிற்பாடு காண்கிறோம். நியமனம் மூலமாகச் சபையில் அங்கத்தினராகும் வாய்ப்பைப் பெற்ற உறுப்பினர்கள் சுயசமுதாயத்தின் பிரச்சினைகளை மட்டுமே அவையில் முன்வைக்க வேண்டும் என்ற திவானின் உத்தரவு, எளிய மக்கள் பாதுகாப்புச் சங்கத்தின் ஜாதி - மதபேதமற்ற கட்டமைப்பைத் தகர்த்துப்போடுவதாக இருந்தது. ஒட்டுமொத்தமாக எளிய மக்களைப் பாதிக்கின்ற காரியம்தான் என்றாலும்கூட, புலயரின் பெயரில் அய்யன்காளிக்குக் கூட அவற்றை மட்டுமே மக்கள்சபையில் முன்வைக்க முடிந்தது. குறிப்பிட்ட ஜாதியின் பெயரில் அல்லாமல் 'பிரத்யக்ஷ ரக்ஷா தெய்வ சபை' என்று மதத்தின் பெயரில் உறுப்பினர் ஆனதால் பொய்கயில் யோஹனானால் மட்டுமே அனைத்து அடிமை ஜாதிகளுக்கும் பிரதிநிதியாகப் பேச முடிந்தது[26]. மக்கள்சபை பிரதிநிதிகளால் புலயர் என்ற பதம் பயன்படுத்தப்பட்டிருந்தது என்றாலும் அய்யன்காளியின் செயல்பாடுகள் அனைத்தும் ஜாதிமத பேதமற்றதாகவே இருந்தன. பட்டியல் ஜாதியினரின் விடுதலை மற்றும் முழுமையான மேம்பாடே அவரின் இலக்காக இருந்தன. ஒற்றையாக நின்று சாதிப்பதைவிட ஒட்டுமொத்தமாக நின்றால் அதிகம் சாதித்துவிடலாம் என்று அவர் நம்பினார். மதமாற்றத்தை அய்யன்காளி ஆதரிக்கவில்லை என்றாலும் ஜனநாயக உரிமைகளுக்காகப் பிற மதத்தைத் தழுவிக்கொண்டவர்களிடம் இதயப்பூர்வமான அனுதாபத்தை வெளிக்காட்டக்கூடிய தலைவனாக இருந்தார். அய்யன்காளியைப் பொறுத்தவரை ஜனநாயக உரிமைகள் ஆட்சிபீடத்திற்கு எதிரான போராட்டங்கள் மூலமாகவும் தர்க்கங்கள் வாயிலாகவுமே வென்றெடுக்க வேண்டியவையாக இருந்தன. சுயமரியாதைக்கும் சுயஅந்தஸ்திற்கும் தேவையான போராட்டங்களில் தனது ஜாதியைச் சார்ந்திருந்தபோதும் மேற்சொன்ன சுயமரியாதை, சுயஅந்தஸ்திற்காக மதம் மாறியவர்களைப் புரிந்துகொள்ளவும் அவர்களுடைய குறிப்பிடும்படியான பிரச்சினைகளைத் தன்னுடைய சமூகச் செயல்பாடுகளுக்குள் உட்படுத்திக்கொள்ளவும் அவர் முயன்றார். ஜாதியை முன்னிறுத்திச் செய்யப்படும் உச்சபட்சமான

நீசத்தனங்களுக்குத் தீர்வு காண மதமாற்றத்தின் மூலம் சாத்தியமாகாது என்ற நம்பிக்கை உள்ளவராக இருந்தார் அய்யன்காளி. பொய்கயில் யோஹனானின் சொந்த அனுபவமும் அய்யன்காளியின் புரிதலை மெய்ப்பிப்பதாக இருந்தது. அதேவேளையில் தலித்துகளின் பிற மத ஏற்பு, அவர்களிடையே உண்டாக்கிய சமூக அசைவின் பலத்தையும் இந்துச் சமூகத்தின் மனதில் உண்டாக்கிய கட்டுமான உடைப்பையும் புறந்தள்ளிவிட முடியாது. மக்கள்சபையில் அங்கமாதல் சாத்தியப்படுத்தப்பட்டதைத் தொடர்ந்து, பட்டியல் ஜாதிகளின் மொத்த சமூக நடவடிக்கைகள் சில மாற்றங்களைக் காணத்தொடங்கின. ஆட்சி அதிகாரத்தோடும் ஜாதி இந்துக்களோடும் ஏற்பட்ட மோதல்களில் குறைச்சல் ஒன்றும் ஏற்படவில்லை என்றாலும் தங்களின் பிரச்சினைகளை அரசின் கவனத்திற்குக் கொண்டுசெல்ல ஜனநாயகப்பூர்வமான சில பாதைகள் தெளிந்து கிடைத்ததில் பட்டியல் சமூக மக்களில் பாதிஅளவினராவது திருப்தியடைந்தார்கள். 1912 முதல் 1933 வரையிலான எளிய மக்கள் பாதுகாப்புச் சங்கத்தின் வரலாறும் அய்யன்காளியின் நிலைப்பாடும் பிரத்யேகமான முறையில் நம் கவனத்தை ஈர்க்கின்றவையாகும். இந்தக் காலத்தில் அவரது செயல்பாடுகளின் தளமானது, ஊர்த் தெருக்களில் நடப்பதற்கான சுதந்திரம், கல்வி உரிமை உள்ளிட்டவையிலிருந்து நிலவுடைமை, தொழில் சம்பாத்தியம், இடஒதுக்கீடு, சமூகப் பாதுகாப்புப் போன்ற தளங்களாக வளர்ச்சியடைந்தது. அய்யன்காளி மக்கள்சபை உறுப்பினரானதைத் தொடர்ந்து, இயக்கத்தினுடைய ஊக்கம் குறைந்ததாக அலெக்ஸ் ஜார்ஜ் கண்ணோக்குகிறார்[27]. பதவியேற்புக்குப் பிறகு நிகழ்ந்த மோதல் சம்பவங்களில் அய்யன்காளி கலவரக்காரராக அல்லாமல் நடுநிலைக்காரராகவே வெளிப்பட்டார் என்று டி.எம். எஸ்.யேசுதாசன்[28] கருதுவதற்கும் இதுவே காரணமாக இருக்கலாம். ஆனால், இந்தப் பார்வைகள் முழுமையாக ஏற்றுக்கொள்ளத்தக்கவை அல்ல. மக்கள்சபை உறுப்பினராகி இரண்டு ஆண்டுகளுக்குப் பிறகே பஞ்சமி என்ற சிறுமியின் கையைப் பிடித்துக்கொண்டு, ஐம்பது வயதைக் கடந்த மாவீரன் அய்யன்காளி, ஊருட்டம்பலம் பள்ளிக்கூடத்தின் முகப்பிற்குள் தன்னுடைய கூட்டாளிகளுடன் நுழைந்தார். அதைத்தொடர்ந்து நடைபெற்ற தொடர்ச்சியான மோதல்கள், போராட்டங்களே தொண்ணூறாமாண்டுக் கலகம் என்ற பெயரில் சரித்திரத்தில் இடம்பிடித்தன. மேற்சொன்ன பள்ளிக்கூட நுழைவுப் போராட்டங்களைத் தொடர்ந்து, அய்யன்காளிக்கும் அவரது கூட்டாளிகளுக்கும் எதிராக நாயர்கள் அளித்த புகார்கள்[29] அந்தப் போராட்டங்களில் அய்யன்காளிக்கு இருந்த பங்களிப்பை

வெளிப்படுத்துகின்றன. 1915இல் நிகழ்ந்த பெரிநாடு கலகத்தில் அய்யன்காளியின் தலையீடு என்பது நடுநிலையாளன் என்ற நிலையில் இருந்திருக்கவில்லை. ஐம்பது வயதை நெருங்கும்போது மக்கள்சபை உறுப்பினரானார் அய்யன்காளி. இந்த மனிதன் தனது முப்பதுகளில் போராட்டத்திற்குக் காட்டிய பேரூக்கத்தை ஐம்பதுகளிலும் நிலைநிறுத்துவதற்கு வரையறைகள் நிறைய உண்டல்லவா? குறிப்பிட்டுச் சொல்ல வேண்டுமெனில் தொண்ணூறாமாண்டுக் கலகத்தையும் பெரிநாடு கலகத்தையும் சொல்லலாம். இவ்விரு போராட்டங்களின்போதும் எண்ணிலடங்கா பட்டியல் சமூக மக்கள் ஜாதி இந்துக்களின் கொடுந்தாக்குதலுக்கு இரையானார்கள். அந்த வேளையில் அடிப்படை உரிமைகளை வென்றெடுக்க மக்கள் குழுக்களைப் போராட்டத்திற்கு அழைப்பது எவ்வளவு முக்கியமான வேலையோ, சமுதாய மோதல்களின்போது அவர்களின் உயிருக்கும் உடைமைக்கும் சுயமரியாதைக்கும் பாதுகாப்பு அளிப்பதும் அதைப் போன்ற முக்கியமான ஒன்றுதானே! அதிகப்படியான மோதல் சூழல்களுக்கு இட்டுச்செல்லும் போராட்டத் திசைகளில், சமயோஜிதமான தீர்மானங்களை அய்யன்காளி எடுக்க வேண்டிய சூழல் ஏற்பட்டதன் காரணம் என்னவெனில், மேலே சொன்ன உத்தரவாதம் அவருக்கு இருந்ததால்தான். மக்கள்சபையில் அங்கமாக இருப்பதன் காரணமாகக் கடினமான முயற்சி எதுவுமில்லாமல் உசிதமான முறையில் இடைபட்டுத் தீர்வுகாண இயலும் பிரச்சினைகளில், தடாலடியாகத் தலையிட்டு மோதல் ஏற்படுகின்ற வகையில் தீர்வுகாணும் அவசியம் இல்லையல்லவே! சாதுர்யமாகவும், அறிவுப்பூர்வமாகவும் காலத்திற்கு ஏற்றபடியுமான செயல்களை நடத்தாமல் தலித்துகள் எப்போதும் போராட்டங்களின் பெருக்கத்தின் வழியாகச் சமூக மாற்றத்திற்கான நடவடிக்கைகளில் ஈடுபடவேண்டும் என்று ஆர்வங்கொள்வதில் முதிர்ச்சியின்மை உண்டு. உரிமைகளைப் பெறுவதற்கும் நெருக்கடிகளைத் தாண்டிச் செல்வதற்கும் தக்க வழிகளையும் சார்ந்துகொண்டார் என்பதே அய்யன்காளியின் வரலாற்றுப்பூர்வமான முக்கியத்துவம் ஆகும்.

1893-1911 காலகட்டத்திலிருந்து 1912-1933 காலகட்டத்திலான அய்யன்காளியின் செயல்பாடுகளை மாறுபட்ட முறையில் புரிந்துகொள்ளவும் மதிப்பீடு செய்யவும் வேண்டும். உடல் ரீதியில் கூட்டம் சேர்த்துக்கொண்டு ஜாதிய மேலாதிக்கத்தை உடனடியாக எதிர்கொண்டு அடிப்படை உரிமைகளுக்காகவும் விடுதலைக்காகவும் சதிராடிய அதே அய்யன்காளிதான், சமுதாய ரீதியில் மக்களை ஒருங்கிணைத்துச் செயல்தந்திரமான அணுகு முறைகள் மூலமாகவும் உரிமை வாதங்கள் வழியாகவும் ஜாதிய சமூகத்தை

ஜனநாயகப்படுத்த முயன்றார். 1912ஆம் ஆண்டு முதல் தொடர்ச்சியாக 28 ஆண்டுகள் அய்யன்காளி மக்கள்சபை உறுப்பினராக இருந்தார் என்று குறிப்பிடுகிறார் செந்தாரசேரி[30]. ஆனால், 1912 முதல் 1933வரை மக்கள்சபை உறுப்பினராக இருந்தார் என்று சி.அபிமன்யூவும்[31], தலித் பந்துவும்[32] கருதுகின்றனர். எளிய மக்களின் பிரதிநிதியாக மக்கள் சபையில் நீண்ட ஆண்டுகள் உறுப்பினராக இருந்தவர் அய்யன்காளி மட்டுமே![33] 1933 பிப்ரவரியில் கூடிய கூட்டத்திற்குப் பிறகு உடல் உபாதைகள் காரணமாகத் தன்னுடைய எழுபதாவது வயதில் மக்கள் சபையிலிருந்து விலகிக்கொண்டார். அதன் பின்னர் அவரது இடத்திற்கு டி.டி.கேசவன் சாஸ்திரி நியமனம் செய்யப்பட்டார்[34].

பல்வேறு தளங்களில் இருந்த அய்யன்காளியின் பிரதிநிதித்துவத்தைப் போலவே அவரது உடையும் அதன் காட்சிப்பாடும் சிறப்பு அம்சங்கள் நிறைந்ததாக இருந்தன. அதிலும் குறிப்பாக மக்கள்சபை உறுப்பினராக இருந்த காலகட்டத்தைக் கூறுலாம். மிகமுக்கியமாக இரண்டு சந்தர்ப்பங்களில் அவரது ஆடை மற்றும் உடல்மொழியைப் பற்றி[35] அவரது வரலாற்றை எழுதிய எழுத்தாளர்கள் விவரிக்கின்றனர். ஒன்று - பொது வீதியில் நடப்பதற்கான சுதந்திரத்திற்காக நடத்தப்பட்ட சரித்திரப் புகழ்பெற்ற மாட்டுவண்டிப் போராட்டத்தின்போது அவர் அணிந்த ஆடை. மற்றொன்று - மக்கள்சபை உறுப்பினரான அய்யன்காளியின் உடை. வெகுசில சந்தர்ப்பங்களைத் தவிர்த்துப் பார்த்தால்[36] மக்கள் சபையில் அங்கமானபோது, அய்யன்காளியின் அந்த வில்லுவண்டி மீண்டும் கண்முன்னே தோன்றியது. மக்கள் சபைக்கு நியமனம் கிடைத்துவிட்டது என்பதை அறிந்த மாவீரன் அய்யன்காளி, கருப்பு நிறத்திலான நீளமான கோட்[37] அணிந்துகொண்டு திவானைப் பார்க்கச் சென்றார்[38].

“தலைப்பாகை அணிந்து, நெற்றியில் குங்குமம் வைத்து, மேல் வேட்டிக்கட்டி ஸ்ரீமூலம் மக்கள் சபைக்குள் ஸ்ரீ அய்யன்காளி ஏறிவரும் போது, இவர்தானோ திவான்ஜி என்று பார்வையாளர்கள் பலரும் ஆச்சரியப்பட்டார்கள்'' என்று மன்னத்து பத்பநாபனின் பிரசித்திப்பெற்ற விவரிப்பில் இருந்தும், அய்யன்காளியின் சில அரிய புகைப்படங்களில் இருந்துமே அவரது ஆடை அலங்காரத்தைக் குறித்தும் உருவத்தைக் குறித்தும் நம்மால் உணர முடிகிறது. அய்யன்காளியை ஒருமுறை நேரில் கண்ட நிரணம் எம்.பி.கேசவன்,[39] கீழ்க்கண்டவாறு விவரிக்கிறார்:

“படகுகளுக்கு நடுவில் சென்றடைந்தபோது அந்தப் படகின் வேகம் குறைந்தது. படகின் நடுவில் உள்ள திறந்தவெளிப் பகுதியில் இராணுவ வீரனைப்போல் அதிகம்பீரமாக வாட்டசாட்டமான ஓர் ஆள் நிற்கிறார். பார்டர் வைத்த வெள்ளை நிற தலைப்பாகை, பருத்த கன்னத்தில் மின்னித் தெறிக்கின்ற அளவுக்குக் காதுகளில் இருந்த சிவந்த கல் கடுக்கன், நெற்றியில் சந்தனப்பொட்டு, பொதுவான அளவை விட பெரிய மீசை, முழங்கால் வரை தொங்குகின்ற கருப்பு நிற கோட் - இதுதான் தோற்றம். சராசரி உயரத்தைவிடவும் நல்ல உயரம். ‘அய்யன்காளி எஜமானனுக்கு ஜே!’ என்று ஆயிரமாயிரம் தொண்டைக்குழிகளிலிருந்து எழுந்த ஆர்ப்பரிப்பு முழக்கங்களில் சரஞ்சரமாய் வெடித்த பட்டாசுகளின் சத்தம் ஒன்றுமில்லாமல் போனது.’’

தோற்றம், பாவனை குறித்த விவரங்களையும் புகைப்படங்களையும் தாண்டி, அய்யன்காளி பங்கேற்ற நிகழ்ச்சி ஒன்றில் எடுக்கப்பட்ட வீடியோ காட்சி தொடர்பான விவரங்களை வரலாற்று ஆய்வாளரான செறாயி ராமதாஸ் வெளிப்படுத்தியிருக்கிறார்[40]. இந்த வீடியோ பதிவு கிடைக்கப்பெற்றால், அது வரலாற்று ஆய்வாளர்களுக்கும் வரலாற்று மாணவர்களுக்கும் மிகப்பெரிய தொடக்கமாக இருக்கும். முழங்கால்வரை இறக்கமுள்ள கோட்டும் தலைப்பாகையும் அணிந்து மக்கள்சபை கூட்டங்களில் பங்கேற்கச் செல்வார் அய்யன்காளி. பொது நிகழ்ச்சியில்கூட இதே அலங்காரத்தில்தான் பங்கேற்றார். தனது புகைப்படம் பதித்த பேட்ஜ், அய்யன்காளியின் விசிட்டிங் கார்டாக இருந்தது[41]. அன்றைய காலத்தில் கோட் தைக்கின்ற கடைகள் திருவனந்தபுரத்தில் இருந்திருக்கவில்லை. எனவே, அந்தக் கோட் கோட்டயத்தில் தைக்கப்பட்டது என்றும், வாகன வசதி இல்லாதிருந்ததால் ஒருவாரம் கழித்துக் கோட்டுகளும் தலைப்பாகைகளும் மாட்டு வண்டியில் திருவனந்தபுரத்திற்கு வந்து சேர்ந்தன எனவும் குந்நுகுழி எஸ்.மணி, பி.எஸ்.அனிருத்தன்[42] ஆகியோர் எழுதியுள்ளனர். ஆனால், ‘திருவனந்தபுரத்தின் பாளையத்தில் வைத்தே அய்யன்காளியின் கோட்டுகள் தைக்கப்பட்டன; பெட்டி ஆபிசரும் அய்யன்காளியின் நண்பருமாக இருந்த நாராயணனின் உதவியோடு மேற்சொன்ன கடையில் அளவு எடுத்து, ஒரு சூட் தைத்து, வேட்டியும் நெய்த அங்கியும் வாங்கி அய்யன்காளிக்கு ஜான் ஜோசப் பரிசளித்தார்’ என்று குறிப்பிடுகிறார் செந்தாரசேரி[43]. ஒருவேளை அய்யன்காளி மக்கள்சபை உறுப்பினராக இருந்த தொடக்கக் காலத்தில் அவர் அணிந்திருந்த கோட்டுகளைத் தைக்கின்ற கடைகள் திருவனந்தபுரத்தில் இல்லாதிருந்திருக்க வேண்டும். அல்லது ஒரு தலித்துக்குத் துணி தைத்துத்தர

திருவனந்தபுரத்துத் தையற்காரர்கள் தயாராக இருந்திருக்கவில்லை எனவும் அவதானிக்கலாம். அய்யன்காளி அணிந்துகொள்ள கோட்டை ஜான் ஜோசப் பரிசாக அளித்த ஆண்டு 1931. தனித்துவமான, அதிகாரமிக்கதுமான (authoritative) உடல்மொழியோடு அதிகாரத்தை (power) வெளிச்சமிட்டுக் காட்டும் உடையலங்காரமும் சேர்ந்துகொண்டபோது அய்யன்காளியின் குரலும் இருப்பும் அனைத்துத் தரப்பினரின் அளவற்ற ஆதரவையும் நன்மதிப்பையும் பற்றியிழுக்க ஆரம்பித்தன. அதிமுக்கியமான, தேவையான விஷயங்களை மட்டுமே பேசுதல்; இலக்குத் தவறாத விதத்தில் விஷயங்களை முன்வைக்கின்ற திறன்; சாதுர்யமான அணுகுமுறைகள், உறுதிப்பாடு, தொடர்ச்சியான நன்மதிப்புகளுடன் கூடிய செயல்கள் ஆகியவை அய்யன்காளியை மக்கள்சபையில் நிகரற்ற உறுப்பினராக மாற்றின. தொடர்ச்சியாக இருபத்திரண்டு ஆண்டுகள்[44] மக்கள்சபை உறுப்பினராகப் பதவி வகித்த ஒரே தலித் பிரதிநிதி அய்யன்காளி மட்டுமே. தனது மக்கள்சபை உரைகளில் எல்லா நேரத்திலும் பட்டியல் சமூக மக்களின் கல்வி உரிமைகள் தொடர்புடைய பிரச்சினைகளில் மட்டுமே அதிக முக்கியத்துவம் கொடுத்திருந்தார் அய்யன்காளி. நிலவுடைமை உரிமை தொடர்புடைய விஷயங்கள் அதற்கு அடுத்த இடத்தைப் பிடித்தன. கல்வி தொடர்பான பிரச்சினைகளையும், நிலவுடைமை உரிமை தொடர்பான தொடர்ப் பிரச்சினைகளையும் தன்னுடைய உரைகளில் உட்படுத்தி, சமூக அசைவை ஏற்படுத்துகின்ற எளிய மக்களின் சாமர்த்தியத்தை வேகம் கொள்ளச்செய்ய அவர் முயற்சித்துக்கொண்டிருந்தார்.

கல்வி, நிலவுரிமைக்கு அடுத்தபடியாக எளிய மக்கள் தொழில் வாய்ப்பைப் பெறுகின்ற விதத்தில் அரசுத் தொழில் மண்டலங்களைப் புதுப்பித்து ஒழுங்குமுறைப்படுத்த வேண்டும் என்பது அய்யன்காளி முக்கியத்துவம் கொடுத்த பிரச்சினையாக இருந்தது. அரசுப்பணிகளில் கல்வித்தகுதிக்கு ஏற்றபடி எளிய மக்களுக்கு வேலையை உறுதிப்படுத்த வேண்டும் என்ற கோரிக்கைக்குள், பிற்காலத்தில் வடிவம் கொண்ட இடஒதுக்கீட்டு உரிமைவாதத்தின் தொடக்கநிலை வடிவம் மறைந்திருந்தது. பட்டியல் மக்களின் மதமாற்றம், மக்கள்சபையில் அங்கத்தினராதல் உள்ளிட்ட பிரச்சினைகளையும் எளிய மக்கள் கண்ணோட்டத்தில் எழுப்பியிருந்தார் அய்யன்காளி. ஸ்ரீமூலம் மக்கள்சபையில் முதன்முதலில் அய்யன்காளி உரையாற்றிய தேதி 1912 பிப்ரவரி 27. மலையாளத்தில் ஆரம்பக்கால தலித் கவிஞர்களில் ஒருவரான கல்லட சசி[45], அய்யன்காளியின் உரைகளைச் சேகரித்துத் தொகுத்துள்ளார். 1982ஆம் ஆண்டில் வெளியிடப்பட்ட ஸ்ரீ

அய்யன்காளி நினைவு மலரில் அய்யன்காளியின் மக்கள்சபை உரைகளை கிரிஜாத்மஜன் எஸ். தொகுத்துச் சேர்த்திருக்கிறார். 1912ஆம் ஆண்டு மார்ச் 4ஆம்தேதி, கல்வி கற்பதில் புலயர்கள் எதிர்கொள்கின்ற அசௌகரியங்கள், சுதந்திரமில்லாமை தொடர்பாக அய்யன்காளி எழுப்பிய பிரச்சினைகளையும் அவற்றுக்கு திவான் அளித்த விளக்கங்களையும் கீழே கொடுத்துள்ளேன்[46].

அய்யன்காளி: "வெங்கானூர் எலிமெண்டரி பள்ளிக்கூடத்தில் புலயர் மாணவர்களைச் சேர்க்கின்ற விஷயத்தில் எனது வர்க்கத்தினருக்குச் செய்துள்ள சகாயத்திற்காகப் புலயர்களின் பிரதிநிதியாகிய நான் கவர்மெண்ட்டுக்கு எனது நன்றியைத் தெரிவித்துக்கொள்கிறேன். தெற்குத் திருவிதாங்கோட்டில் ஏழு பள்ளிக்கூடங்களில் மட்டுமே புலயர்களுக்கு இப்போது அனுமதி வழங்கப்படுகிறது. சமஸ்தானத்தில் உள்ள எல்லாப் பள்ளிக்கூடங்களிலும் அவர்களுக்கு அனுமதி அளிப்பது என்பது விரும்பத்தக்க ஒன்று என்று தங்களுக்குத் தெரிவித்துக்கொள்கிறேன்."

திவான்: "ஈழவருக்கு அனுமதிக்கப்பட்ட எல்லாப் பள்ளிக்கூடங்களிலும் இப்போது புலயர்கள் சேர்ந்து படிக்கலாம்."

உறுப்பினர்: "புலயர் மாணவர்களுக்குக் குறிப்பிடத்தக்க வகையில் கல்விக் கட்டணத்தில் சலுகை வழங்கப்பட வேண்டும். பெரும்பாலும் முன்னிலையில் நிற்கின்ற முகமதியர்களுக்கு வழங்கப்பட்டுள்ள கட்டணச் சலுகைகள்கூட எங்களுக்கு அனுமதிக்கப்படவில்லை."

திவான்: "முகமதியர்களுக்கு வழங்கப்படுகின்ற சலுகைகள் உங்களுக்கும் வழங்கப்படுவதில்லையா...? அது செய்யப்பட வேண்டும் என்றே நான் நினைக்கிறேன்."

உறுப்பினர்: "கலை, அறிவியல், பொறியியல், மருத்துவம் ஆகிய துறைகளில் புலயர் ஜாதி ஊழியர்களை நியமிக்க வேண்டும். கலை மற்றும் அறிவியல் துறையில் பணியாற்ற திறமையுள்ள ஆட்கள் உண்டு."

திவான்: "எப்படியிருந்தாலும் அவர்களது சொந்தக் குழந்தைகளுக்குக் கற்றுத்தர அவர்களைப் பயன்படுத்திக்கொள்ள வேண்டும். கற்றுத்தர திறமையுள்ள புலயர்கள் யாரேனும் உங்கள் மத்தியில் உள்ளார்களா?"

உறுப்பினர்: "உள்ளார்கள்"

திவான்: "அப்படியுள்ள நபர்களைப் பற்றிய ஒரு பட்டியலை நீங்கள் இயக்குநரிடம் கொடுக்க வேண்டும்."

அரசு உத்தரவுக்கு எதிராகச் செயல்பட்டு பட்டியல் ஜாதி குழந்தைகளைப் பள்ளியைவிட்டுத் துரத்திவிடுகின்ற பள்ளி அதிகாரிகளின் நடவடிக்கைகளைக் குறித்து 1914ஆம் ஆண்டு பிப்ரவரி 26ஆம்தேதி மக்கள்சபையில் அய்யன்காளி இப்படியாக நினைவுகூர்ந்தார்[47]:

“அரசுப் பாடசாலைகளில் புலயர் குழந்தைகளைச் சேர்த்து கற்றுத்தர இந்த அரசானது முன்னமே உத்தரவுப் போட்ட செயலுக்கு நான் வந்தனம் கூறிக்கொள்கிறேன். ஆனால், இந்த உத்தரவுகள் போடப்பட்டிருந்தும் சில பாடசாலைகளில் அதிகாரம் படைத்தவர்கள் மிகவும் அற்பகாரணங்களைக் கூறி அந்தக் குழந்தைகளுக்கு அனுமதி அளிப்பதில்லை என்பது சங்கடத்தைத் தருகிறது. புலயர் குழந்தைகளுக்கு அனுமதி அளிக்கப்பட்டுள்ள இடங்களில் இனிமேல் எவ்வித உபத்திரவமும் இல்லை. நெய்யாற்றின்கரை, வெங்கானூர், புல்லாடி ஆகிய இடங்களில் உள்ள தற்போதைய சூழல் எனது வாய்மொழியை நிரூபணம் செய்யும். இந்தச் சித்ரவதைகளுக்கு அடிப்படையாக இருப்பது ஜனங்கள் அல்ல; மாறாகச் சிலபாடசாலைகளில் உள்ள வாத்தியார்கள்தான் என்பது எனக்குத் தெரியும். ஆகையால்,ஏற்கெனவே விடுவிக்கப்பட்டுள்ள அரசு உத்தரவுகளைச் செயல்படுத்த, கல்வித்துறை இயக்குநருக்கும் பாடசாலை ஆய்வாளருக்கும் கண்டிப்பான உத்தரவை கொடுக்க வேண்டும் என்று வேண்டிக் கேட்டுக்கொள்கிறேன்.”

உத்தரவுகள் போடப்பட்டும்,பட்டியல் சமூகக் குழந்தைகளின் பள்ளி நுழைவுக்காகப் பலவந்தமாக முயற்சித்தும் பெரும்பான்மையான குழந்தைகள் பள்ளிக்கூடத்திற்கு வெளியேதான் இருந்தனர். பட்டியல் ஜாதிக் குழந்தைகள் பள்ளிக்கூடங்களுக்குள் நுழையாமல் இருக்க ஜாதி இந்துக்கள் பல்வேறு சொத்தையான நியாயங்களைக் கண்டுபிடித்து அவற்றைப் பரப்பவும் செய்தனர். மேற்சொன்ன இந்த விஷயத்தில் சுதேசாபிமானியான ராமகிருஷ்ண பிள்ளை போன்றோர் காட்டிய எதிர்வினைகள் பட்டியல் ஜாதிக்குழந்தைகளின் பள்ளிக்கூட நுழைவுக்கு முட்டுக்கட்டைகளாக மாறின[48]. இந்தச் சூழலில் 1916ஆம் ஆண்டு பிப்ரவரி 21ஆம்தேதி நடைபெற்ற கூட்டத்தில் கல்விப் பிரச்சினைகளுக்குக் கூடுதல் முக்கியத்துவம் கொடுத்து உரைகளை நிகழ்த்தினார் அய்யன்காளி[49].

“கவர்மெண்டின் சகாயத்தோடும் இசைவோடும்கூட புலயரின் கல்வியில் மேலும் அபிவிருத்தியை ஏற்படுத்திட முடியும் என்பது கடந்த ஆண்டில் புலயர் சமுதாயத்தில் உண்டாகி இருந்த கல்விப் பெருக்கத்தின் வாயிலாகக் காணமுடிகிறது. எல்லாப் பொதுத்தலங்களும், கிட்டத்தட்ட

அனைத்து டிபார்ட்மெண்ட் பாடசாலைகளும் அவர்களுக்கு நுழையும் தலங்களாக இருக்கின்றன என்றாலும், எதார்த்தத்தில் 25க்கும் குறைவான பாடசாலைகளில் மட்டுமே அவர்கள் சேர்க்கப்படுகிறார்கள். புலயர்களின் உயர்வுக்கான ஒரே முட்டுக்கட்டை என்பது இதர சமுதாயங்களில் கல்வி அறிவில்லாத ஆட்களிடமிருந்து மட்டுமே உருவாவது. படிப்புள்ள ஆட்களும் அரசும் புலயர்களுக்கு அனுதாபம் காட்டுவர் என்றால் இந்த முட்டுக்கட்டை வேகமாகக் காணாமல் போகும். பள்ளிக்கூடத்திற்குள் அமர்ந்திருக்கும்போது ஒரு புலயர் குழந்தை ஒருபோதும் அசுத்தமாக இருப்பது இல்லை. எனவே, பள்ளிக்கூடங்களில் புலயர் சமுதாய குழந்தைகளைச் சேர்க்காமல் இருப்பதற்கான காரணங்களில் ஒன்றாக அவர்கள் 'அசுத்தமானவர்கள்' என்று கூறுவது சரியல்ல. நாகரிகமற்ற பழங்குடியினரைப்போல் இருக்கிறார்கள் என்றவொரு காரணத்தைக் காட்டி, அவர்களைப் புறந்தள்ளுவது என்பது, அந்நிய மதங்களில் சேர்வதற்கு அவர்களை ஊக்குவிப்பதாக இருக்கும். எதனால் என்று சொன்னால் அவ்வாறு மதம் மாறியவுடனேயே அவர்கள் பள்ளிக்கூடத்திற்குள் செல்லும் அனுமதி மிக இலகுவாகக் கிடைத்துவிடுகிறது. புலயர்களுக்குக் கல்வியறிவு உண்டானால் நிலத்தில் இறங்கி வேலை செய்யத்தக்க வேலைக்காரர்களின் எண்ணிக்கை குறைந்துபோய்விடும் என்ற அச்சம் அடிப்படை ஆதாரமற்றதாக உள்ளது. ஏனெனில், அடிமை வியாபாரம் நிறுத்தப்பட்டபோது தொழில் அபிவிருத்தியும் வேளாண் தொடர்பான அபிவிருத்தியும் உண்டாயின. சமஸ்தானம் முழுவதும் இந்த மக்களுக்காகத் தனிப்பட்ட முறையிலான பாடசாலைகளை உருவாக்குவது பொருத்தமானதல்ல. அதுமட்டுமல்ல, அப்படிச் செய்வதால் பொதுப் பாடசாலைகளில் புலயர்களுக்கு அனுமதி மறுக்கப்படும். கல்விக் கட்டணத்தைப் பாதியாகக் குறைத்துக் கொடுத்திருக்கின்ற இந்த அனுகூலம் புலயர்களுக்கு நன்மை பயப்பதாக இல்லை. எப்படியெனில், இப்போது சலுகை அனுபவிப்பவர்களாக முப்பது இந்து புலயர் மாணவர்களும் ஒரு மாணவியும் மட்டுமே உள்ளனர். உயர் கல்வி பெறுகின்ற ஏராளமான மாணவர்களுக்கான கல்வி ஊக்கத்தொகை புலயர்களுக்கு உதவி புரியும். செல்வச் செழிப்புள்ள முகமதியர் சமுதாயத்திற்குப் பாதிக் கட்டணம் போன்ற சலுகைககள் வழங்கப்பட்டிருக்கும்போது புலயரைப் பொறுத்தமட்டில் அவர்களுக்கு முழுமையான கட்டணச் சலுகை வழங்க வேண்டும் என்ற கோரிக்கை, நடைமுறையில் அதிகமான ஒன்றல்ல. பெண்கள் பள்ளிக் கூடங்களில் நுழையும் உரிமையைப் பெற இதைவிடவும் அதிகப்படியான ஆபத்தான

சூழல் உண்டு. பொதுவானதொரு கல்வியோடுகூட புலயர் குழந்தைகளுக்கு அவர்களால் இயன்ற தொழிலையோ அல்லது கைத்தொழிலையோ பயிற்றுவிக்க வேண்டும்.''

கல்வியோடு தொடர்புடைய தனது உரைகளில் உரிமை வாதங்களோடு சேர்த்து, பெற்ற உரிமைகளைப் பேணுவதற்கும் அவற்றைச் செழுமையுறச் செய்வதற்கும் தேவையான வழிகளைக் குறிப்பிட்டிருந்தார் அய்யன்காளி. தொழில் சார்ந்த படிப்பு, கட்டாயக்கல்வி, மதிய உணவு வழங்கல் (உச்ச கஞ்சி), அரிசி வழங்கல் உள்ளிட்ட யோசனைகள் இதன் ஒரு பகுதியாக முன்வைக்கப்பட்டவை[50]. சில உதாரணங்களைக் கீழே குறிப்பிடுகிறேன்:

"பள்ளிக் குழந்தைகளுக்குக் கல்வி உதவித்தொகைகளை (Scholarship) அனுமதித்த விஷயத்தில் அரசுக்கு நன்றி தெரிவித்துக்கொள்கிறேன். அத்துடன் புலயர்களைப் பொறுத்தமட்டில் நான்காம் வகுப்பு வரையிலுள்ள ஆரம்பக் கல்வியைக் கட்டாயமாக்க வேண்டும் என்று கோரிக்கை வைக்கிறேன். புலயர்களைக் கல்வி அறிவுள்ளவர்களாக்க இந்த ஒரு வழியே உள்ளது (2.3.1920).''

"மூன்று இலட்சம் பேர் உள்ள புலயர்களில் 12,381 பேர் மட்டுமே பள்ளிகளுக்குச் செல்கிறார்கள். இவர்களில் ஐந்தாம் வகுப்புக்கு மேல் உள்ள வகுப்புகளில் படிப்பவர்கள் 136 பேர். இவர்களில் ஆறோ ஏழோ பேர்தான் பொதுத்தேர்வில் வெற்றிபெற்றவர்கள். இதற்கு முதன்மையான காரணம், கல்விக் கட்டணத்தைச் செலுத்துவதற்கும் மதிய உணவு உண்பதற்கும் கழுவாய் இல்லாதது மட்டுமே. ஆகையால், மாணவர்களுக்குக் முழுக் கல்விக் கட்டணச் சலுகையும் மதியத்திற்குக் கஞ்சியும் வழங்க வேண்டும் என்று வேண்டுகோள் வைக்கிறேன் (27.2.1922).''

"புலயர், பறையர் ஆகியோரின் குழந்தைகள் பல நேரங்களில் பட்டினியாகவே பள்ளிக்கூடங்களுக்குச் செல்லும் நிலை உள்ளது. மதிய உணவு இல்லாமல் படிப்பைத் தொடர்வது மிகவும் கடினமான ஒன்றாகும். எனவே, அவர்களுக்கு மதிய உணவு வழங்குவதற்கான ஏற்பாட்டைச் செய்தால் அது நலமாக இருக்கும். ஒரு குழந்தைக்கு ஒருநேர ஆகாரத்திற்கு ஒரு சக்ரமோ அரை நாழி அரிசியோ (4 நாழி = 1 இடங்ஙழி அல்லது சங்ஙழி) போதுமானது. இந்தச் சலுகையைச் செய்து தரவில்லை எனில், கல்வி விஷயத்தில் அரசு செய்துகொடுக்கின்ற இலவசங்களைச் சரியாகப் பயன்படுத்துவதற்கு ஏழ்மையான சமுதாயத்தைச் சேர்ந்த குழந்தைகளுக்கு இயலாமல் போய்விடும் (10.03.1924).''

இருபதாண்டுகளுக்கும் அதிகமான காலம் மக்கள்சபையில் எளிய மாணவர்களின் துன்பங்களுக்குத் தீர்வுகாண முயற்சி செய்தார் அய்யன்காளி. என்றாலும்கூட அவர்களின் பிரச்சினைகள் எதிர்பார்த்த விதத்தில் தீர்வுகளைப் பெறவில்லை என்பதற்கு 1932ஆம் ஆண்டு மார்ச் மாத அவைக்கூட்டத்தில் அவர் ஆற்றிய உரையே சாட்சி. குந்நுகுழி எஸ்.மணி, பி.எஸ்.அனிருத்தன்[51] ஆகியோரின் புத்தகத்தில் சேர்க்கப்பட்டுள்ள அந்த உரை இவ்வாறாக இருக்கிறது.

“கல்வி, சர்க்கார் சர்வீஸ்களில் நியமனம் என்ற இந்தக் காரியங்களில் புலயர் சமுதாயத்தினருக்கு இப்போது நல்கப்பட்டுள்ள ஏராளமான சலுகைகளுக்கு நன்றி கூறாமல் இருக்க முடியாது. இருப்பினும் சமுதாயத்தின் இன்றைய சூழ்நிலையை மனதில் வைத்துப்பார்க்கும்போது இவை போதுமானவை அல்ல. கல்வி, தொழில் ஆகிய இந்த மண்டலங்களில் கூடுதல் சலுகைகள் அனுமதிக்கப்பட வேண்டும். கல்விக்கட்டணம், தேர்வுக் கட்டணம் ஆகியவற்றில் புலயர் சமுதாயத்தினருக்குச் சலுகை கொடுக்கப்பட வேண்டும். கல்வி விஷயத்தில் இச்சமுதாயம் இன்னுமே மிகவும் பின்தங்கிய நிலையிலேயே இருக்கிறது. இந்தச் சமுதாயத்தில் இன்னும் ஒரு பட்டதாரிகூட இல்லை. கல்லூரிக்குச் சென்று படிப்பதற்காக குறைந்தது ஐந்து புலயர் மாணவர்களுக்காவது வருடாவருடம் சலுகை வழங்கப்பட வேண்டும். கல்லூரி சென்று படிப்பதற்கான தகுதியைப்பெற்ற பலரும் புலயர் சமுதாயத்தில் இருக்கிறார்கள். என்றாலும் பொருளாதார ஏழ்மைநிலை காரணமாக அவர்களால் படிப்பைத் தொடர முடியவில்லை. ரோஸா ஹென்றி என்ற புலயர் ஜாதியைச் சேர்ந்த மாணவி தொடர்பான காரியம் இங்கு கவனத்தில் கொள்ளப்பட வேண்டிய ஒன்று. தாய், தந்தை இருவரும் பொருளாதாரத்தில் மிகவும் ஏழ்மையான நிலையில் இருப்பதால் படிப்பைத்தொடர முடியாத சூழலில் அந்த மாணவி இருக்கிறார். இந்தக் குழந்தை தனது படிப்பைத் தொடர்வதற்கான சகாயத்தை அரசு சார்பாகவும் செய்து கொடுக்க வேண்டும். சர்கார் சர்வீஸ்களில் பணி நியமனம் பெறுவதற்குத் தகுதியான புலயர் சமுதாயத்தினருக்குச் சிறப்புக் கவனம் கொடுக்கப்பட வேண்டும். இந்தச் சலுகைகள் எதிர்வரும் 15 ஆண்டுகள் தொடர வேண்டும் என்றும் எனக்கு விருப்பம் உண்டு. தாய்மொழி பள்ளிகளில் படித்து 6ஆம், 7ஆம் வகுப்புகளுக்குத் தேர்ச்சிப்பெற்ற புலயர் சமுதாய உறுப்பினர்களைச் சர்கார் டிபார்ட்மெண்ட்டுகளில் பியூன் பதவியில் நியமிக்கப் பரிசீலிக்க வேண்டும். மலையாளப் பள்ளிக்கூடங்களில் 6ஆம்வகுப்பு தேர்ச்சிப்பெற்றதோடு ஆங்கிலப் பள்ளிகளில் 2ஆம்

ஃபோரம் முடித்த புலயர் ஜாதியினருக்குக் கல்வி உதவித்தொகைகள் அனுமதிக்கப்பட வேண்டும். சர்வே பயிற்சிக்காகத் தேர்வு செய்யப்பட்ட புலயர் மாணவர்களுக்கு இலவச பயிற்சி வழங்கப்பட வேண்டும். இந்தச் சமுதாயத்தின் மேற்பார்வையில் நடக்கின்ற நெசவு பயிற்சி மையத்திற்கு அரசு சார்பிலும் சிறப்பு நிதியுதவி கிடைக்கப்பெற வேண்டும். நெசவு, கைவினைப் பொருட்கள் தயாரிப்புக்கான பயிற்சி ஆகியவற்றில் ஈடுபட்டுள்ள இளைஞர்களுக்கு நிதியுதவி கிடைக்கின்ற செயலையும் அரசு கவனத்தில் கொள்ள வேண்டும்."

ஸ்ரீமூலம் மக்கள்சபை உறுப்பினர் பதவியிலிருந்து விலகுவதற்கு முந்தைய ஆண்டு ஆற்றிய உரையிலும் எளிய மக்களுக்கான கல்வி உரிமைக்காகவும், தொடர்ச்சியான பாதுகாப்புத் திட்டங்களுக்காகவும் அய்யன்காளி முக்கியத்துவம் கொடுத்திருந்தார் என்பதை மேலே குறிப்பிட்டுள்ள அவரது உரை சாட்சியிடுகின்றது. கல்வியைப் பற்றிப் பேசி முடிந்ததும் சொத்துடைமை, சம்பாத்தியம் குறித்துப் பேசுவதற்கே அவர் அதிக முக்கியத்துவம் கொடுத்தார். 1912ஆம் ஆண்டு பிப்ரவரி 27ஆம்தேதி மக்கள்சபையில் அய்யன்காளி ஆற்றிய முதல் உரையில், புலயர்களுக்குப் புதிய வேளாண் நிலங்கள்[52] பதிவு செய்யப்பட்டுக் கிடைப்பது தொடர்பாகப் பேசினார். அவரது முதல் உரை இப்படியாக இருந்தது[53].

"புலயர் ஜாதிக்காரரர்களின் பிரதிநிதியாக; மக்கள்சபை கூட்டத்தின் ஓர் அங்கமாக என்னை நியமித்ததற்கு இந்த அரசுக்கும் இந்த முறை புலயர் ஜாதிக்கான பிரதிநிதியாக ஒரு புலயனைத்தான் நியமிக்க வேண்டும் என்ற கோரிக்கையை ஒருமனதாக அங்கீகரித்ததற்காகவும் மற்றும் கடந்த சபைக்கூட்டத்தில் பங்கேற்ற உறுப்பினர்களுக்கும் எனது நன்றியை உரித்தாக்கிக்கொள்கிறேன்."

"புதிதாகத் திருத்தப்பட்ட வேளாண் நிலங்களைப் புலயர்மார்களின் பெயர்களில் பதிவு செய்வது தொடர்பாகக் கடந்த கூட்டத்தில் முன்மொழியப் பட்டது. இதற்குக் கிடைத்த பதிலுக்குத்தக்கதாக நெய்யாற்றின்கரை, விளவங்கோடு, திருவனந்தபுரம், நெடுமங்காடு தாலுகாக்களில் சில புதிய வேளாண் நிலங்களை எங்களுடைய பெயரில் பதிவுசெய்துதர ஏராளமான விண்ணப்பங்கள் முன்வைக்கப்பட்டன. ஆனால், எந்தவொரு பலனும் உண்டாகவில்லை. இந்தப் பிரதேசங்களில் உள்ள குடியிருப்புவாசிகள் எங்களது பிரயத்தனங்களுக்கு அநேக தடைகளை ஏற்படுத்தினர். இதில் அவர்களுக்கு வருவாய்த்துறை ஊழியர்களின் சகாயமும்

கிடைக்கப்பெற்றது. இதன் காரணமாக, இதற்கு முன்பு பிறமக்கள் அறியாமல் இருந்திருந்தபோதிலும் புலயர்கள் தேடிக்கண்டறிந்த புது வேளாண்நிலங்கள், செல்வந்தர்களான ஜாதி இந்துக்களுக்குக் கிடைத்தன. புலயர்களைத் தொந்தரவு செய்ததோடு மட்டுமல்லாது அவர்களின் வசிப்பிடங்களிலிருந்து அவர்களை வெளியேற்றவும் செய்தனர். இத்துடன் அவர்கள் நிறுத்தவில்லை; முன்பு எங்களுக்கு உண்டாயிருந்த நிலங்கள்கூட இப்போது எங்களுக்கு இல்லாமல் ஆகிவிட்டன.நெறிபிறழாத இந்த அரசின் கருணைக்காக வேண்டுகோள் விடுப்பதைத்தவிர எங்களுக்கு வேறு வழியில்லை. எங்களுடைய ஜாதிக்காரர்களுக்குக் குறைந்த அளவாவது புது வேளாண் நிலங்களைப் பத்திரப்பதிவு செய்து தரவேண்டும் என்றும், தனிப்பட்ட நபரின் பெயரில் பத்திரப்பதிவு செய்த தரிசு நிலங்களில் பயன்பாடு இல்லாமல் கிடக்கின்றவற்றில் சில நிலங்களைப் பரீட்சார்த்த முறையில் எங்களின் சௌக்கியத்திற்காகவும் சௌகரியத்திற்காகவும் தர வேண்டும் என்றும் நான் கோருகிறேன். செல்வந்தர்களிடமிருந்தும் பொருள் படைத்தவர்களிடமிருந்தும் நாங்கள் சங்கடங்களை அனுபவித்துவருகிறோம். எப்படியெனில் நாங்கள் பதிவு செய்யாமல் இதுவரை வாய்மொழி வழியாக ஏற்றுக்கொள்ளப்பட்ட; எங்களின் சொந்தமுயற்சியால் திருத்தப்பட்ட; பலன்தரும் விதங்களில் ஆக்கப்பட்டதுமான நிலங்களிலிருந்து எங்களை வெளியேற்றியிருக்கிறார்கள். இதுமட்டுமல்ல, வனத்துறையில் சில ஊழியர்கள் அந்தப் பகுதியில் உள்ள ஏதேனுமொரு செல்வந்தரோடு கைகோத்துக்கொண்டு, பாதுகாக்கப்பட்ட வனப்பகுதிகள் என்றவொரு விவாதத்தை முன்வைக்கின்றனர். இதன் மூலம் வனப்பகுதிகளிலிருந்தும் வெளியேற எங்களை நிர்பந்தித்து வருகின்றனர். அதேசமயம் அந்த வனப்பகுதிகளை மற்றவர்கள் கைவசப்படுத்திக்கொள்ளவும் அனுமதிக்கின்றனர். இம்மாதிரியான எதேச்சதிகார செயலானது, முக்கியமாகச் செங்கனூர் தாலுகாவில் ராந்நி சரகத்தில் வலியகாவுங்கிலும், சங்கனாசேரி தாலுகாவில் ஆலப்பிராமுறி கிராமத்திலும், திருவல்லா தாலுகாவில் பெரும்பாத்து கிராமத்திலும் நடந்தேறி வருகின்றது. இவ்வகையான சங்கடங்களுக்குத் தீர்வுகாணப்பட வேண்டும் என்று நான் வேண்டுகோள் வைக்கிறேன்.''

திவானின் பதிலுரை:"புலயர்களுக்கு உதவி செய்வதற்காக இயன்றவற்றை எல்லாம் இந்த அரசு செய்கின்றது. புதிய சொத்துகளைத் தனிப்பட்ட முறையில் பத்திரப்பதிவு செய்வதற்குப் புலயர்களுக்காகக் கொடுக்கப்பட்டுள்ள 779 மனுக்களில் 769 மனுக்கள் பத்திரப்பதிவு செய்து தரமுடியாத புறம்போக்கு

நிலங்கள் தொடர்புடையதாக உள்ளன. தனிப்பெயரில் பத்திரப்பதிவு செய்து கொடுக்கத்தக்கதாக விளப்பில் என்ற பகுதியில் 500 ஏக்கர் பரப்பளவில் தரிசுநிலங்கள் பயன்படுத்தப்படாமல் உள்ளன. அங்கு செல்ல புலயர் மக்களுக்கு விருப்பம் இருந்தால் மாவட்ட முதன்மை வருவாய் அலுவலரிடம் கோரிக்கை வைக்கப்பட வேண்டும்."

1913ஆம் ஆண்டு பிப்ரவரி 12ஆம்தேதி நடைபெற்ற அய்யன்காளியின் 2ஆவது மக்கள்சபை கூட்டத்திலும் அவர் எளிய மக்களுக்கு நிலவுடைமை உண்டாவதற்கான அவசியத்தை முன்வைத்தார்[54].

"புலயர்களுக்கு வீடு கட்டிக்கொடுப்பதற்காக நெய்யாற்றின்கரை தாலுகாவில் விளப்பில் பகுதியில் 500 ஏக்கர் தரிசு நிலம் கொடுக்க முடிவானது. கடந்த மக்கள்சபை கூட்டத்தில் இந்த விஷயம் பற்றி நான் முன்வைத்த கோரிக்கையை இந்த வகையில் ஆதரித்ததற்கு எனது மனமார்ந்த நன்றியை இந்த அரசுக்கு உரித்தாக்கிக்கொள்கிறேன்."

"பள்ளிபுரம் பகுதியிலும், கழக்கூட்டம் பகுதியிலும் ஆயிரத்திற்கும் மேற்பட்ட வசிப்பிடங்கள் இல்லாமல் போய்விட்டன. பயன்படுத்தாமல் உள்ள தரிசு நிலங்களை அவர்களின் பெயர்களில் பத்திரப்பதிவு செய்து பெறுவதற்கு அவர்களில் சிலர் வருவாய்த்துறையில் விண்ணப்பங்களை அளித்துள்ளனர். தனிப் பத்திரப்பதிவு தொடர்பான நடவடிக்கைகளைத் துரிதமாக முடிப்பதற்கும் அந்த நிலங்களை அவர்களுக்குக் கொடுப்பதற்கும் தேவையான உத்தரவுகளைச் சம்பந்தப்பட்ட வருவாய்த்துறைக்கு அனுப்ப வேண்டும். சமஸ்தானத்தின் அந்தக் குறிப்பிட்ட பகுதியைச் சேர்ந்த எனது வர்க்கத்தினரின் குறைகளைத் தீர்த்துவைக்க வேண்டும் என்று நான் வேண்டுகிறேன். எங்களின் வசிப்புக்காகச் சமஸ்தானத்தின் பல பாகங்களிலும் இதுபோன்று உள்ள நிலங்களை எனது பாட்டாளி வர்க்கத்திற்குப் பத்திரப்பதிவு செய்து கொடுப்பதற்கு வழிவகை செய்ய வேண்டும் என்று பொதுவான முறையில் கோரிக்கை விடுக்கிறேன்."

கல்வி விஷயத்தில் உள்ளதைப் போலவே நிலம் தொடர்பான விஷயத்திலும் அரசாணைகளை நடைமுறைப்படுத்துவதில் சிரமங்களும் தடுப்புச்சுவர்களும் ஏராளமாக இருந்தன. 1916 பிப்ரவரி 29ஆம்தேதி மக்கள்சபையில், கிடைக்கப்பெறும் என்று ஏற்கெனவே உறுதியளிக்கப்பட்ட நிலம் தொடர்பான விஷயத்தை மீண்டும் முன்வைக்க வேண்டிய சூழல் அய்யன்காளிக்கு ஏற்பட்டது[55].

"விளப்பில் பகுதியில் 500 ஏக்கர் புது வேளாண் இடத்தைப் புலயருக்குப் பத்திரப்பதிவு செய்து கொடுக்க வேண்டும் என்று அரசாணை பிறப்பித்ததில் அரசு காண்பித்த தயவு, பலன் தரும் ஒன்றாக இருந்திருக்கவில்லை. இந்தப் பிரதேசத்தில் சில பகுதிகளை அதிகார வலிமை கொண்ட சிலர் அனுபவித்துவருகின்றனர். அவர்களுடன் மல்லுக்கட்ட புலயர்களுக்கு முடியாது என்று அரசு நினைப்பதால், அந்த இடத்தைப் புலயர்களுக்கு விட்டுக்கொடுப்பதற்கு முன்பு, அதில் வளருகின்ற மரங்களை வெட்டி அகற்ற வனத்துறைக்கு அரசு உத்தரவுகள் இட்டுள்ளதாக நான் அறிகிறேன். இந்த விவகாரத்தில் வனத்துறை எடுத்துவரும் நடவடிக்கை மந்தகதியில் உள்ளது என்பது வருந்தத்தக்க ஒன்றாகும். இந்தப் பிரதேசத்தில் வளரும் மரங்களை வெட்டி அகற்ற பல ஆண்டுகள் ஆகிவிடும். எனவே, இந்த விஷயத்தை மிகத்தீவிரமாகக் கவனத்தில் கொள்ள வேண்டும் என்று வேண்டுகோள் வைக்கிறேன்."

புதிதாகத் திருத்தப்பட்ட வேளாண் நிலங்களைப் பத்திரப்பதிவு செய்து கொடுக்க உத்தரவிடப்பட்டு ஆண்டுகள் பல கழிந்தன. ஆயிரக்கணக்கான மனுக்கள் மாவட்ட முதன்மை வருவாய் அலுவலரிடம் அளிக்கப்பட்டன. ஆனாலும் அந்த எளிய மக்களுக்கு நிலம் கிடைத்தபாடில்லை. இதற்குச் சான்றுதான் 1918ஆம் ஆண்டு பிப்ரவரி 18ஆம்தேதி மக்கள்சபையில் அய்யன்காளி ஆற்றிய உரையாகும்[56].

"புது வேளாண் நிலங்களைத் தங்கள் பேரில் பத்திரப்பதிவு செய்து வழங்க வேண்டும் எனக் கோரிக்கை வைத்து, கொல்லம், கோட்டயம், தேவிகுளம் ஆகிய டிவிஷன்களில் முதன்மை வருவாய் அதிகாரிகளிடம் மூன்றாயிரத்திற்கும் அதிகமான விண்ணப்பங்கள் கொடுக்கப்பட்டன. ஆனால், இதுவரை ஒருவருக்குக்கூட நிலம் பத்திரப்பதிவு செய்து தரப்படவில்லை. இதற்குக் காரண கர்த்தாக்களான அரசு ஊழியர்களுக்கு எதிராகக் கடுமையான நடவடிக்கைகள் எடுக்கப்பட வேண்டும்."

அய்யன்காளியின் செயல்பாடுகளின் பலனாகச் சில புலயர்களுக்கு நிலங்கள் கிடைத்தன. ஆனால், சன்னல்பின்னலான குழப்பங்களில் சிக்கியதால் கணிசமான ஆட்களுக்கு நிலம் கிடைக்கவில்லை என்று 1920இலும், 1924இலும் மக்கள்சபையில் அய்யன்காளி முன்வைத்த குறிப்புகள் சுட்டிக்காட்டுகின்றன[57].

"நிலஅளவை கட்டணம் மற்றும் அரசு நிர்ணயித்த வழிகாட்டி மதிப்புத் தொகையைப் பெறாமல் புலயர்களுக்கு நிலத்தைப் பதிவுசெய்து தர

அரசாங்கம் உத்தரவிட்ட போதும், மிகவும் சொற்ப எண்ணிக்கையிலான ஆட்களுக்கே இதுவரை நிலங்கள் கிடைத்துள்ளன. நெய்யாற்றின்கரை தாலுகாவில் சில புலயர்களுக்கு ஒரு ஏக்கர் நிலம் கூட கிடைக்கவில்லை. குடியிருப்பு வசதிகளுக்காகத் திருவிதாங்கூர் பகுதியில் உள்ள பிற பகுதிகளிலும் திருத்தப்பட்ட புது வேளாண்நிலங்களைப் பத்திரப்பதிவு செய்து வழங்கினால் அது மிகப்பெரிய நன்மையாக இருக்கும் (24.2.1920)."

"அரசின் தயவால் புதிதாகத் திருத்தப்பட்ட வேளாண் நிலங்கள் கிடைக்கப்பெற்ற பலரும் அந்த நிலத்தைக் கைவசப்படுத்தி வைத்திருக்கின்ற அதிகாரம் படைத்தோரை விரட்டியடிப்பதற்கு இப்போது நீதிமன்றத்தை நாடும் சூழலுக்குத் தள்ளப்பட்டுள்ளார்கள். பாவப்பட்ட என்னுடைய மக்களுக்கு இதன் மூலம் சொல்லொண்ணா துயரங்கள் ஏற்படுகின்றன. ஆகையால் இலவச பத்திரப் பதிவு செய்வதற்கு நீதிமன்றங்களில் வழக்கு தொடர நேர்ந்தால், நீதிமன்றக் கட்டணத்தையும் அவர்களுக்கு ரத்து செய்து தர வேண்டும். இந்தக் கோரிக்கையை ஏற்றுக்கொள்ள சாத்தியக்கூறு இல்லையெனில் நீதிமன்றக் கட்டணம் இல்லாமல் வழக்கு ஏற்றுக்கொள்ளப்பட வேண்டும். அந்தத் தொகையைப் பிரதிவாதியிடம் வசூலிக்க வேண்டும். நிலத்திற்குத் தேவையான விண்ணப்பப் படிவங்களில், நீதிமன்றக் கட்டண அஞ்சல்தலை ஒட்டுவதில் இருந்தும் விலக்கு அளிக்க வேண்டும் என்று கோரிக்கை வைக்கிறேன் (26.06.1924)."

கல்வி, நிலம் தொடர்பான விவகாரங்களுக்கு அடுத்தபடியாக எளிய மக்களின் வேலை தொடர்பான விஷயங்களுக்கு முக்கியத்துவம் கொடுத்தார் அய்யன்காளி. அரசின் அச்சகத்திலும், பொதுப்பணித்துறையிலும் கூலி ஆட்களாக வேலை செய்கின்ற புலயர்களை அவர்களின் கல்வித் தகுதிக்கு ஏற்றபடி பணியமர்த்தி, பணிநிரந்தரம் செய்ய வேண்டும் என்று 1913ஆம் ஆண்டு பிப்ரவரி 13ஆம்தேதி அய்யன்காளி வேண்டுகோள் வைத்தார். புலயர் வார்டுகள் உள்ள மருத்துவமனைகளில் வார்டன்களாகவும் வனத்துறையில் வனப்பாதுகாவலர்களாகவும் புலயர்களை நியமனம் செய்ய வேண்டும். கைவினைப் பொருள் பயிற்சிப் பள்ளிகளிலும் அவர்களுக்குப் பணி வழங்கப்பட வேண்டும் என்று அவர் விரும்பினார். 1932ஆம் ஆண்டு மார்ச் 18ஆம்தேதி கூடிய மக்கள்சபை கூட்டத்தில் உரை நிகழ்த்திய அய்யன்காளி, பின்வருமாறு தனது கோரிக்கைகளை முன் வைத்தார்:

"என் சமுதாயத்தைச் சேர்ந்தவர்களுக்கு அரசு வேலை வழங்குகின்ற விஷயத்தில் அவர்களுக்குப் பதினைந்து ஆண்டுகளாவது முன்னுரிமை

வழங்கப்பட வேண்டும். மட்டுமல்லாது, அரசுப்பணியில் சேர்வதற்கான அதிகபட்ச வயது வரம்பு வரையறையிலிருந்து புலயர்களுக்கு முழு விலக்கு அளிக்கப்படுதல் வேண்டும். 6ஆம்வகுப்பு, 7ஆம்வகுப்புவரை படித்த என் மக்களுக்குச் சமஸ்தானத்தில் உள்ள எல்லாத் துறைகளிலும் பியூன் வேலையாவது வழங்கப்படுதல் வேண்டும்."

பட்டியல் சமூக மக்களின் கிறிஸ்தவ மதமாற்றம்; மதமாற்றம் நடைபெறுவதற்கான சமூகச்சூழல்; எளிய மக்கள் பாதுகாப்புச் சங்கத்தின் பிரதிநிதிகளை மக்கள்சபைக்குத் தேர்வு செய்தல்; மக்கள்சபையில் ஏற்பட்ட பிரதிநிதிகள் எண்ணிக்கை சரிவு; அரசு அறிவிப்புச் செய்தும்கூட பொதுச் சாலைகளிலும், பொது இடங்களிலும் நடக்கும் கச்சேரிகளில் எளிய மக்கள் எதிர்கொள்கின்ற பாகுபாடுகள் ஆகியவை குறித்து மக்கள்சபையில் உரையாற்றி, உரிய நேரத்தில் அரசின் கவனத்திற்குக் கொண்டு சேர்த்துக்கொண்டிருந்தார் அய்யன்காளி.

இந்த விதத்தில் ஸ்ரீமூலம் மக்கள்சபையில் எளிய மக்களின் தேவைகளையும் உரிமைகளையும்[58] உயர்த்திப்பிடித்துக்கொண்டிருந்த போதும், திருவிதாங்கூரின் பல பகுதிகளில் நடந்த பட்டியல் சமூக மக்களின் வாழ்வுரிமை போராட்டங்களில் முன் வரிசையிலேயே நின்றிருந்தார் மாவீரன் அய்யன்காளி.

குறிப்புகள்:

1. குந்நுகுழி எஸ்.மணி, பி.எஸ்.அனிருத்தன், பக்கம் 73.
2. சி.அபிமன்யூ, பக்கம் 105.
3. டி.எச்.பி.செந்தாரசேரி, பக்கம் 35.
4. பி.எஸ்.அனிருத்தன்,'அய்யன்காளியுடெ அவஸான நாளுகள்', நயலபம், 2012 ஆகஸ்ட், புத்தகம் 11, இலக்கம் 7, பக்கம் 59.
5. ஏ.ஆர்.மோகனகிருஷ்ணன், 'மகாத்மா அய்யன்காளி: நவோல்தானத்தின்டெ அக்னி நக்ஷத்ரம், பக்கம் 117.
6. டி.எச்.பி.செந்தாரசேரி, பக்கம் 35.
7. பத்தனம்திட்டா மாவட்டம் திருவல்லாவில் பி.கே.கோவிந்தபிள்ளை (1869- 1949) பிறந்தார். படிப்பை முடித்தபிறகு கொல்லத்தில் உள்ள அரசுப் பள்ளியில் சிறிது காலம் மலையாள ஆசிரியராக

வேலை பார்த்தார். பின் ராஜினாமா செய்துவிட்டு 1902ஆம் ஆண்டில் திருவனந்தபுரத்தில் 'சுபாஷிணி' என்ற பெயரில் பத்திரிகை தொடங்கினார். அடித்தட்டுச் சமூகங்களினுடைய வளர்ச்சி மேம்பாட்டு ஆர்வலரும், அய்யன்காளியின் நண்பருமாக இருந்தார். கதை, கவிதை உட்பட ஏராளமான புத்தகங்களை எழுதி வெளியிட்டுள்ளார்.

8. எம்.என்.விஜயன், ஜென்ரல் எடிட்டராக இருந்து கேரள சாகித்ய அகாதெமி வெளியிட்ட 'நம்முடெ சாஹித்யம் நம்முடெ சமூஹம்' என்ற புத்தகத்தில் '1913ஆம் ஆண்டு பிப்ரவரி 13ஆம்தேதி ஸ்ரீமூலம் மக்கள்சபையில் புலயருக்காக வாதிட்டார் கோவிந்தபிள்ளை'(பக்கம்376) என்று எழுதப்பட்டுள்ளது. ஆனால், 1901ஆம் ஆண்டு முதல் 2000ஆவது ஆண்டுவரை உள்ள கேரள சமுதாய வரலாற்றின் சம்பவங்களை ஆவணப்படுத்தியுள்ள இந்தப் புத்தககத்தில், அய்யன்காளியுடன் தொடர்புபட்டு வரவேண்டிய தொடர் குறிப்புகள் ஒன்றுமில்லை. அதில் அய்யன்காளியைப் பற்றி உள்ளவை, 1914ஆம் ஆண்டு அய்யன்காளி மக்கள்சபையின் உறுப்பினரானார் (பக்கம் 394) என்ற விவரமும் அவரது மரணமொழியும் (பக்கம் 818) மட்டுமே. (1912 முதல் 1933 வரை அய்யன்காளி மக்கள்சபை உறுப்பினராக இருந்தார்). முக்கிய (ஜாதி இந்துக்கள் சார்ந்த) நிகழ்வுகளுக்கு வெளியே உள்ள சரித்திர சம்பவங்களோடு, எழுத்தாளர்களும் வரலாற்று ஆய்வாளர்களும் இயல்பிலேயே கடைப்பிடிக்கின்ற கவனமின்மையின் மற்றும் இருட்டடிப்பின் எண்ணிறந்த சாட்சியங்களில் ஒன்றாக இதையும் நாம் காண முடிகிறது.

9. டி.எச்.பி.செந்தாரசேரி, பக்கம் 49, சி.அபிமன்யூ, பக்கங்கள் 97 - 98. குந்நுகுழி எஸ்.மணி, பி.எஸ்.அனிருத்தன், பக்கங்கள் 75 - 76., டி.ஏ.மாத்யூஸ், பக்கம் 206.

10. சி.அபிமன்யூ, பக்கம் 100. உத்தரவு வெளியானவுடன் அய்யன்காளியிடம் முதன்முதலில் விவரத்தை அறிவித்தவர் பிராக்குளம் பத்மநாபன் பிள்ளை.

11. டி.எச்.பி.செந்தாரசேரி, பக்கம் 44.

12. அரசிதழின் 1673ஆம் பக்கத்தில் இந்த உத்தரவு இடம்பெற்றது. அந்த ஆண்டில் பெயர் முன்மொழியப்பட்ட 12 பேரில் 9ஆவது நபராக அய்யன்காளியின் பெயர் இடம்பெற்றிருந்தது (குந்நுகுழி

எஸ்.மணி, பி.எஸ்.அனிருத்தன், பக்கம் 77). மகாகவி குமாரனாசான், டாக்டர் பல்பு, ஆலுமூட்டில் சங்கரன் கொச்சுகுஞ்சு தொடங்கி பிரபலமான பலரும் அய்யன்காளியுடன் அந்தப் பட்டியலில் இடம்பெற்றிருந்தார்கள் (கல்லட சசி, பக்கம் 5).

13. டி.எச்.பி.செந்தாரசேரி, பக்கம் 45.

14. 1913இல் சரதன் சாலொமோன், ஜி.யேசுதாசன், 1914இல் வெள்ளிக்கரை சோதி, 1915இல் கண்டன் குமாரன், 1916இல் பாறாடி எப்ரஹாம் ஐசக், 1917இல் குறும்பன் தெய்வத்தான் ஆகியோர் மக்கள்சபை உறுப்பினராகும் வாய்ப்பைப் பெற்றனர்.

15. 1914இல் ஊருட்டம்பலம் பள்ளிக்கூடத்திற்குள் நுழையும் போராட்டத்தைத் தொடர்ந்து ஏற்பட்ட சமூக மோதல்களையும் அவற்றைத் தொடர்ந்து உண்டான தொண்ணூறாமாண்டுக் கலகத்தையும் நினைவில் கொள்க.

16. கிறிஸ்தவ மிஷனரி செயல்பாடுகளின் இறுதிப்பலனாக அடிமைத் தனத்தை முற்றிலும் துடைத்தெறியவும் தலித்துகளின் நலிவுற்ற நிலைகளுக்குத் தீர்வுகாணவும், ஆட்சிமுறையை நவீனப்படுத்தவும் திருவிதாங்கூர் அரசு நிர்பந்திக்கப்பட்டதாக எழுதுகிறார் ராபின் ஜெப்ரி ('நாயர் மேதாவித்யத்தின்டெ பதனம்', பக்கங்கள் 65, 66). 1847ஆம் ஆண்டு எல்.எம்.எஸ். மிஷனரிகளான சால்ஸ மீடு, சால்ஸ் மால்ட், சி.எம்.எஸ் மிஷனரிகளான பெஞ்சமின் பெய்லி, பேக்கர் ஆகியோர் சேர்ந்து அடிமை முறையை ஒழிக்க வலியுறுத்தி மனு அளித்திருந்தனர். மதமாற்றம் அதிகரிக்கலாம் என்ற பீதி உருவாக்கிய நெருக்கடிகளைத் தாண்டிவர, ஜாதி இந்துக்கள் பயன்படுத்திய சீர்திருத்தங்களையும், அவற்றின் பலன்களையும்தான் கேரளத்தின் மறுமலர்ச்சி என மலையாளிகள் அழைக்கிறார்கள் என்று டி.எம்.யேசுதாசன் ('பலியாடுகளுடெ வம்சாவளி', பக்கம் 7) கருதுகிறார். அடிநிலை மக்களின் ஒன்றிணைக்கப்பட்ட முன்னேற்றம், கிறிஸ்தவ மதத்தின் பரந்துப்பட்ட அளவிலான பிரச்சாரம் ஆகியவை திருவிதாங்கூரில் ஆட்சியாளர்களைப் பயத்துடன் பார்த்துக்கொண்டிருக்கச் செய்தனவாம். அடிநிலை மக்களின் உரிமைகளுக்காக உருப்படியாக ஏதாவது செய்யாவிட்டால் இந்துநாடு என்று அழைக்கப்படும் திருவிதாங்கூரின் பிரபல்யமே

மங்கிப்போய்விடும் என்று பயந்துபோன திவான், அய்யன்காளி சமர்ப்பித்த விண்ணப்பங்களுக்கு அனுகூலமான முறையில் எதிர்வினை ஆற்றத்தயாரானார் என்று ஆர்.அனிருத்தன் (பக்கம் 65) சுட்டிக்காட்டுகிறார்.

17. அய்யன்காளியின் இந்த விண்ணப்பத்தை விகிதாச்சார பிரதிநிதித்துவ வாதம் என்று (Proportional Representation) பி.கே.சதீஷின் ('அய்யன்காளியுடெ ஜனாதிபத்ய வீக்ஷணங்ஙள்', புதிய பதிப்பு 2012, புத்தகம் 11, இலக்கம் 7, பக்கம் 49) கருதுகோல் ஆகும்.

18. டி.எச்.பி.செந்தாரசேரி, பக்கம் 44.

19. அய்யன்காளியின் தலைமையில் உயர்ந்துவந்த தலித்துகளின் ஒன்றிணைந்த முன்னேற்றத்தை அரசியல் ரீதியாக எதிர்கொள்ளவும், அந்தக் கூட்டு முன்னேற்றத்தைத் தகர்த்துப்போடவுமே திருவிதாங்கூர் ஆட்சிபீடம் இப்படிச் செய்தது என்பது ஆர்.அனிருத்தனின் கண்ணோட்டம் (பக்கம் 69).

20. சரதன் சாலொமோன், குட்ட நாட்டில் புலயர்களுக்கு மத்தியில் உயிர்ப்புடன் செயலாற்றிய தலைவர் ஆவார். கிறிஸ்தவ மதத்தில் இணைந்து இயங்கிக்கொண்டிருந்த இவர், எளிய மக்கள் பாதுகாப்புச் சங்கத்தில் சேர்ந்து செயலாற்றியதையடுத்து மக்கள்சபை உறுப்பினராக மாறினார். 1913ஆம் ஆண்டு பிப்ரவரி 13, 21 ஆகிய தேதிகளில் அவர் ஆற்றிய உரைகளில் புலயர் கிறிஸ்தவர்களின் பிரச்சினைகளே முக்கியத்துவம் பெற்றன. இதற்கு அய்யன்காளி தனது அதிருப்தியைப் பதிவு செய்தார் என்று செந்தாரசேரியும் (பக்கம் 54), குந்நுகுழி எஸ்.மணி, பி.எஸ்.அனிருத்தன் ஆகியோரும் (பக்கம் 83) சுட்டிக்காட்டுகின்றனர்.

21. ஜி.யேசுதாசன், மக்கள்சபைக்குள் நுழைகின்ற 2ஆவது புலயர் பிரதிநிதி.

22. மக்கள்சபைக்குச் சென்ற 3ஆவது புலயர் பிரதிநிதி வெள்ளிக்கரை சோதி. கிறிஸ்தவரான இவர், வெள்ளிக்கரை மத்தாயி ஆசான் என்று அறியப்பட்டிருந்த நிலையில் மக்கள்சபைக்குள் செல்வதற்காக இந்து மதத்திற்கு மாறி வெள்ளிக்கரை சோதியானார்.

23. காவாரிக்குளம் கண்டன் குமாரன் (1864 - 1934), பறையர் சமுதாயத்தைப் பிரதிநிதித்துவப்படுத்தினார். அவர் மக்கள்சபை

உறுப்பினராவதை பொய்கயில் அப்பச்சனின் சிபாரிசும் சாத்தியப்படுத்தின. (டி.எச்.பி.செந்தாரசேரி, பொய்கயில் அப்பச்சன், பக்கம் 40). ஆனால், யோஹனானிடம் இருந்து பிரிந்து அதன் பின்னர் 'பிரம்ம பிரத்யக்ஷ ரக்ஷாதர்மபரிபாலன பறையர் மகாஜன சங்கம்' என்ற அமைப்பை உருவாக்கினார் கண்டன் குமாரன்.

24. திருவல்லாக்காரரான பாம்பூர் ராமன் சேந்நன், பின்நாட்களில் பாம்பூர் சிவசுப்பிரமணியன் சாம்பவர் என்று அறியப்பட்டார் (டி.எச்.பி.செந்தாரசேரி, பக்கம் 47).

25. குறவர் சமுதாயத்திற்காக முதன்முதலில் வர்க்கலா எஸ்.கே.ராகவனின் தலைமையில் ஒரு சங்கம் உருவாக்கப்பட்டது. 1928இல் எஸ்.கே.ராகவன் 'சத்தியவிலாசினி' சங்கத்தைத் தொடங்கினார். அப்போது அய்யன்காளி, கண்டன் குமாரன், ஜான் ஜோசப் ஆகியோர் பட்டியல் ஜாதிக்காரர்களை மக்கள்சபையில் பிரதிநிதித்துவப்படுத்திக்கொண்டிருந்தனர். குறவர் ஜாதியைச் சேர்ந்த யாரும் மக்கள்சபையில் இருக்கவில்லை. 'அறுமுகவள்ளி விலாசம்' என்ற பெயரில் ஒரு சங்கத்தை உருவாக்கிக்கொண்டு, குறவர் ஜாதியிலிருந்து 1929இல் முதன்முதலாக மக்கள்சபைக்குள் நுழைந்தார் கல்லட ராமன் நாராயணன். 1936ஆம் ஆண்டில்'குறவர் மகாசபை' உருவாக்கப்பட்டபோது மக்கள்சபைக்கு பி.சி.ஆதிச்சன் (டி.எச்.பி.செந்தாரசேரி, பக்கம் 1989:129) சென்றார். 1917ஆம் ஆண்டில் கம்மாளர்களின் பிரதிநிதியாக நாராயணன் மூத்தாசாரி மக்கள்சபையில் அங்கமானார் (ஏ.ஆர்.மோகனகிருஷ்ணன், பக்கம் 118).

26. கேரளத்தின் மறுமலர்ச்சிக் காலகட்டத்தில் சமூகச் சீர்திருத்தவாதிகளில் கவனம் ஈர்த்தவரான பொய்கயில் யோஹனான் (1878 - 1939), பத்தனம்திட்டா மாவட்டத்தில் திருவல்லாவுக்கு அருகிலுள்ள இரவிபேரூரில் பிறந்தார். சி.எம்.எஸ். மிஷனரிக்காரர்கள் நடத்திய உறைவிடப் பள்ளிக்கூடத்திற்குச் சென்று முத்தூட்டு கொச்சுகுஞ்சு என்ற உபதேசியாரிடம் எழுத்தறிவு பெற்றார். 1897ஆம் ஆண்டு கிறிஸ்தவ மதத்தை ஏற்றுக்கொண்டு மார்த்தோமா சபையில் அங்கத்தினரானார். அங்கு நிலவிய ஜாதியப் பாகுபாடுகளைத் தொடர்ந்து மார்த்தோமா சபையைவிட்டு விலகி துவக்கத்தில் பிரதர் மிஷனிலும் (1903), அதைத் தொடர்ந்து 'வேறுபாடு' சபையிலும் (1905) சேர்ந்தார். முதல் உபதேசி என்ற நிலையில்

சுதந்திரமான சுவிசேஷ பிரசங்கங்களைச் செய்து ஏராளமானோரை ஈர்த்துக்கொண்டார். இறுதியாக அடிமை ஜாதிகளுக்காக 1910ஆம் ஆண்டில் 'பிரத்யக்ஷ ரக்ஷா தெய்வ சபை' என்ற சபையை நிர்மாணித்து ஜாதி கிறிஸ்தவர்களின் தலைமைத்துவத்தைப் பிடித்து உலுக்கினார். அய்யன்காளி இயக்கத்தின் போராட்ட ஆர்வம், நவீனத்துவ இந்துக்களின் செயல்பாடுகள் ஆகியவற்றைவிட பொய்கயில் யோஹனான் உயர்த்திய அறைகூவலானது சி.எம்.எஸ். மிஷனரிமார்களின் தூக்கத்தைக் கெடுத்தது.(டி.எம்.யேசுதாஸன், பக்கம் 78). 1921இலும், 1931இலும் ஶ்ரீமூலம் மக்கள்சபையில் உறுப்பினரானார். 18 வயதுவரை குமாரன் என்றும், அதைத்தொடர்ந்து யோஹனான், பொய்கயில் அப்பச்சன் என்றும் மரணமடையும்வரை ஶ்ரீகுமார குருதேவன் என்றும் அறியப்பட்டார். சமூகச்சீர்திருத்தவாதி என்பதையும் தாண்டி வளர்ந்து, கேரளத்தில் பட்டியல் சமூக மக்களின் மதரீதியான நம்பிக்கைக்கும், விடுதலைக்கும் வலிமையூட்டி ஆயிரக்கணக்கான விசுவாசிகளின் நம்பிக்கையாக மாறினார். (கூடுதல் விவரங்களுக்கு டி.எச்.பி.செந்தாரசேரியின் 'பொய்கயில் அப்பச்சன்', எம்.ஆர்.ரேணுகுமார் எழுதிய 'பொய்கயில் யோஹனான்' உள்ளிட்ட வாழ்க்கைச் சரிதை புத்தகங்களைக் காண்க).

27. Alex George, The Millitant Phace of Pulaya Movement of South Travancore (1884-1914, page 11).

28. டி.எம்.யேசுதாசன்,'கறுத்த தெய்வங்ஙளும் நக்னசத்யங்ஙளும்', பக்கம் 153.

29. உதாரணமாக Judicial File No.116/4/1914, Bundle no.156, Kerala State Archives, 1914 டிசம்பர் 15இல் இந்தப் புகார் அளிக்கப்பட்டது.

30. டி.எச்.பி.செந்தாரசேரி, பக்கம் 97.

31. சி.அபிமன்யூ, பக்கம் 148.

32. தலித் பந்து, பக்கம் 81.

33. 1912 பிப்ரவரி முதல் 1933 பிப்ரவரி வரையிலான காலகட்டத்தில் ஒருபோதும் அய்யன்காளி மக்கள்சபை உறுப்பினராகப் பதவி வகிக்காமல் இருந்ததில்லை. அய்யன்காளிக்கு அடுத்தபடியாக மக்கள்சபையில் அதிக காலம் உறுப்பினர்களாக இருந்தவர்கள்

கண்டன் குமாரன் (14 ஆண்டுகள்), பாறாடி எப்ரஹாம் ஐசக் (12 ஆண்டுகள்) ஆவர். குறும்பன் தெய்வத்தான் 8 ஆண்டுகளும், ஜான் ஜோசப் 4 ஆண்டுகளும் மக்கள்சபை உறுப்பினர்களாகப் பதவி வகித்துள்ளனர். (மேலதிக விவரங்களுக்கு டி.என். அனியன், பக்கம் 17இல் காண்க).

34. சி.அபிமன்யூ, பக்கம் 149, கிரிஜாத்மஜன்.எஸ்., பக்கம் 16.

35. அய்யன்காளியின் ஆறடிக்கும் அதிகமான உயரம், மாநிறம், நிமிர்ந்த தலை, உடல் திறன் எனப் பல.

36. "அய்யன்காளியும் அவரது சங்கத்தினரும் மாட்டுவண்டியில் ஏறி ஊர்கள் முழுவதும் பயணம் செய்து விவசாயப் பணிகளை நிறுத்தி வைக்க வலியுறுத்தினர்'' என்று குந்நுகுழி எஸ்.மணி, பி.எஸ். அனிருத்தன் (பக்கம் 46) ஆகியோர் எழுதியுள்ளனர்.

37. டி.எச்.பி செந்தாரசேரி., பக்கம் 44.

38. திருவிதாங்கூரைக் காணவந்த ஜான் ஃபென்ட்ரி என்ற வெளிநாட்டுக்காரர் பரிசாக வழங்கிய கருப்பு நிற கோட் அணிந்து மக்கள்சபைக்குள் அய்யன்காளி நுழைந்தார் (குந்நுகுழி எஸ்.மணி, பி.எஸ்.அனிருத்தன், பக்கம் 79).

39. நிரணம் எம்.பி.கேசவன், 'பிரௌடகம்பீரனாய நேதாவு', ஸ்ரீ அய்யன்காளி நினைவு ஆண்டு மலர் 1982, பக்கம் 46. 1939ஆம் ஆண்டு டிசம்பரில் குட்டநாட்டில் நிரணம் என்ற இடத்தில் எளிய மக்கள் பாதுகாப்புச் சங்கத்தின் தலைமையில் அய்யன்காளிக்கு வழங்கப்பட்ட வரவேற்பு நிகழ்ச்சியில் பங்கேற்கவே அய்யன்காளியை நேரில் சந்தித்தார் கேசவன்.

40. கோயில் நுழைவு பிரகடன நினைவுச் சமிதியின் செயற்குழு உறுப்பினராக அய்யன்காளி இருந்தார். பிரகடனத்தைச் சாத்தியமாக்கிய மகாராஜாவான சித்திரை திருநாளின் சிலை, பொதுமக்களின் பொருளுதவியோடு 1940ஆம் ஆண்டில் திருவனந்தபுரம் கோட்டைக்கு உள்ளே தோல்ப்பூர் மகாராஜாவால் திறந்து வைக்கப்பட்டது. சமிதிக்காகச் சிலைத்திறப்பு விழாவின் இந்தப் பெருங்கூடுகையை வீடியோ படம் எடுத்தது மெட்ராஸைச் சேர்ந்த யுனைடெட் ஆர்டிஸ்ட் கார்ப்பரேஷன் என்ற நிறுவனமாகும்.

இந்த வீடியோ படம், சமஸ்தானத்தின் உள்ளேயும் வெளியேயும் திரையரங்குகளில் திரையிடுவதற்காகத் திருவனந்தபுரத்தைச் சேர்ந்த நியூ தியேட்டர்ஸ்க்கு ஒரு பிரதி கொடுக்கப்பட்டது. இந்த நினைவு சமிதியினரால் வீடியோவின் ஒரிஜினல் காட்சிப்பதிவு, சித்திரை திருநாள் ராஜாவிடம் கையளிக்கப்பட்டது. ராஜாவின் வாரிசுகள் தயவு காட்டினால் அந்த ஒரிஜினல் வீடியோவை வெளியே எடுக்க முடியும். அத்துடன் திறமையானதொரு பொதுக் கலாச்சார ஸ்தாபனத்திடம் வழங்கினால், மகானான அய்யன்காளியின் வீடியோ படம் ஒன்றை காண்கின்ற பாக்கியம் உண்டாகும். (செறாயி ராமதாஸ், 150ஆவது ஜெயந்தியை நினைவு கூர்ந்த மாத்ருபூமியின் வாராந்திர பதிப்பு, 2013 டிசம்பர் 29, பக்கம் 3).

41. ஜூபாராமகிருஷ்ண பிள்ளை, 'அழியாத சமூகச் சீர்திருத்தவாதி ஸ்ரீ அய்யன்காளி' ஆண்டு மலர் 1989, பக்கம் 59.

42. குந்நுகுழி எஸ்.மணி, பி.எஸ்.அனிருத்தன், பக்கம் 79.

43. டி.டி.கேசவன் சாஸ்திரியை மக்கள்சபைக்குள் கொண்டுவர அய்யன்காளியைக் கொண்டு சிபாரிசு செய்யவைப்பதற்காக இதுபோன்ற ஓர் அன்பளிப்பையும் எடுத்துக்கொண்டு சென்றார் ஜான் ஜோசப். ஆனால், அய்யன்காளியைப் பொறுத்தமட்டில் மேற்சொன்ன பதவிக்கு அதிகப்படியான தகுதி உள்ளவராக ஜான் ஜோசப்பையே அவர் கருதினார். இறுதிப்பலனாக 1931 ஜூன் 8ஆம்தேதி ஸ்ரீமூலம் மக்கள்சபைக்கு என்.ஜான் ஜோசப் நியமனம் செய்யப்பட்டார் (கூடுதல் தகவல்களுக்கு டி.எச்.பி.செந்தாரசேரியின் 'பாம்பாடி ஜான் ஜோசப்' என்ற வாழ்க்கை வரலாற்றுப் புத்தகத்தின் பக்கங்கள் 66,69இல் காண்க).

44. 1912ஆம் ஆண்டு பிப்ரவரி முதல் 1933ஆம் ஆண்டு பிப்ரவரி வரையிலான காலகட்டத்தில் ஒருமுறைகூட மக்கள்சபை உறுப்பினராகாமல் அய்யன்காளி இருந்ததில்லை.

45. கல்லட சசி (1932-96), கொல்லம் மாவட்டத்தில் உள்ள கல்லடயில் பிறந்தார். 1947இல் கம்யூனிஸ்ட் கட்சியில் சேர்ந்தார். ஜனயுகம், கௌமுதி உள்ளிட்ட சஞ்சிகைகளில் கவிதைகள் எழுதினார். 1956இல் ஆரம்பப்பள்ளி ஆசிரியரானார். தொழிலாளர் வர்க்கத்தை வஞ்சித்து, ஜாதி இந்து தொழிலாளர் பிரிவுகளோடு நேசம்பாராட்டிய

கம்யூனிஸ்ட் இயக்கத்தை விமர்சித்து 1983இல் 'யுத்த காண்டம்' என்ற கவிதையை எழுதினார். ஜாதியப் பாகுபாடுகளைத் தாண்டிவர கம்யூனிஸ்ட் இயக்கத்தால் முடியவில்லை என கண்டுணர்ந்தார்.(George K Alex, Elizabeth John, Page No.45). 'இந்தியயுடெ மக்கள்','மழக்காறுகள்', 'அய்யன்காளி' ஆகிய மூன்று கவிதைத் தொகுப்புகளை வெளியிட்டுள்ளார். 1987ஆம் ஆண்டில் அய்யன்காளியின் உரைகளைத் தொகுத்துச் சிறிய புத்தகமாக வெளியிட்டார். இதில் பி.கே.கோவிந்தபிள்ளையின் உரையும் சேர்க்கப்பட்டிருந்தது. 2013 செப்டம்பர்- அக்டோபர் மாதங்களில் 'தலித் சப்தத்தில்' பத்திரிகையில் (பக்கம் 3-10) மீண்டும் பிரசுரம் செய்யப்பட்டது.

46. கல்லட சசி, பக்கம் 9.

47. கல்லட சசி, பக்கம் 10.

48. 1910ஆம் ஆண்டு மார்ச் 1ஆம்தேதி திருவிதாங்கூர் சர்க்கார், பட்டியல் ஜாதி மாணவர்களின் பள்ளிக்கூட நுழைவு தொடர்பான உத்தரவு ஒன்றை வெளியிட்டது. இந்த உத்தரவுக்கு எதிர்ப்புத் தெரிவித்து சுதேசாபிமானியான கே.ராதாகிருஷ்ண பிள்ளை (1878 - 1916), மார்ச் 2ஆம் தேதி எழுதிய தலையங்கத்தை இங்கு எடுத்துக்காட்டுகிறேன்:

"தாழ்ந்த ஜாதிக்காரரர்கள் எனவும் தீண்டத்தகாதவர்கள் என்றும் தொடத்தகாதவர்கள் எனவும் இன்னபலவிதங்களில் அழைக்கப் பட்டுவரும் மக்களோடு, ஒன்றாக அமர்ந்து கல்வி கற்கும் காரியத்தில் மற்றவர்கள் வாக்குவாதம் செய்கின்றனர். இந்த நேரத்தில் இதில் மிக மிகக் கவனத்தில் கொள்ள வேண்டிய இரண்டு விஷயங்கள் கூட்டாகக் கலக்கப்பட்டு, குழப்பமாக மாற்றப்பட்டு வருவதாக நான் காண்கிறேன். இவற்றில் ஒன்று, பாரம்பரிய பழக்கவழக்கம்; மற்றொன்று, கல்வி உட்கிரகிப்பு ஆற்றல் அல்லது கல்விப் புரிந்துணர் ஆற்றல். புலயர் குழந்தைகள், பறையர் குழந்தைகள் பிற பட்டியல் குழந்தைகளோடு ஒன்றாக அமர, ஜாதி இந்துக்களை அனுமதிப்பதில்லை என்று வைத்துள்ளதை மாற்றாத பட்சத்தில் சமூக வளர்ச்சி குன்றிப்போய்விடும் என வாதிடுபவர்களை அபாயகரமானவர்கள் என்று ஆட்சேபிப்போர் உண்டு. இந்த ஆட்சேபத்தை நாங்கள் முக்கியத்துவமற்ற ஒன்றாக அல்லது பரிசீலிக்கத் தேவையற்ற ஒன்றாகவே கருதுகிறோம். ஆனால்,

பாரம்பரிய பழக்க வழக்கம் தொடர்பான காரியத்தில் சர்வ ஜனங்கள் மத்தியிலும் சமத்துவம் அனுமதிக்கப்பட வேண்டும் என்று வாதிடுபவர்கள், இந்தவோர் அம்சத்தை ஆதாரமாக்கிக்கொண்டு பாடசாலைகளில் குழந்தைகளைப் பேதமில்லாமல் ஒன்றாக அமரவைத்துக் கற்றுத்தர வேண்டும் எனப் பிடிவாதம் பிடிப்போரை நாங்கள் ஆதரிப்பதற்கான தர்க்கவாதம் அதில் இருப்பதாகத் தெரியவில்லை. பொதுப்படையான விஷயங்களில் குறிப்பிட்ட ஜாதிக்காரனையோ, ஒரு மதத்தைச் சேர்ந்தவனையோ, ஒரு வர்க்கத்தைச் சேர்ந்தவனையோ நாங்கள் ஆதரித்தோ எதிர்த்ததோ நிற்பது இல்லை. அதேநேரம் கல்வி சம்பந்தப்பட்ட இந்தக் காரியத்தில் அரசின் தற்போதைய தந்திரோபாயம், சமுதாய ரீதியிலான உளவியலுக்கும் நல்லொழுக்கத்திற்கும் எதிரானது என நாங்கள் நினைக்கிறோம். இந்தத் தந்திரோபாயம் புலயர் குழந்தைகளுக்கும், பறையர் குழந்தைகளுக்கும் மற்றும் ஞானத்தில் குறைவானவர்களான மற்ற தாழ்ந்த ஜாதிக்காரர்களுக்கும் ஏதோவொரு நன்மை செய்யும் எனில், அதைவிட மிக அதிகமாக அவர்களுக்குச் சாபத்தை உருவாக்கிவிடும் என்று நாங்கள் கூறுகிறோம். இதர ஜாதிகளைச் சேர்ந்த குழந்தைகளுக்குக் குறைந்த அளவே சாபம் ஏற்பட இது (சமத்துவக் கல்விக்கான அனுமதியளித்தல்) காரணமாக இருக்கிறது என்றும் நாங்கள் சொல்லிக்கொள்கிறோம். மனித வர்க்கத்தில் ஒரு நபருக்கும் மற்றொரு நபருக்கும் இடையே உள்ள உடல் ரீதியிலான வித்தியாசங்களை நாங்கள் தெரிந்துகொள்வதில்லை. ஆனால், அநேக நூறு ஆண்டுகளாகத் தொன்றுதொட்டு அடையப்பட்டுள்ள அறிவு தொடர்புடையதான வேறுபாட்டை மறப்பது சாத்தியமான ஒன்றல்ல. எத்தனையோ தலைமுறைகளாக அறிவைச் சாகுபடி செய்துவந்துள்ள ஜாதிக்காரர்களையும், அதைவிட எத்தனையோ தலைமுறைகளாக நிலத்தில் சாகுபடி செய்துவந்திருக்கின்ற ஜாதிக்காரர்களையும் தங்களுக்குள் அறிவுச்சாகுபடி செய்யும் விஷயத்தில் ஒன்றாக இணைப்பது குதிரையையும் எருமையையும் ஒரே நுகத்தடியில் கட்டுவதைப் போன்றதாகும்."(*மாத்ருபூமி வாரஇதழ்*, புத்தகம் 62, இலக்கம் 22, 1984, பக்கம் 31) சி.அபிமன்யூவின் புத்தகத்தில் 91, 92 பக்ககங்களில் சேர்க்கப்பட்டுள்ளது.

49. கல்லட சசி, பக்கம் 10.

50. 'ஸ்ரீஅய்யன்காளி ஸ்மரணிகயில்', (பக்கம் 14), கிரிஜாத்மஜன்.எஸ் ஆவணப்படுத்தியுள்ள குறிப்புகள் இவை.

51. குந்நுகுழி எஸ்.மணி, பி.எஸ்.அனிருத்தன், பக்கம் 131, 132.

52. புறம்போக்கு பூமி

53. கல்லடசசி, பக்கம் 6.

54. கல்லடசசி, பக்கம் 8.

55. அதே புத்தகம், பக்கம் 10.

56. கிரிஜாத்மஜன் எஸ்., பக்கம் 13.

57. கிரிஜாத்மஜன் எஸ்., பக்கங்கள் 13, 14.

58. டி.எச்.பி.செந்தாரசேரி, பக்கம் 53.

தொண்ணூறாமாண்டுக் கலகம்

எளிய மக்களின் பல்வேறு வகையான அடிப்படை உரிமைகளில் கல்விக்கே முதன்மையான முக்கியத்துவம் கொடுத்திருந்தார் அய்யன்காளி. கல்வியறிவு கிடைக்கப்பெற்றுவிட்டால் மற்ற பாதைகளில் வெளிச்சம் நிறையும் என்ற நம்பிக்கை உள்ளவராக இருந்தார். கல்வி உரிமைக்காக நடத்திய தொடர்ப் போராட்டங்கள், அளித்த விண்ணப்பங்கள் ஆகியவற்றின் பலனாக 1907, 1910, 1914 ஆகிய ஆண்டுகளில் திருவிதாங்கூர் அரசு, பட்டியல் ஜாதிக் குழந்தைகளுக்கான பள்ளிக்கூட அனுமதி தொடர்பான உத்தரவுகளை வெளியிட்டது. என்றாலும் அந்தக் குழந்தைகள் பள்ளிக்கூடத்திற்குச் சென்று படிப்பதற்கான சமூகச் சூழல் இயல்பிலேயே எங்கும் உருவாகியிருக்கவில்லை. இப்படியானதொரு கட்டத்தில் அய்யன்காளி தனது கூட்டாளிகளோடு சேர்ந்து ஊருட்டம்பலம் பெண்கள் பள்ளிக்கூடத்தில் நிர்பந்தப்படுத்தி குழந்தைகளைச் சேர்க்க முயன்றார். இதைத் தொடர்ந்து பட்டியல் சமூக மக்களின் கால்பட்ட அரசுப் பள்ளிக்கூடத்திற்கு ஜாதி இந்துக்கள் தீ வைத்த சம்பவம், நாயர் - புலயர் பிரிவினருக்கு இடையேயான மோதலாக வடிவம் எடுத்தது. கொல்ல ஆண்டு (மலையாள ஆண்டு) 1090இல் நடைபெற்ற இத்தகைய மோதல்கள் பிற்காலத்தில் தொண்ணூறாமாண்டுக் கலகம் என்று அறியப்பட்டாலும், ஜாதி இந்துக்களும் அதிகாரப்பூர்வ வரலாற்று ஆய்வாளர்களும்[1] இதனைப் 'புலயர் கலகங்கள்' என்றே குறிப்பிடுகின்றனர். புலயர் கலகம் என்ற வார்த்தையைக் கேட்கும்போது, புலயர்கள் உண்டாக்கிய கலகம் என்றவொரு புரிதலே உண்டாகிறது. ஆனால், இடைநிலை ஜாதியினரைக் கூட்டாகச் சேர்த்துக்கொண்டு நாயர்கள் நடத்திய

ஆக்கிரமிப்பையும் தாக்குதல்களையும் எதிர்த்து நின்றவர்கள் என்ற பெயர் மட்டுமே புலயர்களுக்குக் கிடைத்தது. அய்யன்காளியின் வாழ்க்கை வரலாற்றை எழுதிய முக்கியமான வரலாற்று ஆய்வாளர்கள் எல்லோரும் புலயர் கலகம் புலயர்களால் உருவாக்கப்பட்டதல்ல என்றும், அதன் முதன்மையான காரணகர்த்தாக்கள் நாயர்களே எனவும் கருதுகிறார்கள்[2]. நாயர் - புலயர் கலகத்தில்[3] புலயர்களின் பங்களிப்பை வெளியே நின்று பார்ப்பவர்களுக்கு அது புலயர் கலகமாகவும், புலயர்களின் ஆணவமாகவும் தோன்றலாம். ஆனால், அவை எல்லாம் மனித உரிமை மீட்டெடுப்புப் போராட்டங்களாக மட்டுமே இருந்தன என்று குறிப்பிடுகிறார் வரலாற்று ஆய்வாளர் செந்தாரசேரி[4]. அரசின் உத்தரவுகள் ஏற்கெனவே பிறப்பிக்கப்பட்டிருந்தாலும் நீண்ட நாட்கள் உரிமைகள் பாதுகாக்கப்படாமல் இருந்துவந்த சூழ்நிலைகளில் மாவீரன் அய்யன்காளி தனது தலைமையில் புலயர்களை ஒருங்கிணைத்துக் கல்வி நிலையங்களுக்குள் புகுந்தார். ஜனநாயக முறையிலான மார்க்கங்களினூடாக அடிப்படை உரிமைகள் கிடைக்கவில்லை எனில், அமைப்பாக ஒன்றுதிரளும் வலிமையின் வாயிலாகப் பலத்தைப் பயன்படுத்தி அவற்றை அடைவோம் என்ற புலயரின் உறுதிப்பாட்டை எதிர்கொள்ளாமலிருக்க, நாயர் ஜாதியின் முக்கியத் தலைவர்களுக்கு முடியவில்லை. சமுதாய மேம்பாட்டைப் பெறுவதற்கான புலயர்களின் வெவ்வேறு வகையான முயற்சிகளை, நாயர்கள் தாங்கள் பரம்பரை பரம்பரையாக அனுபவித்துவரும் சமுதாய அந்தஸ்தின் மீது கொடுக்கப்படுகின்ற பலத்த அடியாகக் கருதினார்கள். அய்யன்காளி உட்பட அனைத்துப் புலயர்களையும் அழிக்க வேண்டும் என்று தோன்றும் அளவுக்கு, நாயர்கள் கொடியத் தாக்குதல்களையும் ஆக்கிரமிப்புகளையும் திட்டமிட்டுக் கட்டவிழ்த்துவிட்டதற்கு இதுவே முக்கியக் காரணமாக இருந்திருக்க வேண்டும்[5]. புத்தன் பட்டாளம் (Puthan Pattalam) என்று அறியப்பட்டிருந்த நாயர் பட்டாளத்துக்காரர்கள் பாங்கோட்டு இராணுவ முகாமில் இருந்து மதிற்சுவரைத் தாண்டி, மாறுவேடமிட்டுக்கொண்டு 'காலனி'க்குள் புகுந்து எளிய மக்களைத் தாக்குவது வழக்கமான ஒன்றாக இருந்தது[6]. இராணுவ முகாமுக்குச் சென்ற அய்யன்காளி, நாயர் பட்டாளத்தின் இரகசியத் தாக்குதல்களைக் கமாண்டரிடம் புகாராகத் தெரிவித்தார். அதன் பிறகே தாக்குதல்கள் முடிவுக்கு வந்தன.

அய்யன்காளியின் தலைமையிலான புலயர்களின் முன்னேற்றங்களைச் சகித்துக்கொள்ளாத நாயர் தலைவர்கள் சிலரிடம் வேலை பார்த்த ரவுடிகள்[7],

புலயர்களை அடித்து நொறுக்கும் வன்முறைக்குத்[8] தலைமையேற்றனர். இவர்கள் தொடர் தாக்குதல்களை நடத்தியது மட்டுமல்லாமல் புலயர்களின் பொருட்களையும் கொள்ளையடித்தனர். புலயர் ஜாதிப் பெண்களிடம் அநாகரிகமாகவும் நடந்துகொண்டார்கள். நாயர்களின் தலைமையில் ஈழவர்கள், ஆசாரிகள் உள்ளிட்ட இடைநிலை ஜாதியினரும் முஸ்லிம்களும் பரந்துபட்ட எண்ணிக்கையில் புலயர்கள் மீதான தாக்குதல்களில் பங்கெடுத்தனர். இருநூறு பேர் அடங்கிய கொள்ளையர் கூட்டத்தை பொன்னன் பிள்ளை சட்டம்பி என்ற நாயர், கோவிந்தன் சட்டம்பி என்ற ஈழவர், கருவாப்பணிக்கர் என்ற ஆசாரி ஆகியோர் தலைமையேற்று நடத்தினர்[9]. இரவு நேரங்களில் புலயர்களின் வாழ்விடங்களை ஆக்கிரமித்து மொத்தத்தையும் அடித்து உடைக்கும் போக்கிரிக்கூட்டம், பகல் நேரங்களில் ஏதேனும் ஒரு நாயர் தறவாட்டில் (தறவாடு என்பது ஆச்சாரமானோர் என்று சொல்லிக்கொண்ட ஜாதி இந்துக்களின் குடியிருப்புப் பகுதி) முகாமிடும். அங்கு தாங்கள் ஏற்கெனவே கொள்ளையடித்த பொருட்களைப் பாகம் பிரித்துவிட்டு, கண்ணில்படும் புலயர்களைப் பெண்களென்றோ, குழந்தைகளென்றோ பாராமல் தாக்கினர். அய்யன்காளியைத் தேசத்துரோகி என முத்திரைக் குத்தி அவரது தலைக்கும் விலை வைத்தார்கள். இரக்கம் உள்ள சில ஜமீன்தார்கள் தங்களைச் சார்ந்து வாழுகின்ற புலயர்களை வன்முறையாளர்களிடமிருந்து காப்பாற்றினர். என்றாலும் புலயர்கள்மீது தொண்ணூறாமாண்டுக் கலகம் கொண்டுவந்து சுமத்தியது இதுபோன்றதொரு தனிப்பட்ட முறையில் தீர்வுகாண இயலுகின்ற தகர்வாக இருக்கவில்லை.

ஊருட்டம்பலத்திலிருந்து வெடித்துக்கிளம்பிய வன்முறை, நெய்யாற்றின்கரை தாலுகாவின் சுற்றுப்புற பிரதேசங்களில் படர அதிகநேரம் தேவைப்படவில்லை. வெங்கானூரில் தட்டாத்தெரு, பள்ளிச்சலில் செட்டிப்பிள்ளை தெரு, பாலராமபுரத்தில் அம்மன் கோவில்தெரு, ஓலத்தானி சந்தை, நெடுமங்காடு, மணக்காடு, கழக்கூட்டம் உள்ளிட்ட இடங்களில் உண்டான கலவரங்கள்[10] இதன் தொடர்ச்சியாக இருந்தன. இதே காலகட்டத்தில் திருவல்லாவுக்கு அருகே நடந்த புல்லாடு கலகமும்[11] கொல்லத்தில் நிகழ்ந்த பெரிநாடு கலகமும்[12] தொண்ணூறாமாண்டுக் கலகத்தின் ஒரு பகுதியாகவே இருந்தன.

எளிய மக்களின் உயிருக்கு அச்சுறுத்தல் அதிகரித்தது. அவர்களின் பொருட்கள் அபகரிக்கப்படுவதையும் சமூகப் பாதுகாப்புத் தகர்க்கப் படுவதையும் பெண்கள் அவமானப்படுத்தப்படுவதையும் கண்டபோது

இந்தப் பிரச்சினையை உடல்ரீதியாக எதிர்கொள்வதைத் தவிர வேறு வாய்ப்பே இல்லை என்பதை உணர்ந்தார் அய்யன்காளி. இதையடுத்து தனது சகாக்களோடு நெய்யாற்றின்கரைக்குச் சென்று வன்முறையை எதிர்கொள்ளத் தேவையான அறிவுரைகளை வழங்கினார். விடுதலைக்கும் சுயமரியாதைக்கும் தேவையான ஜனநாயகப்பூர்வமான மார்க்கங்கள் பயனற்றுப் போகின்ற சூழலில் தற்காப்புக்கான எதிர்ப்பையும் எதிர்த் தாக்குதலையும் பலப்படுத்துமாறு அவர் அறைகூவல் விடுத்தார். சமூக விரோதிகளோடு நன்றாகப்பேச, அறிவுள்ள நாவுகளைவிட வலிமைகொண்ட கைகளால்தான் முடியும் என்று தனது குழுக்களுக்குச் சொல்லிக்கொடுத்தார். ஊருட்டம்பலம் பள்ளிக்கூட நுழைவு நிகழ்வோடு தொடர்புபட்டு வெடித்துக்கிளம்பிய நாயர் - புலயர் கலகம் ஒருவார காலம் நீடித்தது[13].

விவேகோதயம் மாத இதழின் ஆசிரியராக இருந்த மகாகவி குமாரனாசான், 1915ஆம் ஆண்டு நவம்பர் மாத இதழின் தலையங்கத்தில் நாயர் - புலயர் கலவரத்தைப் பற்றிக் கீழ்க்கண்டவாறு எழுதினார்:

"புலயர்களின் வேதனைகள் உண்மையில் இப்போது அதிகரிக்கவே செய்கின்றன என்பது மட்டுமல்ல, அவர்களின் இப்போதைய சங்கடநிலை என்பது சகிக்க முடியாத அளவுக்கு மாற்றம் கண்டிருக்கின்றபடியால் நாங்கள் மிகவும் விசனப்படுகின்றோம். நெய்யாற்றின்கரை ஊருட்டம்பலம் என்ற இடத்தில் உள்ள பெண்கள் பள்ளிக்கூடத்தில் படிக்கவைப்பதற்குக் கல்வித்துறையின் அனுமதியோடு தங்கள் பெண் குழந்தைகளை அழைத்துச்சென்ற ஏராளமான புலயர்களை நாயர்களில் சிலர் ஒன்றுசேர்ந்து அடிக்க ஆரம்பித்தனர். அந்தத் தாக்குதல் இப்போது பயங்கரமான வன்முறையாக மாறி, முழுத் தாலுகா மட்டுமல்ல, அருகில் உள்ள தாலுகாக்களிலும் பரவியிருப்பதாகக் காண்கிறோம். எண்ணிக்கையில் மிகவும் சொற்பமான சில விவரமில்லாத ஈழவர்கள், இஸ்லாமியர்கள் முதலான பல பிரிவினரும் புலயர்களைத் தாக்குவதில் ஈடுபட்டுள்ளனர் என்றும் கேள்விப்படுகிறோம். இந்த எளிய மக்களான புலயர்கள், மற்ற பல பிரிவினரின் ஒருமித்த கோபத்திற்கும் குரூரங்களுக்கும் இலக்காகும் வண்ணம் அப்படி என்ன மகாபாவத்தைச் செய்துவிட்டார்கள் என்று எங்களுக்குப் புரியவில்லை. புலயர்களை அடிக்க வேண்டும்; அவர்களின் குடில்களை, பொருட்களைக் கொள்ளையடிக்க வேண்டும்; அவற்றைத் தீயிட்டுக்கொளுத்த வேண்டும்; அசையும் சொத்துகளை அபகரித்துக்கொண்டு போக வேண்டும்; பெண்களை உடல்ரீதியாகத்

துன்புறுத்த வேண்டும்; மானபங்கப்படுத்த வேண்டும் எனச் சொல்லவும் சிந்திக்கவும்கூட முடியாத அக்கிரமங்களைப் புலயர்களுக்கு இந்த வன்முறையாளர்கள் இழைத்திருக்கின்றனர்[14]."

ஊருட்டம்பலம் கலகத்தைத் தொடர்ந்து நாயர்களுக்கு எதிராகப் புலயர்களும், புலயர்களுக்கு எதிராக நாயர்களும் ஏராளமான வழக்குகளைப் பதிவு செய்தனர். நாயர்களின் குற்றச்சாட்டுகள், அவர்கள் புலயர்களோடு பராமரித்துவந்த வெறுப்புக்களாலும் முன்முடிவுகளாலும் செறிவூட்டப் பட்டிருந்தன. 1915ஆம் ஆண்டு டிசம்பர் 15ஆம்தேதி புலயர்களுக்கு எதிராக அவர்கள் கொடுத்த எதிர் வழக்கில் உள்ள சில பகுதிகள் இதை உறுதிப்படுத்துகின்றன[15].

"இந்தச் சங்கத்தை நடத்தியும் வழிகாட்டியும் வருபவன், புலயர்களில் தலைவன் என்று நடிக்கின்ற வெங்கானூர் பெருங்காற்றுவிளையைச் சேர்ந்த புலஅய்யன்காளி ஆவான். இவனும் இவனது சங்க உறுப்பினர்களான, மாறாயமுட்டத்தில் உள்ள மண்ணயத்தைச் சேர்ந்த புல சடையன், டியில் வில்லி, சுப்பையன், தூற்றுவிளையில் அய்யப்பன், சாத்தன், சடையன் ஆகியோரும் தெற்கே மாலயில் ஆண்டி, மன்னடியில் பிச்சன், குக்குடினியில் சாத்தன், சுள்ளியூர் உபதேசி சாத்தன், தும்போட்டுச் சாத்தன், கமுகின்குழியில் வில்லி, வயனூர் கோணத்தைச் சேர்ந்த சடையன், பொடியன், மாறாயமுட்டத்தில் உள்ள வலிய பறம்பில் கிழக்கும்கரை நாலுகெட்டு வில்லி, ஒடுக்கத்துப் பொடியன், சாருமூலயில் அய்யன், திருத்தும்கரை புரயிடத்தில் சாத்தன், முழங்ஙில் காளி, பெரும்பழதூர் பகுதியில் உள்ள வட்டரதெக்கருகு புரயிடத்தில் சாத்தன், கக்குத்தி புரயிடத்தில் வெளுத்த, சாத்தன், நக்கோட்டுக்கோணம் புரயிடத்தில் சாத்தன், பிச்சன், ஏத்தவாழவிளையில் பிச்சன், தெரியில் சடையன், தளியூர் தெக்கே கன்னெட்டில் புரயிடத்தில் சடையன், இலம் பிலாபுரயிடத்தில் ஊளி, புதுவலியில் கொப்ரா சாத்தன் மற்றும் இவர்களுக்குக் கீழ் இன்னும் பல புலயன்மார்களும் இருக்கிறார்கள்."

"தலைமுறை தலைமுறையாக அதிஈனமானவர்களும் அடிமைகள் முதற்கொண்டு எல்லா ஜாதியினரிலிருந்தும் மிக தூரமாக நிறுத்தப்பட்டு அந்த முறைமைக்குக் கீழ்ப்படிந்து வந்தவர்களும் அடிமைகளின் அடிமைகளாக இருந்த இந்தப்புலயர் ஜாதியினருக்கு இந்த அளவுக்கு அகம்பாவத்தையும்

அநீதியையும் உருவாக்கிவிட்டவர்கள், பாதுகாப்புச் சேனைகள் என்ற கூட்டத்தாரும் வேறு சிலரும் மற்றும் புலயர்களுக்கு உதவுகிறவர்களாக இருந்த நேமம் சர்க்கிள் இன்ஸ்பெக்டர் ஆகியோர் என்று நாங்கள் அறிய வருகிறோம்."

"புலயர்களுக்குக் கல்வி வழங்கப்பட வேண்டியது அவசியம்தான் என்றாலும் அதற்காக அவர்களுக்குத் தனியாகப் பள்ளிக்கூடங்கள் கொடுக்கப்பட்டு, நடத்தப்படுகின்றன. இப்போது ஏராளமான பள்ளிக்கூடங்கள் உள்ளபோதும் அவற்றை விட்டுவிட்டு அடிமைகளோடும் மற்ற ஆண், பெண் குழந்தைகளோடும் சேர்ந்து படிக்க வேண்டும் என்று துணிந்து நிற்கிறார்கள். இதற்கு இந்த அரசு அனுமதி அளித்திருக்கிறது. இவையெல்லாம் புலயரையும் பறையரையும் தவிர அடிமைகள் முதலான மற்ற எல்லா ஜாதியினருக்கும் மகா வேதனையாக மாறியிருக்கிறது. எனவே, படியளக்கின்ற பொன்னுத்திருமேனியின் திருவுள்ளத்தால் அல்லாது இதற்கு யாதொரு தீர்வுவழியும் உமது அடிமைகளுக்குக் கிடைக்காது."

அய்யன்காளி, மக்கள்சபையின் உறுப்பினராக இருந்தாலும்கூட அவரது சமூகமான புலயர்கள் சமூக ரீதியிலும் பொருளாதாரத்திலும் வளமையற்றவர்களாகவும் அதிகாரமில்லாதவர்களாகவும் வெளியே தள்ளப்பட்டவர்களாகவும் இருந்தார்கள். இதனால் சட்டம், நீதிமன்றம், போலீஸ் போன்ற அதிகார மையங்கள், தங்களது நிலைப்பாடுகளை இயல்பாக நாயர்களுக்கு சாதகமாகவே எடுத்தன. எளிய மக்களைத் தவிர சமூகத்தில் உள்ள பெரும்பான்மையானோர், அய்யன்காளி தலைமையேற்று நடத்திய ஜனநாயக உரிமைக்கான போராட்டங்களைச் சட்டம் - ஒழுங்கை உடைக்கின்ற வன்முறையாகவே மதிப்பிட்டனர். எந்தவோர் எதிர்மறையான சூழ்நிலையிலும் அனுசரணையோடு அல்லது கீழ்ப்படிதலோடு, எளிமையோடு, கூடவே தங்களுக்குச் சாதகமான சமூகக் கட்டமைப்பையும் அந்தஸ்தையும் சலனப்படுத்தாமல் பாதுகாக்கின்ற பட்டியல் சமூகத்தவர்களையே ஜாதி இந்துக்கள் எல்லாக் காலத்திலும் விரும்பினர். அய்யன்காளியும் அவரது கூட்டாளிகளும் அந்த விருப்பத்திற்குச் சாதகமற்றவர்களாக மாறியதால், அவர்கள் ஜாதி இந்துக்களின் கண்களுக்குள் உறுத்தும் தூசியாக மாறி அவர்களின் தூக்கத்தைக் கெடுத்தார்கள். நாயர்களால் திட்டமிடப்பட்ட தொடர்த் தாக்குதல்கள், பதிவுசெய்யப்பட்ட பொய் வழக்குகள் ஆகியவை பல பத்தாண்டுகளாக அவர்கள் அய்யன்காளியோடு காட்டிவந்த பகைமையின் அடையாளங்களாக இருந்தன.

எம்.எல்.சோலயில் 1984ஆம் ஆண்டு எழுதி வெளியிட்ட 'அய்யனவர் ஒரு லகுசரித்ரம்' என்ற புத்தகத்தில் 'பிரசித்தி பெற்ற தொண்ணூறாமாண்டுக் கலகம்' என்றொரு பகுதி உண்டு[16]. தொண்ணூறாமாண்டுக் கலகத்தில் அய்யனவர்களுக்கு உள்ள பங்களிப்பைப் பற்றிய விவரங்களை இந்தப் பகுதி தருகிறது. அய்யன்காளியுடன் ஆதரவுக்கரம் கோத்தவர்களும் எளிய மக்கள் பாதுகாப்புச் சங்கத்தின் செயற்பாட்டாளர்களுமாக இருந்தவர்கள் இந்த அய்யனவர்கள். ஒருவேளை இதன்காரணமாகவோ என்னவோ புலயர்கள் மீதான நாயர்களின் தாக்குதல் திடீரெனத் திசைமாறி, சுள்ளியூரில் வாழ்ந்துவந்த அய்யனவர்களின் மீது திரும்பியது. நாயர்களின் தாக்குதலை அய்யனவர்கள் எதிர்கொண்டதை எம்.எல்.சோலயில் கீழ்கண்டவாறு விவரிக்கிறார்:

"புலயர்களில் இருந்ததைப் போலவே அய்யனவர்களிலும் அடிதடி கலையில் (Martial Art Of Kerala) நிபுணத்துவம் பெற்ற ஆசான்கள் ஏராளமானோர் இருந்தனர். இவர்களில் கபியாராசான், ஜோசுவா பக்தர் ஆகியோர் முக்கியமானவர்கள். இவர்களின் தலைமையில் இருபத்தைந்து இளைஞர்கள் சுள்ளியூரில் உள்ள அமெரிக்கன் மிஷன் பள்ளியில் ஒன்றுசேர்ந்து காத்துக்கொண்டிருந்தார்கள். எந்த வீட்டில் கொள்ளையடிக்கப்படுகிறதோ அப்போது கூட்டமாக அபயக்குரல் எழுப்ப வேண்டும் என்று முன்கூட்டியே வீட்டுக்காரர்களுக்கு அறிவுறுத்தப்பட்டிருந்தது. துப்பாக்கி, சுருள்வாள், வீச்சுவாள், சிறிய கத்தி, சாக்கு நிறையக் கற்கள், மிளகாய்பொடி உள்ளிட்ட ஏற்பாடுகள் செய்யப்பட்டிருந்தன. எதிர்பார்த்ததைப் போலவே நள்ளிரவில் கூட்டமாக அபயக்குரல் எழும்பியது. குரல் கேட்ட திசையை நோக்கி ஆயுதங்களை எடுத்துக்கொண்டு அய்யனவர்கள் பாய்ந்து சென்றார்கள். கொள்ளையர்களின் கூட்டத்தில் இருநூற்றுக்கும் அதிகமானவர்கள் இருந்தனர். கபியாராசானின் தலைமையில் வெறும் இருபத்தைந்து பேர் மட்டுமே இருந்தார்கள். கரிக்கல் குளத்தின் மேற்பகுதியில் இருதரப்பும் மோதிக்கொண்டனர். "அந்த ரெட்டைக் குழல் துப்பாக்கியால் சுட்டுத்தள்ளுடா" என்று உரக்கக் கத்தினார் கபியாராசான். தலைவனின் உத்தரவு கிடைத்ததும் தோட்டாவைத் துப்பியது துப்பாக்கி. அடுத்தக் கணமே கடுவாப் பணிக்கரின் முழங்காலில் பாய்ந்தது தோட்டா. இதைப் பார்த்த கொள்ளையர்க் கூட்டம் நாலாப்புறமும் சிதறி ஓடியது. அதைப் பார்த்த கபியாராசானும் அவரது கூட்டத்தாரும் தாக்க ஆரம்பித்தார்கள். எதிர்பாராதவிதமான இந்தப் பதில் தாக்குதலை எதிர்கொள்ள எதிரிகள்

ஆயத்தமாக இருந்திருக்கவில்லை. என்றபோதிலும் அவர்களில் பொன்னன் பிள்ளை சட்டம்பியும் கோவிந்தன் சட்டம்பியும் தொடர்ந்து சண்டையிட்டனர். ஆனால், கபியாராசான் கூட்டத்தாரின் கை ஓங்கியது. ரவுடிகளை (சட்டம்பிகளை) இடித்துக் கீழே தள்ளியதோடு தங்கள் கைகளில் இருந்த வீச்சுவாள்களைக் கொண்டு அய்யனவர் கூட்டம் ஆழமான காயங்கள் ஏற்படாத வகையில் வெட்ட ஆரம்பித்தது. பொன்னன் பிள்ளைக்கு 63 இடங்களில் வெட்டு விழுந்தது. கோவிந்தன் சட்டம்பி 65 இடங்களில் வெட்டு வாங்கினார். இதனைத் தொடர்ந்து போலீஸாரின் கைது நடவடிக்கையிலிருந்து தப்பிக்க கபியாராசானும் அவரது கூட்டமும் குந்நத்துகாலில் உள்ள தனது சிஷ்யப்பிள்ளையும் சேரமர் சமுதாயத்தைச் சேர்ந்தவருமான அருமைநாயகத்தின் வீட்டில் ஒளிந்துகொண்டனர்[17]. அதற்கு அடுத்தநாள் பாறசாலப்பன் என்ற சட்டம்பியின் தலைமையில் ஜாதி இந்துக்கள் தாக்கத்தொடங்கினர். ஆனால், கபியாராசானும் அருமைநாயகமும் ஒன்றுசேர்ந்து திருப்பித்தாக்கி அவர்களையும் மண்ணைக் கவ்வ வைத்தார்கள். இரு கூட்டத்தாரிலும் ஏராளமானோருக்கு அரிவாள் வெட்டும் கத்திக்குத்தும் விழுந்து பலத்த காயங்கள் ஏற்பட்டன. இந்தக் குறிப்பிட்ட மோதலையடுத்து தொண்ணூறாமாண்டுக் கலகத்தின் தீவிரம் குறைந்தது. கலகம் நடந்துகொண்டிருந்தபோது தனுவச்சபுரத்தைச் சேர்ந்தவரான யாக்கூப் சட்டம்பி போலீஸில் சிக்கினார்.

நெய்யாற்றின்கரை 21ஆம் கம்பெனியின் கேப்டனான வேலுபிள்ளையின் கையை வெட்டிவிட்டார் என்ற வழக்கில் போலீஸாரால் யாக்கூப் சட்டம்பி கைது செய்யப்பட்டார்[18]. தனக்கு வலதுகைபோல் இருந்தவரும் சங்கத்தின் மிகத் தைரியமான போராளியாக இருந்தவருமான யாக்கூப்பை அடிக்க வேண்டாம் என்றும் அவரை விட்டுவிடுமாறும் வேண்டுகோள் விடுத்தார் அய்யன்காளி. ஆனால், அவரை விட்டுவிட போலீஸார் தயாராக இல்லை. இதனால் காவல் நிலையத்தின் முன்பு ஓர் இரவு, ஒரு பகல் முழுக்க அய்யன்காளி தனது சங்க உறுப்பினர்களுடன் இணைந்து தர்ணா போராட்டம் நடத்தி யாக்கூப்பைக் காப்பாற்றினார். இதை இந்தியாவின் முதல் சத்தியாகிரகப் போராட்டமாக குந்நுகுழி எஸ்.மணியும் பி.எஸ். அனிருத்தனும் வர்ணிக்கின்றனர்[19]. எளிய மக்களின் தீரத்துடன்கூடிய எதிர்ப்பை; ஒன்றிணைந்த பதில் தாக்குதலை; ரவுடியிசத்தின் மூலம் மேலாதிக்கத்தைத் தொடரலாம் என்ற ஜாதி இந்துக்களின் எண்ணத்தை தொண்ணூறாமாண்டுக் கலகம் சுக்குநூறாக உடைத்துப்போட்டது.

மறுபக்கத்தில் இந்தப் போராட்டமானது, அமைப்பாய் ஒன்றுசேர்வதில் உள்ள பலமும் பட்டாளத்துக் குணமும் எந்த அளவுக்கு அத்தியாவசியமானவை என்பதைக் குறித்து எளிய மக்களுக்கு விழிப்புணர்வை ஏற்படுத்திய ஒன்றாகவும் அமைந்தது. கூடவே, ஈழவர் உள்ளிட்ட இடைநிலை ஜாதியினரும் இஸ்லாமியர்களும் மற்றவர்களும் தங்களுடன் இல்லை என்பதையும், அவர்கள் ஜாதி இந்துக்களுடனேயே சமுதாய ரீதியில் அதிகமாக ஐக்கியப்பட்டு நிற்கின்றனர் என்றவொரு விசித்திரமான எதார்த்தத்தையும் எளிய மக்களுக்குத் தொண்ணூறாமாண்டுக் கலகம் உணர்த்தியது.

குறிப்புகள்:

1. உதாரணமாக டி.கே.வேலுப்பிள்ளையின் *(The Travancore State Mannual Vol.2, Page No.07)* அபிப்பிராயம், சி.அபிமன்யூவின் புத்தகத்தில் சேர்க்கப்பட்டுள்ளது.
2. டி.எச்.பி.செந்தாரசேரி (பக்கம் 69), சி.அபிமன்யூ (பக்கம் 128), டி.ஏ.மாத்யூஸ் (பக்கம் 122).
3. தலித் பந்துவின் (பக்கம் 161) சொல் பிரயோகம் இது.
4. டி.எச்.பி.செந்தாரசேரி (பக்கம் 69).
5. கண்டல பிள்ளை என்ற நாயர் முக்கியஸ்தரின் தலையீடு, நாயர்களுக்கு உந்துதலை அல்லது உணர்ச்சி வேகத்தை அளித்தது என்று எம்.எல்.சோலயில் எழுதுகிறார். பாலராமபுரத்துக் கண்டலா என்ற இடத்திலிருந்தே இந்தக் கலகத்திற்கான தீப்பொறி தெறித்ததாக செந்தாரசேரியும் (பக்கம் 73) குறிப்பிடுகிறார்.
6. குந்நுகுழி எஸ்.மணி, பி.எஸ்.அனிருத்தன் (பக்கங்கள் 94, 95).
7. சி.அபிமன்யூவின் சொல்லாட்சி (பக்கம் 129).
8. எம்.எல்.சோலயின் சொல்லாடல்.
9. சி.அபிமன்யூ, பக்கங்கள் 129, 130.
10. டி.எச்.பி.செந்தாரசேரி, பக்கம் 69.
11. புல்லாடு கலகம் தொடர்பான விவரங்கள், கல்வி உரிமைக்கான போராட்டங்கள் என்ற அத்தியாயத்தில் விவாதிக்கப்பட்டுள்ளதைக் காண்க.

12. பெரிநாடு கலவரம் குறித்த அத்தியாயத்தைக் காண்க. 1914ஆம் ஆண்டு இறுதியில் தொடங்கிய விடுதலைக்கான போராட்டங்கள் கொல்லத்தில் உள்ள பெரிநாடு என்ற இடத்தில் நடந்த மாநாட்டில் வெளிப்படத் தொடங்கியதாக செந்தாரசேரி எழுதுகிறார். (பக்கம் 69).

13. அய்யன்காளியின் மக்கள்சபை உரைகளில் எந்த இடத்திலும் தொண்ணூறாமாண்டுக் கலகத்தைப் பற்றி எந்தவொரு குறிப்பும் இல்லாமல் இருப்பது நம்ப முடியாத ஒன்றாகத் தோன்றுகிறது.

14. குமாரனாசானின் பேச்சுநடைக் கட்டுரைகள் - தொகுதி 2. குமாரனாசான் நினைவு கமிட்டி தோனய்க்கல், 1982, பக்கங்கள் 362-363. (செறாயி ராமதாஸின் புத்தகத்தில் பக்கம் 66).

15. Judicial File No 11/4/1914/ Bundle No. 156, Kerala State Judicial Archives.

16. பக்கங்கள் 59 - 66, இந்த விஷயத்தை அபிமன்யூவும் (பக்கங்கள் 130, 131) குந்நுகுழி எஸ்.மணி, பி.எஸ்.அனிருத்தன் (பக்கங்கள் 91 - 93) ஆகியோரும் குறிப்பிட்டுள்ளனர்.

17. இந்த நிகழ்வைத் தொடர்ந்து கபியாராசானுக்கும் அவரது கூட்டாளிகளுக்கும் எதிராக ஜாதி இந்துக்கள் வழக்கு தொடர்ந்ததால் அவர்களில் ஐந்து பேருக்கு நீதிமன்றம் மூன்று ஆண்டுகள் சிறை தண்டனை விதித்தது. ஆனால், ஓராண்டுக் காலம் மட்டுமே சிறையில் இருந்தார்கள். வெளியே வந்தால் உடனடியாகக் கொன்றுவிடுவோம் என்று எதிராளிகள் அச்சுறுத்தியபோதும் மற்போர் வீரர்களான அவர்களது சகபாடிகளுடன் இணைந்து மாராயமுட்டம் முதல் பெருங்கடவிளை வரை வெளிப்படையாகச் சுற்றித் திரிந்து அந்தக் கொலை மிரட்டலை கபியாராசான் நீர்த்துப்போகச் செய்தார். அய்யனவர் சமுதாயத்தின் உயர்வுக்குப் பாடுபட்டவரான யேசுதாசின் முயற்சியின் பலனாக எதிர்முகாமில் இருந்தவர்கள் மீதும் போலீஸார் வழக்குப்பதிந்து அவர்களைத் தண்டனைக்குட்படுத்தவும் செய்தனர்.

18. டி.எச்.பி.செந்தாரசேரி, பக்கம் 67.

19. குந்நுகுழி எஸ்.மணி, பி.எஸ்.அனிருத்தன், பக்கம் 95.

பெரிநாடு கலகம்

கொல்லம் மாவட்டத்தில் எளிய மக்கள் பாதுகாப்புச் சங்கத்தின் முதன்மையான செயற்பாட்டாளராக இருந்த கோபாலதாசன், பெரிநாடு கலகத்தின் கதாநாயகனாக இருந்தவர்[1]. மனிதகுலத்திற்கே விரோதமான ஜாதிய ஆச்சாரங்களுக்கு எதிராக அய்யன்காளி முன்னின்று நடத்திய குடிமகனுக்கான உரிமைப் போராட்டங்களில் கோபாலதாசன் தலைமையில் நடைபெற்ற பெரிநாடு கலகத்திற்கு இடமுண்டு. உறுதியானதொரு கால ஒழுங்கைக் கணக்கில் எடுக்கும்போது பெரிநாடு கலகத்தைத் தொண்ணூறாமாண்டுக் கலகத்தின் ஒரு பகுதியாகக் காணலாம். எனினும் அப்படியானதொரு கலகத்திற்குக் கொல்லம் மாவட்டத்தில் புலயர்களைத் தயார்படுத்திய கோபாலதாசனின் செயல்பாடுகளும், அந்தப் போராட்டம் முன்வைத்த மனித உரிமைக்கான பிரச்சினைகளும் சிறப்பான விதத்தில் மதிப்பிடப்பட வேண்டும்[2]. ஊருட்டம்பலத்திலும் புல்லாடு பகுதியிலும் நடந்த 'கலகங்கள்', பட்டியல் சமூகக் குழந்தைகள் பள்ளிக்கூடத்திற்குள் நுழைவது தொடர்பானவை. பெரிநாடு கலவரமோ ஜாதியாச்சாரங்கள் வலுக்கட்டாயமாகத் திணித்த அடிமைத்தன அடையாளங்களை வெளிப்படையாக அறுத்தெறிந்த புலயர் பெண்களின் விடுதலைக்கான பிரகடனமாக இருந்தது. பெரிநாடு கலகத்திற்கு ஜமீன்தார்களின் குரூரத்தனங்கள் திரி கொளுத்திப்போட்டன[3]. கொல்லம்

மாவட்டத்தில் புலயர்களை ஒன்றுசேர்த்துக்கொண்டு 1915ஆம் ஆண்டு அக்டோபர் 24ஆம்தேதி பெரிநாடு சென்றார் கோபாலதாசன். அங்கு புலயர் கூட்டத்தை ஜாதி இந்துக்களைச் சேர்ந்த ரவுடிகள் கலைத்த நிகழ்வு, பெரிநாடு கலகத்திற்குத் தொடக்கப்புள்ளியை வைத்தது. அய்யன்காளியின் அறைகூவலையடுத்தே இந்தக் கூட்டத்தைக் கொல்லம் மாவட்டத்தில் கூட்டியிருந்தார் கோபாலதாசன். அடிமைத்தனத்தின் மிச்சமான 'கல்ல'யையும் 'மாலை'யையும்[4] (கல்ல - பட்டியல் சமூகப் பெண்கள் காதில் அணியக் கூடிய, அடிமைத்தனத்தின் அடையாளமான மரக் காதணி, மாலை - பட்டியல் சமூகப் பெண்கள் தங்கள் மார்புகளை மறைக்க துணிக்குப் பதிலாக அணிந்திருந்த கற்களால் ஆன சுற்றுமாலை) தூக்கியெறியுமாறு புலயர்பெண்களுக்கு அழைப்பு விடுத்து, நெய்யாற்றின்கரையில் அய்யன்காளி நடத்திய ஆர்ப்பாட்டம் வெற்றியில் முடிந்தது.

பட்டியல் சமூகப் பெண்கள் இழிந்த, நாகரிகமற்ற ஆபரணங்களைத் தூக்கிவீசிவிட்டுத் தங்கள் மார்புகளை மறைத்ததை ஜாதி இந்துக்களால் சகிக்க முடியவில்லை. தெற்குத் திருவிதாங்கூரின் குறிப்பிடத்தக்க வரலாற்றுக் காலச்சூழலில்[5] ஜாதி இந்துக்கள் நேருக்கு நேரான தாக்குதலுக்குத் தயாராகவில்லை. ஆனால் பெரிநாட்டில் சூழல் வேறுமாதிரியாக இருந்தது. திருவிதாங்கூர், நாகரிக மேம்பாடு அடைந்திருந்தது என்றாலும் கொல்லம் போன்ற மாவட்டங்களில் பட்டியல் சமூகத்தவர்கள் தங்களுடைய நாகரிகமற்ற ஆடையலங்கார வழமைகளை மாற்றிக்கொள்ள ஜாதி இந்துக்கள் அனுமதிக்கவில்லை[6]. எளிய மக்கள் பாதுகாப்புச் சங்கத்தின் செயல்பாடுகள் கொல்லத்தில் தீவிரமானது முதல், நாயர்களான ஜமீன்தார்களுக்கும் கீழ்நிலையில் இருந்த வேளாண் பணியாளர்களான புலயர்களுக்கும் இடையே ஏராளமான வெறுப்புகள் நிலைநின்றிருந்தன.

வேளாண் மண்டலங்கள் தொடர்புடைய வேலைநிறுத்தங்களும் பெரிநாடு, மாவேலிக்கரை, சென்னித்தலா உள்ளிட்ட இடங்களில் ஜமீன்தார் - குடியானவன் உறவை மோதலாக மாற்றியிருந்தன. புலயர்களின் எதிர்த்தாக்குதல்களுக்கும் வாதங்களுக்கும் கோபாலதாசன் முக்கியத் தலைமையாக இருந்தார். நேர்மைக்காகவும் சமுதாய மேம்பாட்டுக்காகவும் உயிரைக்கூட தத்தம் செய்ய ஆயத்தமான வீரத்தளபதியாக இருந்தார் கோபாலதாசன்[7]. கூட்டாளிகளுடன் சேர்ந்து வீடுவீடாக ஏறியிறங்கிய அவர், 'கல்ல'யையும் 'மாலை'யையும் தூக்கியெறியுமாறு புலயர் பெண்களைக் கேட்டுக் கொண்டார். ஒவ்வாத வழக்கங்கள், அநியாயங்கள் ஆகியவற்றிற்கு

எம்.ஆர்.ரேணுகுமார் ▸ 149

எதிராகவும் யுத்தம் செய்ய வேண்டும் என்று அப்பெண்களை கோபாலதாசன் வலியுறுத்தினார். காலங்காலமாக அவர்களுக்குள் சாம்பல் மூடிக்கிடந்த சுதந்திரத்தின்; சுயமரியாதையின் கங்குகளைக் கூட்டிச் சேர்ப்பவராக இருந்தார் கோபாலதாசன். அவரது அயராத முயற்சியின் பலனாக, பிராக்குளம், தழவா, அஞ்சாலும்மூடு, கறுவா, பனயம் உள்ளிட்ட இடங்களில் ஆயிரக்கணக்கில் பட்டியல் சமூக மக்கள் பங்குபெற்ற கூட்டங்கள் நடைபெற்றன. பெரிநாடு அருகேயுள்ள செறுமூடு என்ற இடத்தில் இறுதிக்கூட்டம் நடத்த முடிவு செய்யப்பட்டது[8]. பட்டியல் சமூகத்தவர்களைப் பொது வழிகளில் சுதந்திரமாக நடக்கவோ, கூட்டம் கூடவோ ஜாதி இந்துக்கள் அனுமதிக்காத காலகட்டம் அது. எனவே, நாட்டு நடப்பை அனுசரித்து அந்தக் கூட்டத்திற்காக ஜாதி இந்துக்களிடமிருந்து புலயர்கள் ஏற்கெனவே அனுமதி பெற்றிருந்தார்கள். **1915**ஆம் ஆண்டு அக்டோபர் **21**ஆம்தேதி இடவட்டம் நெல்லிவிளை குடியிருப்பு வளாகத்தில் நாயர்களின் ஊர்க்கூட்டம் கூடியது. புலயர் பெண்கள் தங்கள் கழுத்தில் அணிகின்ற கல் மாலையை முழுவதுமாகக் கழற்றக்கூடாது என்றும் பட்டியல் சமூகத்தவர்களுக்கான ஆச்சாரமுறை என்ற நிலையில் குறைந்தது இரண்டு சுற்று மாலையாவது கட்டாயமாக அணிந்திருக்க வேண்டும் என்றும் நிபந்தனைகளை விதித்துப் புலயர்களின் கூட்டத்திற்கு அனுமதி அளித்தனர். ஓய்வுக்காக ஞாயிற்றுக்கிழமையன்று விடுமுறை வேண்டும்; கூலி உயர்வு வேண்டும் போன்ற புலயர்களின் கோரிக்கைகளை ஜாதி இந்துக்கள் பரிசீலனைக்குக்கூட எடுத்துக்கொள்ளவில்லை. புலயர்களின் கூட்டம் நடப்பதற்கு முன்னர் ரகசிய கூட்டங்கள் வாயிலாகவும் வெளிப்படையான மிரட்டல்கள் மூலமாகவும் மேலாதிக்கத்தோடுகூடிய அறிவுரைகள் வழியாகவும் ஜாதி இந்துக்கள் தங்களுடைய அணுக்கத்தை வெளிப்படுத்தத் தொடங்கியிருந்தனர். நிபந்தனைகளை மீறினால் கூட்டத்திற்குள் புகுந்து கலகத்தை மூட்டி, கூட்டத்தின் தலைவனான கோபாலதாசனைக் கொலை செய்ய வேண்டும் என்று நாயர்கள் சதித்திட்டம் தீட்டினர். இதற்காக நல்லேரி கூரிநாயர்[9] என்ற ரவுடியை ஏற்பாடு செய்திருந்தனர்[10]. இந்த ரவுடியின் முன்னெடுப்பில் புலயர்களின் மனோதிடத்தைக் கெடுத்துப்போடும் முகத்தான் கூட்டத்திற்குச் சில நாட்களுக்கு முன்னமே புலயர் ஜாதிப்பெண்களையும் குழந்தைகளையும் ஜாதி இந்துக்கள் அடிக்கத் தொடங்கிவிட்டனர். ஆனால், அவர்களின் அச்சுறுத்தல்களைப் புலயர் இளைஞர்கள் மிகவும் தைரியமான முறையில் எதிர்கொண்டார்கள். இறுதியாகக் கூட்டம் நடைபெறும் நாளும் வந்தது. ஆயிரக்கணக்கான புலயர்கள் தங்கள்

பெண்களோடும் குழந்தைகளோடும் திரண்டு வந்துகொண்டிருந்தனர். நேருக்கு நேர் மோதல்களோ, கைகலப்போ ஏற்படும் என்று உறுதியாகத் தெரிந்ததால் பலர் தங்கள் சுய பாதுகாப்பைக் கருத்தில்கொண்டு மிகவும் கவனமுடன் வந்திருந்தனர். நாயர் உள்ளிட்ட இதர ஜாதியினரும் கூட்டம் நடைபெறும் இடத்தில் அதிக எண்ணிக்கையில் குழுமியிருந்தனர். சங்கத்தின் பொதுச்செயலாளரான அய்யன்காளியின் அனுமதியோடு இந்தக் கூட்டம் கூட்டப்பட்டது[11]. கூட்டத்திற்குத் தலைமையேற்றார் கோபாலதாசன். இளம் தலைவரான விசாகம் தேவனின் இறைவணக்கப்பாடலோடு கூட்டம் ஆரம்பமானது. எளிய மக்கள் பாதுகாப்புச் சங்கத்தின் கூட்டங்களில் பாடப்படும் பாட்டைத்தான் பாடினார் விசாகம் தேவன். அதன்பின்னர் தலைமையுரை ஆற்றினார் கோபாலதாசன். காலங்காலமாகப் பட்டியல் சமூக மக்கள் அனுபவித்துவருகின்ற கஷ்டங்களையும் வேதனைகளையும் பற்றிய உள்ளத்தைத் தொடும் அவரது வார்த்தைகள், ஜனக்கூட்டத்தை இமை கொட்டாமல் கவனிக்கச் செய்தன. ஜாதியப் பாகுபாட்டையும் அதையொட்டிய தீழ்ப்பான வழக்கங்களையும் அவர் கடுமையாக விமர்சித்தார். இரவுப் பகலாக வேலை செய்தாலும் உழைப்புக்கேற்ற ஊதியம் வழங்கப்படாமல் இருப்பதைக் குறித்தும் ஞாயிற்றுக்கிழமைகளில்கூட ஓய்ந்திருக்க அனுமதிக்கப்படாததைக் குறித்தும் கோபாலதாசன் குற்றம் சாட்டினார். அதைத் தொடர்ந்து, சுயமரியாதையுள்ள மக்கள் கூட்டத்தால் அங்கீகரிக்க இயலாத 'கல்ல, மாலை' விஷயத்திற்குள் நுழைந்தார். அடிமைத்தனத்தின் மீதமான பலவற்றையும் சுமந்துகொண்டு நடக்க, பட்டியல் சமூக மக்கள் நிர்ப்பந்திக்கப்படுகிறார்கள் என்று சாடினார். சுயமரியாதையையும் சுதந்திரத்தையும் மீட்டெடுக்க கல்ல, மாலை போன்ற அடையாளச் சின்னங்களைப் பிடுங்கி எறியவேண்டிய காலம் நெருங்கியிருக்கிறது என்று உணர்ச்சி வேகத்தில் பிரகாசித்துக்கொண்டிருந்த ஆயிரக்கணக்கான புலயர்களின் கண்களைப் பார்த்துக் கூறினார் கோபாலதாசன். அந்தப் பேச்சைத் தொடர்ந்து பிரச்சினைகள் ஆரம்பமாயின.

கோபாலதாசனின் மேடைப்பேச்சு உணர்ச்சிப்பூர்வமான கட்டத்தை எட்டியபோது கூட்ட நிகழ்வுகளைக் கவனமுடன் பார்த்துக்கொண்டிருந்த நாயர்களின் கூட்டத்திலிருந்து கூரிமாது என்றழைக்கப்பட்ட இளைஞன் மேடையை நோக்கிச் சென்றான்[12]. மேடையில் ஏறியதும் மறைத்து வைத்திருந்த சிறு குத்துவாளைத் திடீரென உருவி கோபாலதாசனை நோக்கி குத்துவதற்கு முற்பட்டான். ஆனால், நல்வாய்ப்பாக அவர்

விலகிக்கொண்டதால் கத்திக்குத்து விழவில்லை. கோபாலதாசனது சகாக்களின் சாமர்த்தியமான செயலால் அவரது உயிருக்கு ஆபத்து எதுவும் ஏற்படவில்லை. கூரிமாதுவின் இலக்குத் தப்பியதையடுத்து அவனைக் காப்பாற்றுவதற்காகச் சிறயில் வீட்டில் கண்ணன்பிள்ளை, பொருன்னயில் வீட்டில் குஞ்சுபிள்ளை உள்ளிட்ட சில நாயர்கள் மேடையை நோக்கி ஓடிச் சென்று புலயர்களைத் தாக்கினர்[13]. தங்களது தலைவரைத் தாக்கிய ரவுடியையும் கூட்டத்தை அலங்கோலமாக்க ஆயுதங்களுடன் வந்த மற்றவர்களையும் நோக்கி, பெண்கள் உள்ளிட்ட புலயர்கள் பாய்ந்தார்கள். இருதரப்பும் ஒருவரையொருவர் தாக்கிக்கொள்ள அதிகம் நேரம் தேவைப்படவில்லை. உயிர் பயத்தால் தங்கள் குழந்தைகளின் கைகளைப் பிடித்துக்கொண்டு அலறியபடி பெண்கள் அங்குமிங்கும் சிதறி ஓடினர். அவர்களில் சிலர் நெல்லறுக்கும் கருக்கான அரிவாள்களை ரவுடிகளை நோக்கி வீசி அவர்களை எதிர்கொள்ளவும் கத்தி அழைக்கவும் செய்தார்கள். இதற்கிடையில், உயிருக்கு அச்சுறுத்தல் ஏற்பட்டிருந்த கோபாலதாசனை அழைத்துக்கொண்டு சில சங்க உறுப்பினர்கள் கொல்லத்திற்குச் சென்றனர்[14]. அடிகள் பலமாக விழுந்ததையடுத்து, எண்ணிக்கையில் அதிகமாக இருந்த புலயர்களிடம் தாக்குப்பிடிக்க முடியாத நாயர்கள், தங்களது இயல்பின்படியே சிதறி ஓடி உயிர் தப்பினர். படிப்படியாகப் புலயர்களும் சம்பவ இடத்திலிருந்து வெளியேற ஆரம்பித்தனர். என்றபோதும் முந்நூற்றுக்கும் மேற்பட்ட புலயர் இளைஞர்கள் கூட்டமாகச் சேர்ந்து நின்றனர். கூரிமாது மீதும் நாயர் ரவுடிகள் மீதும் இருந்த கோபாவேசம் அவர்களுக்கு அடங்கவில்லை. கூட்டமாகச் சென்று கூரிமாதுவின் வீட்டைத் தீவைத்துக் கொளுத்தினர். காக்கோலில் உண்ணித்தான் என்ற முக்கியஸ்தனின் வீட்டையும் சுற்றியிருந்த வீடுகளையும் கற்களை வீசித் தாக்கினர். அந்த வீடுகளுக்குள் இருந்தவர்கள் உட்புற அறைகளுக்குள் ஓடி கதவுகளை அடைத்தனர். தப்பியோடிவிட்ட கூரிமாதுவைத் தேடிக்கொண்டு புலயர் கூட்டம் எல்லா இடங்களுக்குள்ளும் புகுந்து அவனை உரக்கச் சத்தமிட்டு அழைத்தபடி நடந்தது. அவர்களால் கூரிமாதுவைக் கண்டுபிடிக்க முடியவில்லை. மேடையில் மோதல் ஏற்படத் தொடங்கியதுமே பின்புறமாகக் குதித்து முந்திரித் தோட்டத்திற்குள் புகுந்து அவன் தப்பியோடிவிட்டான். புலயர்கள் எதிர்த்தாக்குதல் நடத்திய செய்தி காட்டுத்தீ போல் பரவியதைத் தொடர்ந்து நாயர்களும் அடங்கியிருக்கவில்லை. கண்ணில் பட்ட புலயர்களையெல்லாம் அடித்தார்கள். அவர்களின் குடிசைகளைத் தீ வைத்துக்கொளுத்தினர். ஏராளமான புலயர் பெண்கள் உடல்ரீதியான

துன்புறுத்தல்களுக்கும் பாலியல் துன்புறுத்தல்களுக்கும் இரையாகினர். நாயர்களின் தாக்குதலுக்குத் தப்பிச் சிதறியோடிய புலயர்கள், தங்கள் வீடுகளையும் ஊரையும் விட்டுஓடி பல இடங்களில் ஒளிந்துகொண்டனர். வாய்ப்புக் கிடைத்தபோதெல்லாம் புலயர்கள் ஒன்றுசேர்ந்து திருப்பித் தாக்கினர். பண பலம், அதிகார பலம் இல்லாத நிலையில் அவர்களால் நாயர்களோடு நேருக்கு நேராக நின்று மோத முடியவில்லை.

புலயர்கள் சிதறியோடி[15] பலவழிகளில் சென்றுவிட்டதால் சிறுசிறு கும்பல்களாகச் சேர்ந்த நாயர்கள், புலயர்களின் குடியிருப்புகளுக்குள் புகுந்து தாக்கினார்கள். இதற்கிடையே நிகழ்விடத்திற்கு வந்த போலீஸாரும் புலயர்களே கலகக்காரரர்கள் என்ற முன்முடிவோடு அவர்களை வேட்டையாடினர். ஆண்கள் பலரும் தலைமறைவானதால் பெரும்பான்மையான புலயர் குடிசைகளில் பாதுகாப்பற்ற சூழலும் பட்டினியும் குடிகொண்டன. 'ஆணவக்காரரர்களும் ஜாதிய வழக்கங்களை அனுசரிக்காதவர்களுமான புலயர்கள் ஒருபாடம் படிக்கட்டும்' என்பதே பிற ஜாதிகளை, பிற மதங்களைச் சேர்ந்த பெரும்பான்மையானோரின் நிலைப்பாடாக இருந்தது. இருப்பினும் அவர்களில் சிலர் புலயர்களுக்கு உதவாமல் இல்லை. அப்போது புலயர்களுக்கு ஆதரவாக அங்கு வந்து சேர்ந்தார் எட்மண்ட் என்ற கிறிஸ்தவ மிஷனரி[16]. அனைத்தையும் இழந்திருந்த அவர்களை மிஷன் ஸ்கூல் கட்டடத்தில் தங்க வைத்ததோடு அவர்களுக்கு உணவு, உடை தந்துதவினார். காயமடைந்தவர்களுக்கும் நோய்வாய்ப்பட்டவர்களுக்கும் சிகிச்சைக்காக உதவிகளைச் செய்து பலரைச் சாவிலிருந்து காப்பாற்றினார்[17]. குரிப்புழா என்ற இடத்தில் இருந்த புலயர்களைத் தாக்குதல்காரரர்களிடமிருந்து லத்தீன் கிறிஸ்தவர்கள் காப்பாற்றினர்[18]. பாதிரியார் எட்மண்டின் உதவியைப் பெற்றவர்களில் பெரும்பான்மையானோர் பின்னாட்களில் கிறிஸ்தவ மதத்தைத் தழுவிக்கொண்டார்கள்.

பெரிநாடு கலகம் தொடர்பான செய்திகளை அன்றைய பத்திரிகைகள் வெளியிட்டிருந்தன[19]. தங்கசேரியில் இருந்து வெளியாகிக்கொண்டிருந்த 'மலையாளி' என்ற பத்திரிகையிலும், கோட்டயத்தில் இருந்து வெளியான 'நஸ்ராணி தீபிகா' என்ற பத்திரிகையிலும் செய்திகள் வெளியாகின. **1915**ஆம் ஆண்டு நவம்பரில் 'மலையாளி' பத்திரிகையில் கீழ்க்கண்டவாறு செய்தி பிரசுரிக்கப்பட்டிருந்தது:

“கடந்த ஞாயிற்றுக்கிழமை திருவிதாங்கூரில் பெரிநாட்டில் வைத்து எளிய மக்கள் பாதுகாப்புச் சங்கத்தின் செயலாளர் கோபாலதாசன் தலைமையில் புலயர்களின் மிகப்பெரிய கூட்டம் நடைபெற்றது. அந்தக் கூட்டத்தில் நானாதிசைகளிலும் இருந்து ஏறக்குறைய இரண்டாயிரத்திற்கும் அதிகமான புலயர்கள் குழுமியிருந்தனர். அத்துடன் அந்தப் பகுதியில் உள்ள ஏராளமான நாயர்களும் கூட்டத்திற்கு அருகிலேயே நின்றுகொண்டிருந்தனர். கூட்டம் நடந்துகொண்டிருந்தபோது நாயர் ஜாதி இளைஞர்கள் இரண்டுபேர் புலயர்கள் நடுவே சென்று எதையோ கேட்க முயன்றார்கள் என்ற காரணத்தால் கலகம் உண்டானதோடு அதில் புலயர்களுக்குக் காயங்களும் ஏற்பட்டன. அதைத் தொடர்ந்து புலயர்கள் கூட்டமாகப் புறப்பட்டார்கள். ஒரு நாயரின் வீட்டுக்குத் தீ வைத்தனர்; வழியில் வைத்து அவர்களைத் தடுத்த சிலர் மீது புலயர்கள் கற்களை வீசித் தாக்குதல் நடத்தினர். பெரிநாடு, மங்காடு, கிளிகொல்லூர் உள்ளிட்ட இடங்களில் புலயர்களின் சில குடிசைகளும் அழிக்கப்பட்டுள்ளன. அங்குள்ள புலயர்களில் பெரும்பாலானவர்கள் அந்த இடங்களைவிட்டுச் சென்றுவிட்டனர் என்று தெரியவருகிறது. மாவட்ட மாஜிஸ்திரேட் நேற்றுக் காலை நிகழ்விடத்திற்குச் சென்றிருந்தார்[20].”

ஒரு பெரிய கலகம் எனத் தலைப்பிட்டு ‘நஸ்ராணி தீபிகா’ பத்திரிகை கீழ்கண்டவாறு செய்தி பிரசுரித்திருந்தது.

“துலாம் எட்டாம் தேதி ஞாயிற்றுக்கிழமை பகல் பத்து மணியளவில் பெரிநாடு செறுமூடு என்ற இடத்தில் புலயர்களின் கூட்டம் ஆரம்பமானது. இந்தக் கூட்டத்தில் பெண்கள், குழந்தைகள் உள்பட இரண்டாயிரம் புலயர்கள் கூடியிருந்தார்கள். கூட்டம் தொடங்கியவுடன் இரண்டு போக்கிரிகள் சில ஆயுதங்களைக் கையில் எடுத்துக்கொண்டு கூட்டத்திற்குள் புகுந்து பயமில்லாமல் கோபாலதாசனின் அருகில் சென்றனர். இவர்களின் திட்டத்தை முன்கூட்டியே அறிந்திருந்த புலயர்கள், அருகில் சென்று அந்த ரவுடிகளைப் போதுமான அளவு சாத்தினார்கள். அதைத் தொடர்ந்து புலயர்கள் தங்கள் நாயகனான கோபாலதாசனை நூற்றுக்கும் மேற்பட்டவர்களின் உதவியோடு கொல்லத்திற்கு அனுப்பி வைத்தார்கள். கோபத்தில் கொதித்த அவர்கள், ரவுடிகளில் ஒருவனது வீட்டுக்குள் புகுந்து சாமான்களை அபகரித்துக்கொண்டதோடு வீட்டுக்குத் தீ வைத்துக் கொளுத்தி, முற்றாக அழித்துப்போட்டனர். ஆயுதபாணிகளான புலயர்கள் அங்கிருந்த இரண்டாவது ரவுடியின் வீட்டை இடிக்க ஆரம்பித்தனர். ஓடு வேயப்பட்ட வீடு என்பதால் அதற்குத் தீ வைக்கவில்லை. அங்கிருந்து

புறப்பட்ட அவர்களை மேற்கு ரோட்டுக்கு வரும்வழியில் நாயர் ஜாதிகளைச் சேர்ந்த பிரபலமான ஒரு குடும்பஸ்தன், ஆட்களைச் சேர்த்துக்கொண்டு எதிர்த்தார். அந்த இடத்தில் மிகப் பயங்கரமான கல்வீச்சு சம்பவம் அரங்கேறியது. இரு கூட்டத்தாரில் பல பேருக்குக் கொடுங்காயங்கள் ஏற்பட்டன. தாக்குப்பிடிக்க முடியாத புலயர்கள் கடைசியில் பல திசைகளில் சிதறியோடி உயிர்த்தப்பினர். அதையடுத்து நாயர்கள் அங்கிருந்த புலயர்களின் குடிசைகளை நாசப்படுத்தினர். இன்றுவரை கிட்டத்தட்ட முந்நூறு குடிசைகள் தீ வைக்கப்பட்டும் இடித்தும் தள்ளப்பட்டுள்ளன. புலயர்கள் பல ஊர்களில் அடைக்கலம் புகுந்துள்ளனர். போலீஸ் விசாரணை முறையாக நடைபெற்று வருகிறது[21]."

தீவிரமான கலகமும் பாதுகாப்பற்ற சூழ்நிலையும் போலீஸாரின் வேட்டையாடுதலும் பெரிநாட்டை ஒருவாரகாலம் உலுக்கியெடுத்தன. நாட்கள் செல்லச் செல்ல, இருதரப்புக்கும் இடையேயான மோதலில் சிறு தளர்வு ஏற்பட்டது. என்றபோதும் எப்போது வேண்டுமானாலும் சூழ்நிலைகள் படுமோசமானதாக மாறலாம் என்றவொரு புறச்சூழல் பெரிநாட்டில் நிலவியது. உயிருக்கும் உடைமைக்கும் சேதத்தைச் சந்தித்தவர்கள்; தங்கள் சுயமரியாதை மீது காயம்பட்டவர்கள் இருதரப்பிலும் ஏராளமானவர்கள் இருந்தனர். இவர்கள் அனைவரும் சமாதானத்திற்கான வழியைத் தேடுபவர்களாக இருக்கவில்லை. கலகமானது குறிப்பிட்ட எல்லைவரை ஆறியபோதும் பகையின், வெறுப்பின் தீ இன்னும் கனன்றுகொண்டே இருந்தது. பெரிநாடு கலகம், புலயர்களின் அன்றாட இயல்பு வாழ்க்கையையும் வாழ்வாதார வழியையும் கடுமையாகப் பாதித்திருந்தது. தொடரும் பாதுகாப்பற்றச் சூழலுக்குத் தீர்வுகாண்பதற்கான வழியை ஆராயவும், நடந்த நிகழ்வுகளின் தற்போதைய வளர்ச்சி குறித்தும் விளக்கவும், விசாகம் தேவனின் தலைமையில் 21 பேர் அடங்கிய ஒரு குழு, அய்யன்காளியைச் சந்திக்க வெங்கானூருக்குச் சென்றது.

பெரிநாட்டில் நடந்த குரூரமான சம்பவங்களைத் தனது சகாக்கள் மூலம் கேட்டறிந்த அய்யன்காளி, அவர்களை ஆறுதல்படுத்தவும் நாயர்களின் செயல்களுக்குக் கடும் ஆட்சேபத்தை முன்வைக்கவும் செய்தார். இதுவரை தொடர்ந்துவந்த நிலைப்பாடுகளில் இருந்தும் போராட்ட வழிகளைவிட்டும் பின்வாங்காமல் தீரத்துடன் முன்னோக்கிச் செல்லுமாறு அவர்களைக் கேட்டுக்கொண்டார். ஆறுதலோடு, அதற்கும் அதிகமான தன்னம்பிக்கையோடு விசாகம் தேவனைத் தவிர மற்ற இருபது பேரும்

மீண்டும் கொல்லத்தை நோக்கி நடந்தார்கள். விசாகம் தேவன் தன்னுடைய தலைவனான அய்யன்காளியோடு புறப்படுவதற்காக வெங்கானூரில் தங்கினார்.

பெரிநாட்டுக்குச் செல்வதற்காக, தெற்கு விளையில் இருந்த நிலத்தின் சிறுபகுதியைச் செல்வந்தரான முக்கம் குழியில் நாடாருக்கு ஐந்நூறு ரூபாய்க்கு ஒத்திக்கு விட்டார் அய்யன்காளி. அந்தப் பணத்துடன் தேவையான எண்ணிக்கையில் ஆயுதங்களையும் எடுத்துக்கொண்டு அடுத்த நாளே அவர் பெரிநாட்டுக்குப் புறப்பட்டார்[22]. அங்கு, தனது கூட்டாளிகளுடன் சேர்ந்து பிரச்சினையால் பாதிக்கப்பட்ட பகுதிகளைச் சுற்றிலும் நடந்து பாதிப்புகளைக் கண்டறிந்தார். எளிய மக்களின் குடிசைகள் எரிந்து சாம்பலாகி ஒன்றுமில்லாமல் கிடந்த காட்சி, அய்யன்காளியின் உள்ளத்தை உலுக்கியது. பெரிநாட்டில் மீண்டும் அமைதியான சூழல் நிர்மாணிக்கப்படும்வரை அங்கேயே இருக்கப்போவதாக அவர்களுக்கு வாக்குக்கொடுத்தார். பிரச்சினைகளுக்குத் தீர்வு காண்பதற்காகவும் பாதுகாப்பற்றச் சூழலை மாற்றுவதற்காகவும் திவானைக் காணச்சென்றார் அய்யன்காளி. திவான் கிருஷ்ணன் நாயர், கொல்லத்தில் முகாமிட்டபடி கலகத்தின் மனநிலையைக் கண்ணோக்கிக்கொண்டிருந்தார்[23]. கலகத்தை முடிவுக்குக் கொண்டுவருவதற்கான சில திட்டங்களை திவானிடம் முன்வைத்தார் அய்யன்காளி. தன்னுடைய சமுதாயத்தாரை அநியாயமாகத் தாக்கி, கலவர வழக்கில் குற்றஞ்சாட்டப்பட்டவர்களாக மாற்றவும் செய்கின்ற போலீஸாரை அங்கிருந்து திரும்பப்பெற வேண்டும் என்றே அவர் முதலில் கோரினார். கலக வழக்கில் குற்றஞ்சாட்டப்பட்டவர்களுடைய பெயர்ப் பட்டியலைத் தந்தால் அவர்களைத் தாம் நீதிமன்றத்தில் ஆஜராக்குவதாகவும் அய்யன்காளி உறுதியளித்தார். இந்த இரண்டு கோரிக்கைகளும் திவானுக்கு ஏற்புடையதாக இருந்தன. உடனடியாகப் போலீஸைத் திரும்பப்பெறவும் குற்றம் சாட்டப்பட்டவர்களின் பெயர்ப் பட்டியலை அய்யன்காளியின் கைக்குக் கிடைக்கவும் செய்தார்.

பெரிநாடு கலகத்தைத் தொடர்ந்து அந்தப் பகுதியில் அமைதியான சூழலை உருவாக்குவதற்கான மிகப்பெரிய உத்தரவாதத்தை அய்யன்காளி மேற்போட்டுக்கொண்டார். போலீஸுக்கும் ஜாதி இந்துக்களுக்கும் பயந்து ஊரைவிட்டுச் சென்றவர்களை மீண்டும் அழைத்துவந்து குடியமர்த்த வேண்டும்; குற்றம் சாட்டப்பட்ட அனைவரையும் உரிய நேரத்தில்

நீதிமன்றத்தில் ஆஜர்படுத்த வேண்டும்; இனிமேல் கலகம் ஏற்படாமல் இருப்பதற்கான முன்னெச்சரிக்கை நடவடிக்கைகளை எடுக்க வேண்டும்; புலயர்களின் அச்சத்தைப் போக்க வேண்டும் என்பன உள்ளிட்ட உத்தரவாதங்களை அய்யன்காளி நிறைவேற்றவேண்டியதாக இருந்தது[24]. விசாகம் தேவன் மற்றும் புலயர் இளைஞர்களின் உதவியால் அந்த உத்தரவாதங்களையெல்லாம் அவர் திருப்திகரமாக நிறைவேற்றியபோதும் பெரிநாட்டில் சொந்தச் சமூகத்தினரின் இயல்பு வாழ்க்கை சாந்தம் அடைய வேண்டும் எனில் சமரசக் கூட்டம் கூட்டப்பட வேண்டும் என்று அவருக்குத் தோன்றியது. இந்த யோசனை எல்லோராலும் ஏற்றுக்கொள்ளப்படத்தக்கதாகவும் இருந்தது. ஆனால் அதற்கு திவானின் அனுமதி தேவை. மட்டுமல்லாது கூட்டத்தை நடத்த ஓர் இடத்தையும் கண்டுபிடிக்க வேண்டும். அப்போதைய சூழலில் இந்த இரண்டு காரியங்களும் அவ்வளவு வேகத்தில் சாத்தியப்படும் என்று தோன்றவில்லை. இருந்தபோதும் அதற்கான முயற்சியை அய்யன்காளி தொடங்கினார். திவானைப் பொறுத்தவரையில் மீண்டும் ஒரு கூட்டத்தை நடத்தினால் மறுபடியும் சட்டம் - ஒழுங்கு கெட்டுவிடும் என்று கருதினார். ஆனால், கொல்லத்து சர்க்கிள் இன்ஸ்பெக்டரான கோபாலசுவாமி பிள்ளையிடம் இருந்து 'சட்டம் - ஒழுங்கு கெடாமல் பார்த்துக்கொள்வேன்' என்று எழுத்துப்பூர்வமாக உறுதிமொழி வாங்கி திவானிடம் அளித்து, கூட்டம் நடத்துவதற்கான அனுமதியை அய்யன்காளி பெற்றார். தமிழ்நாட்டுக்காரரான கோபாலசுவாமி பிள்ளை அய்யன்காளிக்கு நன்கு அறிமுகமானவரும் அவரது சமூகச் செயல்பாடுகளுக்கு ஆதரவு காட்டுபவராகவும் இருந்தார்.

சமரசக் கூட்டத்திற்காக இடம் தேடியாக வேண்டும் என்பது அடுத்த பிரச்சினையாக இருந்தது. மக்கள்சபை உறுப்பினராக இருந்தபோதும் இப்படியானதொரு கூட்டத்தைக் கூட்ட அய்யன்காளிக்குக் கொல்லத்தில் மைதானம் கிடைக்கவில்லை. கடைசியாக, கொல்லம் பெரிய மைதானத்தில்[25] கூடாரம் போட்டிருந்த சர்க்கஸ் கம்பெனியின் உரிமையாளரான தாராபாயி[26] என்ற பெண், மாலை ஐந்து மணிவரை தனது கூடாரத்தைக் கூட்டம் கூட்ட அய்யன்காளிக்குத் தந்தார் என்று செந்தாரசேரி எழுதுகிறார்[27]. முக்கியமான எல்லாப் பிரச்சினைகளுக்கும் தீர்வு காணப்பட்ட நிலையில் சமரசக் கூட்டத்திற்கு யார் தலைமை வகிப்பது என்ற சர்ச்சை எழுந்தது. இறுதியில், புகழ்பெற்ற சீர்திருத்தவாதியாக இருந்த சங்கனாசேரி பரமேஸ்வரன் பிள்ளை தலைமை வகிப்பது எனத் தீர்மானிக்கப்பட்டது[28]. இது அய்யன்காளியின்

அறிவுப்பூர்வமான தீர்மானமாக இருந்தது. நாயர் சமுதாயத்தில் மிக நேர்மையாக உள்ள ஒருவர் தலைமைத் தாங்கி அலங்கரிக்கின்ற கூட்டத்தை நாயர்கள் சீர்குலைக்கமாட்டார்கள் என்பதை நன்கு அறிந்திருந்தார் அய்யன்காளி. சமரசக் கூட்டத்திற்குச் சாத்தியமே இல்லை என்று கருதப்பட்ட நிலையில் ஏராளமான தடைகளையும் எதிர்ப்புகளையும் தாண்டி அய்யன்காளியால் சாத்தியமாக்கப்பட்ட கூட்டம், தெற்றென விளங்கக்கூடிய அவரது உறுதிப்பாட்டுக்கு ஆகச்சிறந்த உதாரணமாகும். இதில் வெளிப்படுவது அவரது தன்னிகரற்ற புத்திக்கூர்மையும் சாதுரியமும் ஆகும்.

1915ஆம் ஆண்டு டிசம்பர் 19ஆம்தேதி சங்கனாசேரி பரமேஸ்வரன் பிள்ளையின் தலைமையில் சமரசக் கூட்டம் தொடங்கியது[29]. புலயர்கள், நாயர்கள் உள்ளிட்ட பல்வேறு ஜாதி-மதங்களைச் சேர்ந்த நாலாயிரம் பேர் கூட்டத்தில் பங்கேற்க வந்திருந்தார்கள். மிக ஒழுங்குடனும் கிரமத்துடனும் கூட்டப்பட்ட கூட்டத்தில் பங்கேற்றிருந்த பெண்கள் எல்லோரும் தூய்மையான உடைகளை உடுத்தி, அவற்றின்மீதே அடிமைத்தனத்தின் சின்னமான 'கல்ல'யையும், 'மாலை'யையும் அணிந்திருந்தனர். முன்னரே நிச்சயித்தபடி பேஷ்கார் ராமராவு, ஒன்றாம் நிலை மாஜிஸ்திரேட் கோவிந்தபிள்ளை, இரண்டு சர்க்கிள் இன்ஸ்பெக்டர்கள் ஆகியோர் சமரசக் கூட்டத்தின் நடைமுறைகளைக் கண்காணிக்கவும் அமைதிக்குக் குந்தகம் ஏற்படாதிருக்கவும் முகாமிட்டிருந்தார்கள்[30]. அய்யன்காளி, பரமேஸ்வரன் பிள்ளை, அவர்களோடு வெள்ளிக்கரை சோதி, குறும்பன் தெய்வத்தான், கோபாலதாசன் ஆகியோர் மேடையில் வீற்றிருந்தனர். அரசுச் செயலராக இருந்த வியறாதுரை, அந்தக் கூட்டத்தில் பங்கேற்ற மற்றொரு முக்கியப் பிரமுகராக இருந்தார். இறைவணக்கப் பாடலோடு கூட்ட நடைமுறைகள் ஆரம்பமாயின. ராமன் தம்பி, துவக்கவுரை ஆற்றினார். சமுதாய நல்லுறவுகளுக்கு முக்கியத்துவமளித்து அவர் பேசினார். அடுத்த உரை அய்யன்காளியுடையது. அவரும் சமுதாய நல்லுறவைத் தாங்கிப்பிடித்துக்கொண்டு உரை நிகழ்த்தத் தொடங்கினார். பரஸ்பரம் மரியாதையையும் சகிப்புத்தன்மையையும் தங்களுக்குள் கடைப்பிடிக்க வேண்டும் என்று அவர் ஜாதி இந்துக்களுக்கும் எளிய மக்களுக்கும் ஒரே விதமாக வேண்டுகோள் விடுத்தார். எளிய மக்கள் பாதுகாப்புச் சங்கத்தின் செயல்பாடுகள் மூலம் திருவிதாங்கூரில் பெண்கள் 'கல்ல'யையும், 'மாலை'யையும் எறிந்துவிட்டு ரவிக்கை அணியத்தொடங்கியிருக்கிறார்கள்

என்றும், சொந்த உடலின் நிர்வாணத்தை மறைப்பதற்கும் சுயமரியாதையை வென்றெடுப்பதற்குமான உரிமை எல்லாப் பெண்களுக்கும் உண்டு என்றும் அய்யன்காளி குறிப்பிட்டார். ஜாதி அடையாளச் சின்னங்களான 'கல்ல'யையும் 'மாலை'யையும் புறக்கணித்து நாகரிக வாழ்க்கைக்குள் நுழையும் பெரிநாட்டுச் சகோதரிமார்களின் செயலுக்கு ஒத்துழைப்பு நல்க வேண்டும் என்று ஜாதி இந்துக்களுக்கு வேண்டுகோள் விடுத்து தன்னுடைய உரையை நிறைவு செய்தார் அய்யன்காளி. அவரைத் தொடர்ந்து கூட்டத்திற்குத் தலைமையேற்றிருந்த பரமேஸ்வரன் பிள்ளை எழுந்து ஆயிரக்கணக்கானோரை வரவேற்று வந்தனம் செய்துகொண்டு கீழ்க்கண்டவாறு பேசினார்:

"மிஸ்டர் அய்யன்காளி விரும்பியதைப்போல் இந்தச் சபையில் வைத்தே நம்முடைய சகோதரிகள் 'கல்ல'யையும் 'மாலை'யையும் அறுத்தெறிவதற்குக் கூட்டத்தில் உள்ள எல்லோருக்கும் பூரண சம்மதம்[31]."

அப்போது மைதானம் முழுவதும் நிரம்பி வழிந்த எளிய மக்கள், தலைவனின் பிரகடனத்தை, நீண்ட நேரம் நீடித்த கரவொலியோடு வரவேற்றனர். கூட்டத்தின் முன்வரிசையில் அமர்ந்திருந்த இரண்டு பெண்களை அழைத்த அய்யன்காளி, அவர்களைக் கூட்டத்தினருக்கு நேராக நடைமேடைமீது நிறுத்தினார். இந்தப் பெரிய மக்கள்திரளைச் சாட்சியாக வைத்துக்'கல்ல'யையும் 'மாலை'யையும் அறுத்தெறிய விரும்புவதாகக் கூட்டத்தினரைப் பார்த்துக்கூறினார்.

அய்யன்காளியின் வார்த்தைகள் முழுதாக வெளிவரும் முன்பே அந்தப் பெண்கள், இடுப்பின் பின்னால் செருகியிருந்த நெல்லறுக்கும் கருக்கு அரிவாளை உருவியெடுத்துத் தங்கள் கழுத்திலிருந்த மாலைகளை அறுத்து நடைமேடையில் போட்டார்கள். அதைப்பார்த்த உடனே அங்கு கூடியிருந்த ஆயிரக்கணக்கான பட்டியல் சமூகப்பெண்கள் தங்கள் கழுத்தில் இருந்த மாலைகளை அறுத்தெறிந்தனர். நிமிடங்களுக்குள் நான்கடி உயரமுள்ள மாலைக்குவியல் ஐந்தடி உயரத்தில் கட்டப்பட்டிருந்த அந்த நடைமேடையின் மீது காணப்பட்டது[32].

'சமரசக் கூட்டத்தின் விவரங்கள், கல்லயும் மாலையும்' என்ற தலைப்பில் 'மலையாளி' பத்திரிகை செய்தி வெளியிட்டது. இந்தச் செய்தி 'மிதவாதி' பத்திரிகையில் மேற்கோள் காட்டி சேர்க்கப்பட்டிருந்தது. அந்தச் செய்தியில் கீழ்க்கண்டவாறு குறிப்பிடப்பட்டிருந்தது:

“கடந்த துலா மாதத்தில் பெரிநாட்டில் ஒரு புலயர் கூட்டத்தில் உண்டான சில வருந்தத்தக்க சம்பவங்களை அடித்தளமாகக் கொண்டு, பின்னர் உண்டான சில அமைதிக்குலைச்சல் சம்பவங்களின் விவரங்கள் நன்கு அறியப்பட்டவை அல்லவா! இது நிமித்தம் மக்கள் மத்தியில் இதற்கு மேலும் பெரிய அளவிலான அமைதியின்மைக்கு இடம் ஏற்பட்டுவிடக்கூடாது என்பதற்காகத் தேவையான காரியங்கள் ஆலோசிக்கப்பட்டன. அந்தக் காரியங்களை உறுதிப்படுத்துவதற்கான ஒரு பொதுக்கூட்டம் தனு மாதம் 4ஆம்தேதி கொல்லத்தில் நடத்தப்பட்டுள்ளது. பேஷ்கார் ராஜா ராமராவு அவர்களும் முதல்நிலை மாஜிஸ்திரேட் கோவிந்தபிள்ளை அவர்களும் இரண்டு சர்க்கிள் இன்ஸ்பெக்டர்களும் முன்கூட்டியே அந்தக் கூட்டத்திற்கு வந்திருந்தனர். பலதரப்பட்ட ஜாதி - மதங்களைச் சேர்ந்த மக்களோடு அந்தப் பகுதியைச் சேர்ந்த முதன்மையான குடிமகன்களும் வக்கீல்களும் வியாபாரிகளும் உத்தியோகஸ்தர்களும், குறிக்கப்பட்ட நேரத்தில் அவ்விடத்திற்கு வந்து சேர்ந்தார்கள். பெரிநாட்டில் இருந்தும் கொல்லத்தில் இருந்தும் புலயர் சமுதாயத்தைச் சேர்ந்த ஏறக்குறைய நாலாயிரம் பேர் நிகழ்விடத்தில் கூடினர். அவர்களின் தலைவர்களான மெஸ்ஸர்ஸ் அய்யன்காளி, சோதி முதலானவர்கள் கூட்டம் நடைபெறும் இடத்தின் முன்பகுதியில் அமர்ந்திருந்தார்கள். நடுவில் ஒரு கயிறு கட்டப்பட்டு ஒரு பகுதியில் பெண்களும் மற்றொரு பகுதியில் ஆண்களும் என அமர்ந்திருந்த புலயர் மக்களில் குழந்தைகளும் வயோதிகர்களும் இருந்தனர். புலயர் பெண்கள் சுத்தமான ரீதியில் உடையலங்காரம் செய்து வந்திருந்தார்கள் என்பதும் கூட்டத்தின் செயல்பாடுகள் தொடங்கியபிறகு அவர்கள் அதைக் கருத்துடன் கவனித்தார்கள் என்பதும் மக்களின் பாராட்டுக்குப் பாத்திரமான சங்கதிகள் ஆகும். சமுதாயங்களாக நாயர்களுக்கும் புலயர்களுக்கும் இடையே எவ்வித விரோதமோ, போட்டியோ இல்லை என்று உறுதியளித்து ஒப்புரவு, அன்னியோன்னியம், நேசம், மரியாதையோடு நிறைவுசெய்து செல்ல வேண்டும்; இதைத்தான் இந்தச் சபை விரும்புகிறது என்ற முதலாவது தீர்மானத்தைப் பற்றி உரை நிகழ்த்தியவர் திரு.ராமன் தம்பி ஆவார். அவரை வழிமொழிந்து திரு.அய்யன்காளி ஆற்றிய உரை மிகவும் உறுதிமிக்க ஒன்றாக இருந்தது. திரு.அய்யன்காளி, தன்னுடைய சமுதாய அங்கங்கள் தெய்வ நம்பிக்கை, நாகரிகமான முறையில் உடல் பேணல் போன்ற குணங்களுடன் இருக்க வேண்டும் என்றும் அறிவுரை நல்கினார். நம் பழக்கவழக்கங்கள், தோற்றம் ஆகியவற்றில் மாற்றங்களைக் கொண்டுவரும்போது சில நேரங்களில் நாயர்களுக்கு

அதிருப்தி தோன்றலாம். எனவே பொறுமையோடு இருக்க வேண்டும் எனவும் கேட்டுக்கொண்டார். புலயர் பெண்கள் காலங்காலமாகக் 'கல்ல'யையும் 'மாலை'யையும்தானே அணிந்துவருகிறார்கள்! தெற்குத் திருவிதாங்கூரில் எளிய மக்கள் பாதுகாப்புச் சங்கத்தின் முயற்சியால் இப்போது இந்த அடிமை ஆபரணத்தை அணிந்துகொண்டு ஒரு புலயர் பெண்ணும் வருவதில்லை. அவர்கள் ரவிக்கை அணிந்து அரைநிர்வாணத்தை அப்புறப்படுத்தியிருக்கிறார்கள். தெற்கு திருவிதாங்கூரைப் போல் பெரிநாட்டில் செய்ததாலேயே விரோதித்துக்கொண்ட சில நாயர்கள் பிரச்சினையை உருவாக்கிவிட்டனர் என்றும் திரு.அய்யன்காளி குறிப்பிட்டார். இப்போது இந்த மகாசபையில் வைத்து அந்தக் காரியத்தைச் செயலாக்க நாயர் மகான்மார்களோடு தாம் அனுமதி கோருவதாகவும் தெரிவித்தார். தெற்குத் திருவிதாங்கூரில் உள்ள வெங்கானூரில் நிகழ்ந்த சம்பவத்தைப் பற்றி அவர் குறிப்பிட்டார். புலயர்களைப் பள்ளிக்கூடத்திற்குள் நுழைய அனுமதிக்கக் கூடாது என்றுகூறி அங்கு நாயர்கள் பகைத்தபோது, நாயர்களின் விவசாய வேலைகளுக்குப் புலயர்களும் போகக்கூடாது என்று முடிவுசெய்யப்பட்டது. அதன் காரணமாக ஒரு புலயர் ஒருநாளில் செய்து முடிக்கின்ற வேலையை ஆறு நாயர்கள் சேர்ந்து ஒருநாள் முழுவதும் மிகவும் கஷ்டப்பட்டுச் செய்யவேண்டிவந்தது. சேற்றிலும் நீரிலும் நின்றதால் அவர்களுக்கு நோய் தொற்றிக்கொண்டதாகவும் அவர் சொன்னார். அதைத் தொடர்ந்து திரு.அய்யன்காளியின் பேச்சை வழிமொழிந்து திரு.சோதி உரை நிகழ்த்தினார். எழுத்தைப் பிழையாக உச்சரிக்கவோ, உச்சரிப்பில் பிசகோ, வாக்கியத்தவறோ என எதுவும் இல்லாமல் ஒரு சொற்பொழிவாளரைப்போல் உரையாற்றிய திரு.சோதி, முக்கியமான பல விஷயங்களைத் தெரிவித்தார். திரு.அய்யன்காளி விரும்பியதைப் போல் இந்தச் சபையில் வைத்தே புலயர் பெண்கள் 'கல்ல'யையும் 'மாலை'யையும் அகற்றுவதற்கு இந்தக் கூட்டத்தில் உள்ள அனைவருக்கும் சம்மதம் உண்டு என்று தலைவர் (கே.பரமேஸ்வரன் பிள்ளை, பி.ஏ. பி.எல். அவர்கள்) பலத்த கைத்தட்டலுக்கு மத்தியில் அறிவித்து முடித்தார். இந்தச் சமயத்தில் அரசு தலைமைச் செயலர் திரு.வியறா (பி.ஏ), மோட்டார் கார் மூலம் திருவனந்தபுரத்திலிருந்து வந்து சேர்ந்தார். திரு.அய்யன்காளி, இரண்டு புலயர் பெண்களை அழைத்துக் கூட்டத்தார் முன்னிலையில் நிறுத்தினார். அவர்களின் கழுத்தில் இருக்கும் 'கல்ல'யையும் 'மாலை'யையும் அறுத்தகற்ற எல்லோரும் சம்மதித்திருக்கிறார்கள் என்றும் அப்படியே

செய்துகொள்ளுங்கள் என்றும் சொன்ன உடனேயே அந்த இளம்பெண்கள் ஆர்ப்பரித்துக்கொண்டு அந்த மாலைகளை அறுத்தெறிந்தனர். அப்போது பலத்த கைத்தட்டல் ஒலியும், பேரிரைச்சலும் உண்டாயின. கூட்டத்திற்கு வந்திருந்த எல்லா புலயர் பெண்களும் உடனடியாகத் தங்கள் உடலில் இருந்த 'கல்ல'யையும் 'மாலை'யையும் அறுத்தெறியும் வேலையை வேகமாகச் செய்தார்கள். அவர்கள் மகிழ்ச்சியில் நிறைந்தவர்களாகக் காணப்பட்டனர். சபையில் அறுத்தெறியப்பட்ட மாலைகளில் ஒன்றைத் தலைமைச் செயலர் திரு.வியறாவும் மற்றொரு மாலையைத் தலைவர் திரு.பரமேஸ்வரன் பிள்ளையும் எடுத்துக்கொண்டு போனார்கள். இவ்வளவு பெரிய கூட்டம் அண்மைக் காலத்தில் இங்கு நடைபெற்றதில்லை[33]."

புலயர் பெண்கள் 'கல்ல'யையும் 'மாலை'யையும் புறக்கணித்ததைச் சமரசக் கூட்டத்திற்கு வந்தவர்கள் ஏற்றுக்கொண்டபோதும் பல்வேறு இடங்களில் புலயர்கள் மீண்டும் தாக்குதல்களுக்கும் கேள்விக் கணைகளுக்கும் ஆட்பட்டுக்கொண்டே இருந்தனர். 1916ஆம் ஆண்டு பிப்ரவரி 16ஆம்தேதி 'மிதவாதி'யில் வந்த செய்தி இதற்குச் சாட்சி.

'ஒரு புலயர் ஜாதிப்பெண் வழியில் நடந்துசென்றபோது "உன்னோட கல், மாலை எங்க?" என்று ஓர் ஆள் கேள்வி எழுப்பினான். "அத அன்னிக்குக் கூட்டத்தில வெச்சு அறுத்து எறிஞ்சுட்டேன்" என்று அந்தப் பெண் பதிலளித்தார். உடனே அவன் தான் வைத்திருந்த கத்தியை எடுத்து "அப்படின்னா இப்ப பாரு! உன்னோடக் காதையும் அறுக்குறேன்" என்று சொல்லிக்கொண்டே அந்தப் பெண்ணின் காதை அறுத்தான் என்ற செய்தியைக்கேட்டு நாங்கள் மிகவும் வருந்துகிறோம். இது ஓர் உள்நாட்டு ராஜாவின் அரசாட்சியில் நிகழ்ந்த சம்பவம் என்றபோதும் பிரிட்டிஷ் சாம்ராஜ்ஜிய பலம் இங்கு நிலைநிற்கும் காலம்வரைக்கும் இது அதிர்ச்சியடையத்தக்கச் சம்பவமாகவே கருதப்படும்[34]."

சமரசக் கூட்டம் மிகப்பெரிய வெற்றிக்கூட்டமாக நிறைவடைந்தபோதும் பட்டியல் சமூகத்தவர்களின் பேரில் போலீஸார் பதிவு செய்திருந்த வழக்குகளுக்குத் தீர்வு காணப்பட்டிருக்கவில்லை. வழக்குகளை நடத்துவதற்கான நடைமுறை ஞானமோ, பொருளாதாரச் சூழலோ எதுவும் பட்டினி கிடக்கும் ஏழைகளான புலயர்களுக்கு இருந்திருக்கவில்லை. இதன் மூலம் தங்கள் மீதான வழக்குகளில் வாதாட அவர்களுக்கு ஒரு வழக்கறிஞரை நியமித்துக்கொள்ள முடியவில்லை. இந்தச் சூழ்நிலையில் இலஞ்சிக்கல்

ஜான் என்றொரு வழக்கறிஞர், ஆஜராவதற்கான கட்டணத்திற்குப் பதிலாகத் தனக்கு ஒரு குளம் வெட்டிக்கொடுத்தால் போதுமானது என்று கூறினார்[35]. பணத்திற்குத்தானே குறைச்சல் இருக்கிறது! கடினமாக உழைப்பதற்கான வலிமையில் குறைவொன்றும் இல்லையல்லவா! வழக்கில் குற்றஞ்சாட்டப்பட்டவர்களாகச் சேர்க்கப்பட்ட புலயர்கள், வழக்கறிஞரின் தேவையை நிறைவேற்ற முழு மனதுடன் சம்மதித்தார்கள். காலம் தாழ்த்தாமல் வழக்கின் தீர்ப்பு வெளியானது. அது புலயர்களுக்குச் சாதகமானதாக இருந்தது. குற்றஞ்சாட்டப்பட்ட அனைவரையும் வழக்கிலிருந்து நீதிமன்றம் வெறுமனே விடுவித்தது மட்டுமல்ல; பன்னிரண்டு நாயர்களைத் தண்டிக்கவும் செய்தது. நிபந்தனையின்படி வழக்கறிஞர் ஜானுக்குப் புலயர்கள் குளம் ஒன்றை வெட்டிக்கொடுத்தனர்.

சமரசக் கூட்டத்திற்குப் பின்னரும் பெரிநாடு கலகத்தின் சில தனிமைப்படுத்தப்பட்ட தொடர்ச்சிகள் பல இடங்களிலும் நிகழ்ந்து கொண்டிருந்தன. பெரிநாடு போராட்டத்தின் சூத்திரதாரியாக இருந்த கோபாலதாசனுடன் நாயர் ஆண்டைக்கிழார்களுக்கு இருந்த பகை முடிவுக்கு வந்திருக்கவில்லை. ‘கல்ல’, ‘மாலை’க்கு எதிரான எதிர்ப்பின் தோற்றுவாயாக இருந்த கோபாலதாசனைத் தக்க சமயம் பார்த்து உடல்ரீதியாக மிருகத்தனமாகச் சித்ரவதை செய்தனர்.

பெரிநாடு கலகத்திற்குப் பிறகான அய்யன்காளியின் வாழ்க்கைச் சரிதையில் ஒருமுறைகூட கோபாலதாசன் இடம்பெறவில்லை. அவரது இருப்பைத் தவிர்த்துப்பார்த்தால் சமரச சம்மேளனத்திலும் கோபாலதாசனுக்கு ஏதேனுமொரு முக்கியத்துவம் இருந்ததாகத் தெரியவில்லை. தலைமைப் பண்பு, மக்களை ஒன்றுதிரட்டும் ஆற்றல், சமுதாயத்தின் மீதான அர்ப்பணிப்பு ஆகியவை ஒருசேர வசப்பட்ட கோபாலதாசன், பிற்காலத்தில் மக்கள்சபைக்குப் பரிந்துரைக்கப்படவும் இல்லை. சொந்தச் சமுதாயத்தோடு ஆத்மார்த்தமான பற்றுதலைக்காட்டி அவர்களுக்காக வாழ்வை அர்ப்பணித்த கோபாலதாசன், சரித்திரத்தில் எங்கேயோ மறக்கப்பட்டுப்போனவராக இருந்தார்[36]. அடிமைத்தனத்தின் அடையாளச் சின்னங்களான கல்லயையும் மாலையையும் அறுத்தெறிந்து, போராட்டத்தின் மூலமாகச் சுயமரியாதையை வென்றெடுத்த புலயர் பெண்களின் வாழ்க்கை வரலாறுகளில் அய்யன்காளிக்கு உள்ளதைப்போன்ற இடம், அவரது முதன்மையான கூட்டாளியான கோபாலதாசனுக்கும் உண்டு.

குறிப்புகள்:

1. 'கல்ல', 'மாலை' எதிர்ப்புப் போராட்டத்தின் பிதாமகன் என்றே கோபாலதாசனை குந்நுகுழி எஸ்.மணி, பி.எஸ்.அனிருத்தன் (பக்கம் 113) ஆகியோர் வர்ணிக்கின்றனர்.

2. அய்யன்காளியின் தலையீடுகளைவிட அந்தப் பகுதிகளைச் சேர்ந்தவர்களுடைய தலையீடுகளே பெரிநாடு கலகம் வெற்றிபெறக் காரணம் என்று குந்நுகுழி எஸ்.மணி, பி.எஸ்.அனிருத்தன் ஆகிய எழுத்தாளர்கள் கருதுகின்றனர். (பக்கம் 113).

3. குந்நுகுழி எஸ்.மணி, பி.எஸ்.அனிருத்தன் (பக்கம் 105).

4. பளிங்கு, கண்ணாடித்துண்டுகள், கற்கள் ஆகியவற்றைப் பயன்படுத்தி, மாலை உருவாக்கி பல அடுக்குகளாகக் கழுத்தில் அணிந்து புலயர் பெண்கள் தங்கள் மார்புகளை மறைத்தார்கள். பட்டியல் ஜாதிப்பெண்கள் துணியைப் பயன்படுத்தி தங்கள் மார்புகளை மறைக்கக்கூடாது என்பது அந்தக் காலத்து ஜாதியச் சட்டம். இரும்பு வளையங்களையோ அல்லது புளியமரத்தின் அடிபாகத்திலிருந்து செதுக்கியெடுக்கப்பட்ட மரத்துண்டையோதான் அந்தப் பெண்கள் தங்கள் காதுகளில் அணிந்திருந்தனர். இந்த ஆபரணமே 'கல்ல' என்பது. முழங்காலுக்கு மேல் அரைபாகத்தை மட்டுமே துணியைக்கொண்டு மறைக்க வேண்டும். துணி வெள்ளையாக இருந்தால் அதை மண்ணில் புரட்டி நிறத்தைக் கெடுக்க வேண்டும்.

5. வைகுண்ட சுவாமிகளின் செயல்பாடுகளும் சாணார் கலகமும் அய்யன்காளியின் தலையீடுகளும் இதரப் பகுதிகளை ஒப்பீடு செய்து தெற்குத் திருவிதாங்கூரில் தலித்துகளுக்கு நன்மை பயக்கும் சமூகச் சூழலை உருவாக்கின.

6. குந்நுகுழி எஸ்.மணி, பி.எஸ்.அனிருத்தன், பக்கங்கள் 105, 106.

7. டி.எச்.பி.செந்தாரசேரி, பக்கம் 77.

8. பெரிநாடு செறுமூடு என்ற இடத்தில் பொதுக்கூட்டம் கூட்ட ஏற்பாடு செய்யப்பட்டதாக செந்தாரசேரி (பக்கம் 77) எழுதுகிறார். சி.அபிமன்யூவும் (பக்கம் 135) இதையே குறிப்பிடுகிறார். குந்நுகுழி எஸ்.மணி, பி.எஸ்.அனிருத்தன் (பக்கம் 106) ஆகியோர் அந்தக் கூட்டம்

பெரிநாடு செம்மக்காடு செறுமுக்கில் உள்ள புதிதாகத் திருத்தப்பட்ட வேளாண் நிலத்தில் கூட்டப்பட தீர்மானிக்கப்பட்டதாகக் குறிப்பிடுகின்றனர். இந்தச் சமரசக் கூட்டம், பெரிநாடு பகுதியில் உள்ள குழியம் என்ற இடத்தில் உள்ள மாம்புழா பங்களாவில் கோவிந்தபிள்ளைக்குச் சொந்தமான செறுமூட்டில் உள்ள பிலாவிளா பிளாட்டில் (இப்போது காப்பெக்ஸ் முந்திரி தொழிற்சாலை இயங்கும் இடத்தில்) 1915ஆம் ஆண்டு அக்டோபர் 24ஆம்தேதி உத்தேசமாக ஒரு மணியளவில் ஆரம்பித்தது என்று டி.லக்ஷ்மணன் (பக்கம் 51) எழுதியுள்ளார். இந்த விளக்கங்களில் உள்ள வேறுபாடுகள் என்பது இடத்தின் பெயர் தொடர்பான நிகழ்விட வேறுபாடுகள் மட்டுமே என்று நாம் அவதானிக்கலாம்.

9. டி.எச்.பி.செந்தாரசேரி, (பக்கம் 78) குந்நுகுழி எஸ்.மணி, பி.எஸ். அனிருத்தன் (பக்கம் 107) ஆகியோர் 'நல்லேரி கூரி நாயர்' என்று குறிப்பிடும்போது டி.ஏ.மாத்யூஸ் (பக்கம் 168) 'நல்லேரி கூரிமாது' என்று குறிப்பிடுகிறார். குழியத்துச்சேரியில் குட்டியில் வீட்டில் நாராயணன் நாயர் மகன் மாதவன் நாயரின் மற்றொரு பெயரே 'கூரிமாது' என்பது. கலகத்துடன் தொடர்புடைய சாட்சியின் வாக்குமூலத்தை ஆதாரமாகக்கொண்டு டி.லக்ஷ்மணன் (பக்கம் 76) இதை ஆவணப்படுத்துகிறார்.

10. கோபாலதாசனைக் கொன்றபிறகு (அவர் கொல்லப்படவில்லை) கூரிமாது கைது செய்யப்பட்டால் அந்த நபரின் குடும்பத்தைக் காப்பாற்ற 100 இடங்ஙழி நெல் விளையக்கூடிய வயலும் இரண்டு ஏக்கர் புறநிலமும் ஆயிரம் ரூபாய் பணமும் தருவதாக ஜாதி இந்து தலைவர்கள் வாக்குறுதி அளித்தனர். (குந்நுகுழி எஸ்.மணி, பி.எஸ். அனிருத்தன், பக்கம் 107).

11. இந்தக் கூட்டத்தில் குறும்பன் தெய்வத்தான், வெள்ளிக்கரை சோதி, சரதன் சாலொமோன், திருவார்ப்பு குட்டன், செங்கனூர் கண்டன்காளி, ஆலப்புழா ஸ்ரீதங்கன், விசாகம் தேவன் முதலான தலைவர்கள் பங்கேற்றார்கள் என்று டி.லக்ஷ்மணன் (பக்கம் 52) குறிப்பிடுகிறார். ஆனால், அய்யன்காளியின் வாழ்க்கை வரலாற்றை எழுதிய வரலாற்று ஆய்வாளர்கள் விசாகம் தேவனைத் தவிர வேறுயாரும் இந்தக் கூட்டத்தில் பங்கேற்றதாகச் சுட்டிக்காட்டுவதில்லை.

12. பெரிநாடு கலகத்தோடு தொடர்புடைய, கொல்லம் இரண்டாம் நிலை மாஜிஸ்திரேட் நீதிமன்றத்தில் அரசு, வாதியாக இருந்த வழக்கு எண் 113இல் ஏழாவது சாட்சியாக இருந்தவர் குழியத்தூர் சேரியில் குட்டியில் வீட்டில் நாராயணன் நாயரின் மகனான 21 வயதான கூரிமாது என்று அறியப்பட்ட மாதவன் நாயர். இவர் கொல்ல ஆண்டு 1091, தனு மாதம் 19ஆம்தேதி (4.12.1915) அளித்த வாக்குமூலம், டி.லக்ஷ்மணன் எழுதிய புத்தகத்தில் (பக்கங்கள் 76, 77) சேர்க்கப்பட்டுள்ளது. அதில் சில பகுதிகளில் கீழ்கண்டவாறு கூறப்பட்டுள்ளன.

"கூட்டத்தில் பங்கேற்குமாறு எனக்கும் அழைப்புக் கடிதம் அனுப்பப்பட்டிருந்தது. கடிதத்தை அனுப்பியவர் முதலாம் குற்றவாளியான கோபாலதாசன். அவ்வாறு கூட்டம் கூடுவதற்கு அந்தப் பகுதியில் குடியிருப்புவாசிகளாக இருந்த நாயர்களின் அனுமதியும் இருந்தது. 'கல்ல'யையும் 'மாலை'யையும் புலயர் பெண்கள் முழுவதுமாக நிராகரிக்கக் கூடாது என்றும் இரண்டு மடிப்பாவது அணிந்துகொள்ள வேண்டும் என்ற நிபந்தனையோடு உரையாற்ற வேண்டும் என்ற உறுதியளிப்பின் மீதே நாயர்கள் அனுமதி கொடுத்திருந்தனர். கூட்டம் கூடியபோது இந்த இருபதாவது குற்றவாளியான வயது முதிர்ந்த புலயன், எங்கள் நாயர்கள் இருந்த இடத்திற்கு வந்தான். "கூட்டத்தை நடத்த வேண்டாமா?" என்று எங்களிடம் கேட்டான். ஐந்தாம் தேதியன்று உறுதி செய்தபடி கூட்டத்தை நடத்திக் கொள்ளுங்கள் என்று நாயர்கள் கூறினார்கள். ஆனால், "அதை நாளை பார்க்கலாம்" என்று கோபாலதாசனும் புலயர்களும் கூறினர். அப்படியானால் கூட்டத்தை நடத்தக்கூடாது என்று வெளிப்படையாகக் கூறினோம். அதன்பின்னர் எதுவும் நடக்கவில்லை. உடனே புலயர்கள் அமளி செய்தார்கள்; எழுந்து கூக்குரலிட்டார்கள்."

13. கூடுதலான விவரங்களுக்கு டி.லக்ஷ்மணன் எழுதிய 'பெரிநாடு வில்ப்பவும் சாமூஹிய மாற்றவும்' (பெரிநாடு புரட்சியும் சமூக மாற்றமும்) என்ற புத்தகத்தைக் (பக்கங்கள் 51-80) காண்க.

14. 1915ஆம் ஆண்டு நவம்பரில் 'நஸ்ராணி தீபிகா' பத்திரிகையில் வெளியான பெரிநாடு கலகம் தொடர்பான செய்தி.

15. ஆண்கள் ஊரைவிட்டு வெளியேறி சிங்கப்பூர், சிலோன், அந்தமான்

ஆகிய பகுதிகளுக்குப் போனார்கள் என்றும் பின்னர் திரும்பி வந்தனர் என்றும் (பக்கம் 59), தாக்குதல்கள் காரணமாகக் கழிமுகப் பகுதிகளில் தோணிகளில் புலயர்கள் பட்டினியாக நாள் கணக்கில் அமர்ந்திருந்த பரிதாபகரமான நிலை உண்டானது என்றும் எழுதியுள்ளார் டி.லக்ஷ்மணன் (பக்கம் 60). புலயர்கள் தங்கள் ஊரையும் வீட்டையும்விட்டு வனாந்தரங்களுக்குள் ஓடி ஒளிந்துகொண்டனர் (பக்கம் 256) என்று பி.பாஸ்கரனுண்ணியும் எழுதியிருக்கிறார்.

16. பெரிநாட்டுக்கு வந்து சேர்ந்த அய்யன்காளி, எட்மண்ட் பாதிரியாரைப் போய்ப் பார்த்து அவருடன் இணைந்து, வீடுகளை இழந்தவர்களுக்குக் குடியிருப்பு வசதிகளை ஏற்படுத்திக்கொடுத்தார் என்று தலித் பந்து எழுதுகிறார். (பக்கம் 154).

17. சி.அபிமன்யூ, பக்கங்கள் 136, 137.

18. டி.லக்ஷ்மணன், பக்கம் 60.

19. ஜாதி இந்துக்களுக்குச் சொந்தமான பத்திரிகைகளில் வெளியான செய்திகளின் நடுநிலைத்தன்மையை செந்தாரசேரி (பக்கம் 80) சந்தேகிக்கிறார்.

20. குந்நுகுழி எஸ்.மணி, பி.எஸ்.அனிருத்தன் ஆகியோரின் புத்தகத்தில் (பக்கங்கள் 108, 109) சேர்க்கப்பட்டுள்ளது.

21. டி.எச்.பி.செந்தாரசேரியின் புத்தகத்தில் (பக்கங்கள் 81, 82) சேர்க்கப்பட்டுள்ளது.

22. குந்நுகுழி எஸ்.மணி, பி.எஸ்.அனிருத்தன், பக்கம் 111.

23. டி.எச்.பி.செந்தாரசேரி, பக்கம் 85.

24. சி.அபிமன்யூ, பக்கம் 139.

25. இன்றைய லால் பகதூர் சாஸ்திரி ஸ்டேடியம் என்று செந்தாரசேரியும் (பக்கம் 86), கொல்லம் இரயில்வே ஸ்டேஷன் மைதானம் என்று குந்நுகுழி எஸ்.மணியும் பி.எஸ்.அனிருத்தனும் (பக்கம் 111), தலித் பந்துவும் (பக்கம் 155), பி.பாஸ்கரனுண்ணியும் (பக்கம் 265) எழுதியுள்ளனர்.

26. சர்க்கஸ் கூடாரத்தின் உரிமையாளரின் பெயர் தாராபாயி என்று செந்தாரசேரியும் (பக்கம் 86), சி.அபிமன்யூவும் (பக்கம் 140) குறிப்பிடுகின்றனர். குந்நுகுழி எஸ்.மணி, பி.எஸ்.அனிருத்தன் (பக்கம் 111) ஆகியோரும் தலித் பந்துவும் (பக்கம் 115) ரத்னாபாயி என்று குறிப்பிட்டுள்ளனர். செந்தாரசேரியும் குந்நுகுழி எஸ்.மணியும் இந்தப் பெண்மணி செறுமர் சமுதாயத்தைச் சேர்ந்தவர் என்கின்றனர். சி.அபிமன்யூவோவெனில் அந்தப் பெண் தலித் என்றும் தீயா (Ezhava of Malabar) ஜாதிப்பெண் என்று தலித் பந்துவும் கூறுகின்றனர்.

27. டி.எச்.பி.செந்தாரசேரி, பக்கம் 86.

28. தலித் மக்களின் சமூக மேம்பாட்டில் ஆர்வம் உள்ளவரும் சமூகச் சீர்திருத்தவாதியுமாக இருந்தவர் சங்கனாசேரி பரமேஸ்வரன் பிள்ளை (1877-1940). இவர் நாயர் சர்வீஸ் சொசைட்டியின் தலைவராக இருந்தார். பத்தாண்டுகாலம் அந்தப் பதவியில் தொடர்ந்தார். 1913ஆம் ஆண்டிலும் 1916ஆம் ஆண்டிலும் ஸ்ரீமூலம் மக்கள்சபை உறுப்பினராக இருந்தார். 1915ஆம் ஆண்டில் பெரிநாடு கலகத்தோடு தொடர்புடையதாக நடத்தப்பட்ட சமரசக் கூட்டத்திற்குத் தலைமை வகித்தார். வைக்கம் சத்தியாகிரகப் போராட்டத்தில் பங்கேற்றார். 1931இல் தோற்றுவிக்கப்பட்ட ஹரிஜன் சேவக் சங்கத்தின் கேரள பிரிவுக்குத் தலைவராக இருந்தார்.

29. சமரச சம்மேளனம் 1915ஆம் ஆண்டு டிசம்பர் 19ஆம்தேதி நடந்தது என்று குந்நுகுழி எஸ்.மணி, பி.எஸ்.அனிருத்தன் (பக்கம் 111), டி.ஏ.மாத்யூஸ் (பக்கம் 173) ஆகியோர் குறிப்பிடுகிறார்கள். (செந்தாரசேரி, தேதி எதையும் குறிப்பிடவில்லை.) சி.அபிமன்யூ (பக்கம் 141) டிசம்பர் 10ஆம்தேதி என்றும் டி.லக்ஷ்மணன் (பக்கம் 64) டிசம்பர் 21ஆம்தேதி என்றும் குறிப்பிட்டிருக்கின்றனர். இப்போது கொல்லத்தில் அய்யன்காளியின் உருவச்சிலை நிறுவப்பட்டுள்ள இடத்திற்கு மிக அருகில் உள்ள விசாலமான இடத்தில் சமரசக் கூட்டம் நடைபெற்றதாக டி.லக்ஷ்மணன் குறிப்பிடுகிறார்.

30. குந்நுகுழி எஸ்.மணி, பி.எஸ்.அனிருத்தன், பக்கம் 111.

31. டி.எச்.பி.செந்தாரசேரி, பக்கம் 87.

32. அதே புத்தகம், பக்கம் 88.

33. அதே புத்தகம், பக்கங்கள் 88-90.

34. சி.அபிமன்யூ, பக்கம் 143.

35. வழக்கில் குற்றஞ்சாட்டப்பட்டவர்கள் எல்லோரும் சேர்ந்து அன்று வெட்டியதுதான், கொல்லம் மாவட்டப் பஞ்சாயத்து அலுவலக வளாகத்தில் இன்று நாம் காண்கின்ற கும்மன்குளம் என்று குந்நுகுழி எஸ்.மணி, பி.எஸ்.அனிருத்தன், (பக்கம் 113) ஆகியோர் கூறுகின்றனர்.

36. குந்நுகுழி எஸ்.மணி, பி.எஸ்.அனிருத்தன், பக்கம் 113.

37. பெரிநாடு கலகத்தின் பலன்கள், திருவிதாங்கூரின் பல இடங்களிலும் தென்படத் தொடங்கின. அய்யன்காளியின் அறைகூவலை ஏற்றுப் பெண்கள் தனித்தனியாகவும் சங்கமாகவும் 'கல்ல'யையும் 'மாலை'யையும் ஒதுக்கினார்கள். இந்தக் குறிப்பிட்ட சமயத்தில் 'கல்ல','மாலை' ஆகியவற்றை நிராகரித்து எறிந்தவரும் அய்யன்காளியை நேரில் கண்டவருமான நூறு வயதுக்கும் அதிகமாக வாழ்ந்த கொச்சு காளியம்மா, கடந்த 2013ஆம் ஆண்டு ஜூன் 2ஆம்தேதி மரணமடைந்தார். கொச்சு காளியம்மா பற்றிய மேலதிக விவரங்களுக்குச் சதி அங்கமாலியின் 'கல்லயும் மாலையும் சமரம்: கொச்சு காளியம்மாயுடெ ஓர்மகளிலூடெ' என்ற கட்டுரையைக் (தொகுப்பு, பக்கங்கள் 5,6) காண்க.

அய்யன்காளியின் பிற செயல்பாடுகள்

அய்யன்காளியின் சமூகச் செயல்பாடுகளையும் வாழ்வையும் பகுப்பாய்வு வசதிக்காக நான்கு கட்டங்களாகப் பிரிக்க வேண்டும். பால்யமும் இளமைப் பருவமும் தொடக்கக் காலச் செயல்பாடுகளும் உள்ளடக்கிய 1863 முதல் 1892 வரையிலான தொடக்கக் காலகட்டம். 1893 முதல் 1911 வரையுள்ள இரண்டாவது கட்டத்தில் வீதிகளில் நடப்பதற்கான சுதந்திரத்திற்காகவும் கல்விச்சுதந்திரத்திற்காகவும் போராட்டங்கள் நடத்தப்பட்டன; எளிய மக்கள் பாதுகாப்புச் சங்கம் உருவாக்கப்பட்டது. 1912 முதல் 1933வரை ஸ்ரீமூலம் மக்கள்சபை உறுப்பினராகப் பதவி வகித்தது மூன்றாவது காலகட்டம். ஊருட்டம்பலம் பள்ளிக்கூட நுழைவு, பெரிநாடு கலகம் உள்ளிட்ட தொண்ணூறாமாண்டுக் கலகம் நடைபெற்ற காலகட்டமும் இதுவேயாகும். 1934 முதல் 1941வரையுள்ள இறுதிக் காலகட்டம் நான்காம் கட்டமாகும். மேற்கண்ட யாவும் தம்மில் சீரான ஒழுங்கின்படி பிரிக்கப்பட்ட காலஅளவுகள் அல்ல. மாறாக இந்த நான்கு கட்டங்களிலும் அய்யன்காளியின் செயல்பாடுகளை உள்ளார்ந்தும் வெளியார்ந்துமாக வசப்படுத்தவும் தீர்மானிக்கவும் செய்த அம்சங்களை முன்னிறுத்தியே அவை பிரிக்கப்பட்டுள்ளன. இதில் முறையான தெளிவுகளின் போதாமைகளைக் கொண்டு முதற்கட்டமும் ஆற்றல் மிக்க நிகழ்வுகளின் இறங்குமுக இயல்பைக்கொண்டு கடைசிக் கட்டமும் பிரிக்கப்பட்டுள்ளன. பிற கட்டங்களோடு

ஒப்பிடும்போது இவ்விரண்டு கட்டங்களும் அய்யன்காளியின் பொதுவாழ்வில் திருப்புமுனையுள்ளவை அல்ல எனில் இரண்டாம், மூன்றாம் காலகட்டங்களே, அதாவது 1893 முதல் 1933 வரையுள்ள 40 ஆண்டுகள், அய்யன்காளியைக் கேரள சமூக வரலாற்றில் ஒப்பீடுகளே இல்லாத விதத்தில் நிறுவிக்கொண்டன என்று கூற வேண்டிவரும். சமூக வரலாற்றுடன் இலக்கிய வரலாற்றிலும் அய்யன்காளியின் தலையீடுகள் ஆளுமை செலுத்தியுள்ளன[1].

முந்தைய அத்தியாயங்களில் எடுத்தாளப்படாத சில போராட்டங்களில் இருந்த அய்யன்காளியின் தலையீடுகள்; சில வழக்கங்களில் அவரது இருப்பு; கிறிஸ்தவ மதமாற்றம் குறித்த அவரது நிலைப்பாடு; சமகாலத்தைச் சேர்ந்த சில அறிவுஜீவிகள் உடனான தொடர்பு ஆகியவற்றை இந்த அத்தியாயத்தில் முக்கியமாக விவாதிக்க உள்ளோம்.

மக்கள்சபை உறுப்பினர் என்ற நிலையில் பட்டியல் சமூக மக்களின் குடியுரிமைகளுக்காக உரிமை வாதங்களை முன்னெடுத்துச் சென்ற அதே நேரத்தில், மக்கள்சபைக்கு வெளியேயும் மேற்கண்ட உரிமை வாதங்களுக்கு அவர் தலைமையேற்றிருந்தார். அத்துடன் பல்வேறு இடங்களில் சங்க உறுப்பினர்களின் உரிமைப் போராட்டங்களிலும் பங்கெடுத்தார். தேவையான நேரங்களில் தலையிட்டுப் பிரச்சினைகளுக்குத் தீர்வு காணவும் செய்தார். இந்த விதத்தில் அய்யன்காளி தலையிட்டுத் தீர்வுகண்ட சமுதாயக் கலகங்களில் எண்ணூறாம் வயல் கலகமும் ஒன்றாகும். வனபூமியைச் சுறியானி கிறிஸ்தவர்கள் கையகப்படுத்தியதைத் தொடர்ந்து 1921இல் எருமேலிக்கு அருகே நடைபெற்ற போராட்டம் எண்ணூறாவது வயல் கலகம் என்று அறியப்படுகிறது. பட்டியல் சமூகத்தினரின் கைவிடப்பட்ட நிலையினை முதலீடாகக்கொண்டு சமுதாய பலத்தைப் பயன்படுத்தி வன நிலத்தைக் கையகப்படுத்துவதற்குச் சுறியானி கிறிஸ்தவர்கள் முயற்சித்தனர். இதைப் பட்டியல் மக்கள் ஒன்றுகூடி எதிர்த்து நின்றதைத் தொடர்ந்து பிரச்சினைகள் ஆரம்பித்தன. அய்யன்காளி மற்றும் அவரது கூட்டாளிகள் மேற்கொண்ட போராட்டங்களின் பிரதிபலன் எருமேலியில் கண்கூடானது. அய்யன்காளியின் உத்தரவை அனுசரித்துச் செய்யப்பட்ட நகர்வுகள், இடைபடுதல்கள் ஆகியவை பட்டியல் மக்களின் எதிர்ப்பாற்றலை இன்னும் வலிமைப்படுத்தின. பொய்கயில் யோஹனான், வெள்ளிக்கரை சோதி முதலான முக்கியமானவர்களும் இந்த விவகாரத்தில் பாராட்டத்தக்க வகையில் தலையிட்டனர்[2]. எருமேலியில் அப்போது

சர்க்கிள் இன்ஸ்பெக்டராக இருந்தவர் அய்யன்காளியின் நண்பரும் அவரது நலம் விரும்பியுமான கோபாலசுவாமி பிள்ளை. இதனால் போராட்டக் காலத்தில் தலித்துகளின் உயிருக்கும் உடைமைக்கும் பாதுகாப்புத் தருவதற்கும் இந்தப் பிரச்சினை பெரிய கலவரமாகாமல் தடுப்பதற்கும் அய்யன்காளியால் முடிந்தது.

மக்கள்சபை உறுப்பினர் என்றாலும்கூட சமூகத் தளத்தில் ஜாதி இந்துக்களிடம் இருந்து கிடைக்கப்பட வேண்டிய மரியாதையும் முன்னுரிமையும் அய்யன்காளிக்குப் பல நேரங்களில் கிடைக்காமலேயே போனது தொடர்பாக முந்தைய அத்தியாயத்தில் சுட்டிக்காட்டப்பட்டுள்ளதல்லவா! அய்யன்காளிக்குக் கோட்டயத்தில் உண்டான ஓர் அனுபவம் இப்படியாக இருந்தது.

1918இல் கோட்டயத்தின் மேற்குப் பகுதியான வேளூரில் அய்யன்காளிக்கு வரவேற்பொன்றை அளிக்க திருவார்ப்பு குட்டன், பி.ஜே.ஜோசப்[3], பாறாடி எப்ரஹாம் ஐசக் ஆகியோர் இணைந்து முடிவு செய்தனர். வரவேற்பு விழாவில் பங்கேற்க அய்யன்காளி கோட்டயத்திற்கு வந்தபோதும், நகரத்திற்குள் புகுவதற்கு முன்பாகவே கோடிமதயில் அவரது யாத்திரையை ஜாதி இந்துக்கள் தந்திரமாகத் தடுத்தார்கள். எதிர்பாராத வகையில் உண்டான தடை என்பதால் அதனை வெளிப்படையாக எதிர்கொள்ள அய்யன்காளி முயற்சிக்கவில்லை. மாறாக, கோட்டயத்தில் உள்ள செயற்பாட்டாளர்களுக்குத் தகவலைத் தெரிவித்தார். இச்செய்தியை அறிந்த சங்கத்தினர், அலங்கரிக்கப்பட்ட ஏராளமான தோணிகளில் கோடிமத பாலத்தை அடைந்தார்கள். பின்னர் அங்கிருந்து வாத்திய இசை முழக்கத்தோடு அய்யன்காளியை வரவேற்று, வேளூருக்கு அருகேயுள்ள புளினாக்கல் என்ற இடத்தை நீர்வழியாக அடைந்து, ஜாதி இந்துக்களின் தடையை ஒன்றுமில்லாமல் ஆக்கினார்கள்.

மக்கள்சபை உறுப்பினராவதற்கு முன்னரும் பின்னரும் இதுபோன்ற மோசமான அனுபவங்களும் நிராகரிப்புகளும் ஏராளமாக ஏற்பட்டிருந்த போதும் கிறிஸ்தவ மதத்தை அய்யன்காளி தெரிந்தெடுக்கவில்லை என்பது அசாதாரணமான ஒன்றாகவே தோன்றுகிறது[4]. பொய்கயில் யோஹனானையோ ஜான் ஜோசப்பையோ வெள்ளிக்கரை மத்தாயியையோ சரதன் சாலொமோனையோ போன்று அவர் கிறிஸ்தவ மதத்தைத் தழுவவில்லை. அதேசமயம், குறும்பன் தெய்வத்தானையோ[5] டி.டி.கேசவன்

சாஸ்திரியையோ[6] விசாகம் தேவனையோபோல்[7] இந்து மதப்பேச்சாளராகவும் அய்யன்காளி இருந்திருக்கவில்லை. இந்துமத பற்றாளனாக இருக்கவில்லை என்றபோதிலும், கிறிஸ்தவ மதத்தை ஏற்றுக்கொள்ளுதலோடு இணக்கமாகப் போகின்ற ஆளாகவும் அய்யன்காளி இருக்கவில்லை. கட்டாய மதமாற்றத்தை அவர் எதிர்க்கவும் செய்தார். மக்கள்சபை உறுப்பினராவதற்கு முன்பாகவே கட்டாய மதமாற்ற விஷயத்தைச் சுட்டிக்காட்டி அவர் திருவிதாங்கூர் அரசுக்கு மனு அளித்திருந்தார். அதைத் தொடர்ந்து, யாரையும் மதம் மாறும்படி மிஷனரிமார்கள் நிர்பந்திக்கக் கூடாது; சொந்த விருப்பத்தின் பேரில் மதம் மாறிக்கொள்வதை யாரும் தடுக்கவும் கூடாது என்றவோர் அரசாணை பிறப்பிக்கப்பட்டது[8]. திருவிதாங்கூர் சர்க்காரின் கல்விச் சீர்திருத்தங்களிலும் மக்கள்சபை பிரதிநிதித்துவ விகிதாச்சாரங்களிலும் மதமாற்றத்தைப் பலவீனப்படுத்துவதற்கான முயற்சிகள் அடங்கியிருந்தன. முக்கிய ஆங்கிலிக்கன் ஒருவர், தலித்துகளாக இருந்த சரதன் சாலொமோனையும் வெள்ளிக்கரை மத்தாயி ஆசானையும் அவர்களின் பெயர்களில் தேவையான திருத்தங்களைச் செய்ய வைத்து மக்கள்சபையில் சேர்த்தது மிஷனரிமார்களை எதிர்கொள்வதற்காகவே என்று டி.எம்.யேசுதாசன் அவதானிக்கிறார்[9]. இதனை 1913ஆம் ஆண்டில் கிறிஸ்தவ எளிய மக்கள் சங்கத்தை நிறுவி, கிறிஸ்தவ மிஷனரிகள் எதிர்கொண்டார்கள். மதமாற்றத்திற்கு ஆதரவாளராக இல்லாதிருந்தபோதும் மதம்மாறிய தலித்துகளுடன் கனிந்த இதயத்தோடு நடந்துகொண்டார் அய்யன்காளி. அந்த மக்களின் தேவைகளைத் தன்னுடைய வளர்ச்சித் திட்டத்தில் உட்படுத்தவும் செய்தார்[10]. கிறிஸ்தவ மதத் தழுவலுக்கு எதிராகக் கருத்துத் தெரிவிப்பது, அதற்கெதிராகச் செயல்படுவதன் வாயிலாக, நேரடியாக இல்லாவிட்டாலும்கூட அதன் பலனானது, இந்து மதத்திற்குச் சாதகமாக மாற்றம் கண்டன[11]. 1923ஆம் ஆண்டு மார்ச் 21ஆம்தேதி மக்கள்சபையில் அய்யன்காளி ஆற்றிய உரை, மதமாற்றம் என்ற விவகாரத்தோடு அவருக்கு இருந்த அணுக்கத்தைத் திறந்து காட்டுகிறது.

"இப்போது சமஸ்தானத்தில் நான்கு இலட்சம் புலயர்கள் உள்ளனர். ஆனால், கடந்த மக்கள்தொகைக் கணக்கெடுப்பின்படி ஐம்பது சதவீதம் பேர் பிற மதங்களுக்குச் சென்றுவிட்டார்கள் என்பது தெரியவருகிறது. இதற்கு முக்கியமான காரணங்கள், வறுமையும் தீண்டாமையும் ஆகும். ஜாதி இந்துக்களிடமிருந்து அவர்களுக்கு எந்தவொரு சகாயமும் கிடைக்காததாலும் அவர்கள் கிறிஸ்தவ மதத்தை நோக்கி மிக அதிகமாக

ஈர்க்கப்படுகின்றனர். மிருகங்களைவிடவும் மோசமான முறையில் நடத்தப்படுகின்ற புலயர்கள் கிறிஸ்தவ மதத்திலோ, இஸ்லாமிய மதத்திலோ இணைந்துவிட்டால் உடனேயே இந்த வகையிலான கீழ்மைகள் மாறிவிடுகின்றன. இப்போது நிலவுகின்ற தீண்டாமை, எந்தவொரு தெய்வநம்பிக்கையின் அடிப்படையிலானதும் அல்ல. என்னுடைய மக்களுக்கு வீடோ, பூஜை செய்ய கோயிலோ, குடிநீருக்குக் கிணறோ இல்லை. ஆகவே, இந்த விஷயத்தில் மற்ற சமுதாயத்தினருக்குச் செய்வதைவிட அதிகமாக இந்த அரசு செய்துதர வேண்டும் என்று கோரிக்கை வைக்கிறேன். சில கிணறுகளையும் கோயில்களையும் எங்களுடைய தேவைக்கு நிர்மாணித்துத் தர வேண்டும்; குறைந்த எண்ணிக்கையிலான புலயர்களையாவது நீதிமன்றம் போன்ற அரசு ஸ்தாபனங்களில் காவற்காரர்களாக நியமிக்க வேண்டும்; புலயர்களின் குழந்தைகள் ஒன்றாம், இரண்டாம் வகுப்புகளில் டியூஷன் படிப்பதற்கு ஆசிரியப் பெருமக்களுக்கு ஊக்கத்தொகை (Grand) வழங்க வேண்டும் என்ற கோரிக்கைகளை வைக்கிறேன்."

இதற்குப் பதிலுரையாக, 'பொது வழிபாட்டுத்தலங்களை நிர்மாணித்தல் என்பது அரசின் செயலாக்க எல்லைக்குள் வருகின்ற ஒன்று அல்ல. மதமாற்றத்தைப் பொறுத்தமட்டில் யாதொன்றையும் செய்வதற்கான தீர்வு அரசிடம் இல்லை' என்று திவான் கூறுகிறார்.

அப்போது, 'மற்ற சமுதாயங்களுக்கு, அரசுக்குச் சொந்தமான மற்றும் தேவஸத்திற்குச் சொந்தமான கோயில்கள் உள்ளன. கம்புகளையும் நிலத்தையும் இலவசமாகத் தந்து என்னுடைய சமுதாயத்தினர் கோயில்கட்டிக்கொள்ள இந்த அரசு உதவலாமல்லவா!' என்று தன்னுடைய கோரிக்கையைத் தொடருகிறார் அய்யன்காளி. இதே ஆண்டில் பாறாயி தரகன் என்ற மிஷனரியின் தலைமையில் மதமாற்றம் தீவிரமாக நடைபெற்ற சேர்த்தலா, முஹம்மா ஆகிய பகுதிகளில் அதைத் தடுப்பதற்காகவும் கட்டுப்படுத்துவதற்காகவும் அய்யன்காளி, விசாகம் தேவன் ஆகியோர் சென்றனர். பட்டினியும் பசியுமாக ஜமீன்தார்களின் அடக்குமுறைகளை ஏற்றுக்கொண்டு நரகத்திற்குச் சமமான வாழ்க்கையை[12] வாழ்ந்துவந்த புலயர்களும் பறையர்களும் அந்தக் காலகட்டத்தில் பரந்துபட்ட அளவில் கிறிஸ்தவ மதத்தை ஏற்றிருந்தனர். குட்டியாட்டு சிவராமபணிக்கர், பாணா வள்ளி கிருஷ்ணன் வைத்தியர் முதலானவர்கள் மதமாற்றத்தை எதிர்த்தனர் என்றாலும் அது அவர்களுக்குப் பலன்கொடுக்கக்கூடிய ஒன்றாக முடியவில்லை. இந்தச் சூழலில்தான் அய்யன்காளி, விசாகம்

தேவன் ஆகியோர் சேர்த்தலாவுக்கு அழைக்கப்பட்டனர். சேர்த்தலாவில் அவர்களுக்கு தடபுடலான வரவேற்புக் கிடைத்தது[13]. அலங்கரிக்கப்பட்ட தோணிகளில் நடத்தப்பட்ட கூட்டத்திற்கு ஆயிரக்கணக்கான பட்டியல் சமூக மக்கள் பங்கேற்க வந்திருந்தனர். விசாகம் தேவன், மதமாற்றத்தைக் குறித்துக் கடுமையாக விமர்சனம் செய்து பேசியதோடு, மிஷனரி பாறாயி தரகனுடன் வாக்குவாதம் செய்து தனது பேச்சை நிறைவு செய்தார். இதில் தலையிட்ட அய்யன்காளி, வாக்குவாதத்தை முடிவுக்குக் கொண்டுவந்ததோடு "தேவனைக் கிறிஸ்தவ மத விசுவாசியாக மாற்றிவிட்டால் நானும் அந்த மதத்திற்கு மாறத் தயார்" என்றுகூறி தன்னுடைய மிக நீண்ட உரையை நிறைவுசெய்தார்[14]. அந்தக் குறிப்பிட்ட நாளிலும் அதற்கு அடுத்த நாட்களிலும் மதமாற்றம் தொடர்பாக நடந்த வாதப்பிரதிவாதங்கள், சேர்த்தலா, முஹம்மா பகுதிகளில் உள்ள பட்டியல் சமூக மக்களின் கிறிஸ்தவ மதம் ஏற்றலை மந்தப்படுத்தின[15].

மதமாற்றத்தை எதிர்த்தார் என்பதாலேயே அய்யன்காளியை ஓர் இந்துத்துவவாதியாகப் பார்க்க முடியாது. முக்கியமான கட்டங்களில் அவரது நடவடிக்கைகள் உறுதியாகவே இந்து மதத்திற்குச் சார்பாக இருந்திருக்கின்றன என்றபோதும் மதம் மாறுவதன் மூலம் ஜாதிய ஏற்றத்தாழ்வும் தீண்டாமையும் மாறிவிடாது என்ற நம்பிக்கையை அவர் கொண்டிருந்தார். இந்த நம்பிக்கையே ஒரே நேரத்தில் மதமாற்றத்தை எதிர்ப்பதற்கும் மதம் மாறிய சுய ஜாதியினரோடு அனுதாபத்தைக் காட்டவும் அவரை ஊக்குவித்தது. இந்து மதத்தின் அங்கமாக மட்டுமே தொடர வேண்டும் என்று அய்யன்காளி நினைத்திருந்தார் என்றால் அவர் சதானந்தசுவாமியின் பிரம்மனிஷ்டா மடத்தைவிட்டு எளிய மக்கள் பாதுகாப்புச் சங்கத்தைத் தொடங்கியிருக்க வேண்டியதில்லையே![16] மதமாற்றத்தை அவர் எதிர்த்தபோதும்கூட வேறெந்த ஒரு கட்டத்திலும் ஜாதி இந்துக்களுக்கு வரவேற்புத் தெரிவிப்பவராக இருந்ததில்லை என்பதை நினைவில்கொள்ள வேண்டும். மிகவும் பழமையானதும் பாரம்பரியமானதுமான வழிபாட்டு முறைகளைக் கைவிட்டுவிட்டு, பிறமத ஏற்பின் வழியாக வித்தியாசமானதொரு வாழ்க்கை முறைக்கும் நம்பிக்கைக்கும் தன்னுடைய மக்கள் மாறுவதில் அவருக்கு இசைவில்லாமல் இருந்தது என்று கருதலாம்.

வைக்கம் சத்தியாகிரகம்[17], குருவாயூர் சத்தியாகிரகம்[18], கோயில் நுழைவுப் போராட்டம்[19] உள்ளிட்ட குடியுரிமைக்கான மோதல்களில்

அய்யன்காளியின் பங்களிப்பு நேரடியாக இருந்திருக்கவில்லை. மேற்சொன்ன போராட்டங்களை இந்துமதச் சீர்திருத்தவாதத்தின் ஒரு பகுதியாகக் காங்கிரஸ் கட்சியின் முன்னெடுப்பில் நடைபெற்ற அரசியல் நடவடிக்கைகளாகவே கண்ணுற்றார் அய்யன்காளி. ஈழவர்களையும் தலித்துகளையும் ஒன்றாக நிறுத்தி, மேற்சொன்ன போராட்டங்களை விரிவுபடுத்துவதற்கான நாயர்களின் திட்டத்தில் வீழாத விதத்தில் உறுதியான நிலைப்பாட்டைக் கொண்டவராக இருந்த தலைவர் அய்யன்காளி. அவரைப் பொறுத்தவரையில் பட்டியல் சமூக மக்களின் பள்ளி நுழைவே முக்கியமானதாக இருந்ததேயன்றிக் கோயில் நுழைவு அல்ல. பல ஆண்டுகளாகச் சுய சமுதாயத்தின் விடுதலைக்கான சமூகப் போராட்டங்களில் ஈடுபட்டிருந்தபோது தேசிய விடுதலைக்கான போராட்டத் தலைமையோடு மேடையைப் பகிர்ந்துகொள்ள வேண்டாம் என்ற நிலைப்பாடு அவருக்கு உண்டாகியிருந்தது. சுதந்திரத்திற்கான போராட்டத்தை உள்ளடக்கிய தேசிய இயல்பு உள்ள எதிர்ப்புகள் மீது வித்தியாசமான கண்ணோட்டத்தையும் அணுகலையும் அவர் கடைப்பிடித்துவந்தார். ஜாதிய பிரபுத்துவத்திற்கு எதிராக; ஜாதிய மேலாதிக்கத்திற்கு எதிராக; தாக்குதல்கள் மற்றும் சுரண்டல்களுக்கு எதிராகப் போராட வேண்டிய பிரதான கடமை நிலுவையில் இருக்கும்போது வேறு எவையெவைக்கோ போராடுவதற்கான சூழல், பட்டியல் ஜாதிகளைப் பொறுத்தமட்டில் அன்று இருந்திருக்கவில்லை[20]. தீழ்ப்பான வழக்கங்களை வலுக்கட்டாயமாகத் திணித்துத் தலைமுறைகளாகத் தீண்டப்படாத தூரத்தில் நிறுத்தி, பட்டியல் சமூகத்தவர்களுக்கான பொதுவாழ்வை மறுதலித்தவர்களுடன் சேர்ந்து போராட்டம் நடத்த அய்யன்காளி தயாராக இருக்கவில்லை. கேரளத்தில் பட்டியல் சமூக மக்களின் பிரச்சினை என்பது வெளிநாட்டு ஆதிக்கமல்ல; மாறாக, அடிமைத்தனத்தையும் தீண்டாமையையும் ஆணையிட்ட ஜாதி ஆதிக்கமே பிரச்சினையாக இருந்தது. மறுபுறத்தில் அந்த வெளிநாட்டு(மத) ஆதிக்கமே, பட்டியல் ஜாதிக்காரர்களுக்குக் கிடைக்கவேண்டிய மனித உரிமைக்கான உணர்வையும் சுதந்திரத்திற்கான தாகத்தையும் உருவாக்கி, அவர்களை விடுதலைக்கான பாதையில் சேர்த்தது[21]. இதனுடைய எதிர்வினையே இந்துமத சீர்திருத்த நடவடிக்கைகளும் குறிப்பிட்ட எல்லைவரையிலான கேரளத்து மறுமலர்ச்சியுமாகும்[22]. அவ்வாறெனில் பட்டியல் ஜாதிக்காரர்களைப் பொறுத்தமட்டில் ஜாதி இந்துக்களின் சீர்திருத்த வாதங்கள் மற்றும் சுதந்திரத்திற்கான போராட்டங்கள் ஆகியவற்றோடு அய்யன்காளி கடைப்பிடித்த சாதுரியமான இடைவெளியைவிட பெரிய 'அரசியல் சரி' இல்லையென்று நாம் சொல்லவேண்டியது வரும்.

தன்னுடைய 'அரசியல் சரி'களில் உறுதியாக நிற்கும்போதும்கூட எந்தக் காலத்திலும் தேறிய ஜனநாயகவாதியாக இருந்தார் அய்யன்காளி. தனது சங்கத்தில் உள்ள இளம் தலைமுறையினர் இந்துமதச் சீர்த்திருத்த நடவடிக்கைகளுக்கு ஒத்துழைப்பு நல்குவதற்கு அவர் தடை செய்யவில்லை. வைக்கம், குருவாயூர் சத்தியாகிரகங்கள், பட்டியல் சமூக மக்கள் கிறிஸ்தவ மதத்தை நோக்கி பாய்ந்து செல்வதைத் தடைசெய்யும் என்பது இந்து மதச் சீர்த்திருத்தவாதிகளின் புரிதலாக இருந்தது. ஆனால் வைக்கம், குருவாயூர் சத்தியாகிரகப் போராட்டங்களால் உருப்படியான சலனம் எதையும் உருவாக்குவதற்கு இயலவில்லை. இதற்கான பிரதான காரணம் என்னவெனில், மேற்கண்ட போராட்டத் தலங்களில் 19ஆம்நூற்றாண்டிலேயே தடைசெய்யப்பட்டிருந்த பாதைகளில் மாட்டுவண்டியை ஓட்டி பொதுப்பாதையில் நடப்பதற்கான சுதந்திரத்திற்கு ஆதி எக்காளம் ஊதிய அய்யன்காளி இல்லாததே. 1932இல் திவான் பகதூர் ஷா தலைமையில் கோயில் நுழைவின் தேவையை ஆய்வு செய்ய டி.டி.கேசவன் சாஸ்திரி உள்ளிட்ட ஒன்பது பேர் கொண்ட குழுவை[23] அரசு அமைத்தது. அதைத் தொடர்ந்து டி.டி.கேசவன் சாஸ்திரி, விசாகன் தேவன் முதலானவர்கள் முன்னெடுப்பில் இந்து மிஷன் நிர்மாணிக்கப்பட்டது. மதமாற்றம் மீதான கட்டுப்பாடு முன்னிறுத்தப்பட்டது. ஒரு பகுதியிலிருந்து மனித உரிமைக்கான போராட்டங்களும், மறுபகுதியிலிருந்து மிஷனரி நடவடிக்கைகள் மூலம் உண்டான தங்களின் "வீழ்ந்து போதலும்" சேர்ந்து கட்டியெழுப்பிய நிர்ப்பந்தம் அல்லது அழுத்தமே தங்களுடைய ஜாதியாதிக்கப் பதவியை இந்த விதத்தில் மறுஒழுங்குக்கு உட்படுத்த ஜாதி இந்து ஆட்சிபீடத்தைத் தூண்டியது.

இந்தத் தூண்டுதலின் இறுதிப் பலனாக இருந்தது 1936ஆம் ஆண்டுவெளியிடப்பட்ட கோயில் நுழைவு அறிவிப்பு. என்றாலும் இந்த அறிவிப்பு திருவிதாங்கூரில் பட்டியல் சமூக மக்களுடைய சமூக மாற்றத்தில் குறிப்பிடத்தக்க எந்தவொரு பங்கையும் வகிக்கவில்லை. இதற்குக் காரணம் கோயில்கள் பள்ளிக்கூடங்களைப் போலவோ, பொது வழிகளைப் போலவோ உள்ள சமூக இடங்கள் அல்லவே! கோயில்களுக்குள் நுழைய அந்தக் காலத்தில் பட்டியல் சமூகத்தவர்கள் போராட்டங்களை நடத்தியிருக்கவில்லை[24]. இன்னும் சொல்லப்போனால் அதை அவர்கள் விரும்பியது கூட இல்லை. கோயில் நுழைவுகளிலிருந்தும், வழிபாடுகளிலிருந்தும் தூரமாக நிறுத்தப்படுதல் அவர்களின் எந்தவோர்

அடிப்படை உரிமையையும் மறுதலிக்கவில்லை என்பதே இதற்குக் காரணமாகும். ஏனெனில், ஜாதி இந்துக்களிடம் இருந்து வேறுபட்டதொரு நம்பிக்கை நடைமுறைகளையும், வழிபாட்டு முறைமைகளையும் மறுமலர்ச்சிக் கால தலித்துகள் பின்தொடர்ந்தார்கள்! மேற்சொன்ன கோயில் நுழைவு அறிவிப்பு பற்றிக் கேட்டபோது, "நம்மை கொல்லும்போது பார்க்காத கடவுள் நமக்கு வேண்டாம் மக்களே!" என்று எளிய மக்களைப் பார்த்து அய்யன்காளி கூறியதற்கு இதுவே காரணமாக இருக்கலாம். கோயில் நுழைவுக்கு நேராகத் தலித்துகள் காட்டிய உப்புசப்பில்லாத எதிர்வினைகள், காந்தியை 1937ஆம் ஆண்டு ஜனவரியில் வெங்கானூருக்கு வரவைத்து, அய்யன்காளியைச் சந்திக்க தூண்டின[25]. கீழ்நிலையில் உள்ளவர்களின் உரிமைகளுக்காகப் போராடிக்கொண்டிருந்த மகானான அய்யன்காளியைத் தேடி ஜனவரி 14ஆம்தேதி வெங்கானூர் வந்தார் காந்தி[26]. கோயில் நுழைவு தொடர்பான கொண்டாட்டங்களில் பங்குபெற[27] திருவிதாங்கூருக்கு காந்தி வந்திருந்தார்[28]. அவருக்கு வெங்கானூரில் விருந்தோம்பல் மரியாதையோடு சேர்த்து சிறந்த வரவேற்பை ஏற்பாடு செய்திருந்தார் அய்யன்காளி. பிரிட்டிஷ் அரசுக்கு எதிராகவும் தீட்டான வழக்கங்களுக்கு எதிராகவும் காந்தியடிகள் நடத்திவந்த போராட்டங்களைப் பற்றியும், இவ்விரு விஷயங்களில் பிற தேசிய தலைவர்களுக்கு இருந்த மாறுபட்ட அபிப்பிராயங்கள் பற்றியும் அறிந்தவொரு தெளிவுள்ள தலைவராக இருந்தார் அய்யன்காளி[29].காந்தியைக் காண்பதற்காகவும், அவரது பேச்சைக் கேட்பதற்காகவும், இரு வரலாற்று நாயகர்களின் சந்திப்பு வேளைக்குக் கட்டியம் கூறுவதற்காகவும் வெங்கானூரில் ஆயிரக்கணக்கான எளிய மக்களும் இதர ஜாதி, மதத்தவர்களும் நிரம்பி இருந்தார்கள்.

மொழிபெயர்ப்பாளர்களின் உதவியோடு அய்யன்காளியிடம் பேசினார் காந்தி. எளிய மக்களுக்காகத் தாம் நடத்திவருகின்ற சமூகப் போராட்டங்களுக்குத் தேவையான உதவிகளை வழங்க வேண்டும் என்று காந்தியிடம் அய்யன்காளி கோரிக்கை வைத்தார். காந்தியடிகளும் கோயில் நுழைவின் வரலாற்று முக்கியத்துவத்தைப் புரிந்து அதைப் பயன்படுத்திக்கொள்ள வேண்டும் என்று அய்யன்காளியிடம் வேண்டுகோள் விடுத்தார்[30]. இந்தச் சந்திப்பின்போதுதான், தன் சொந்தச் சமுதாயத்திலிருந்து பத்து பி.ஏ. பட்டதாரிகளைத் தாம் காண வேண்டும் என்ற விருப்பத்தை காந்தியிடம் அய்யன்காளி கூறியதும்[31], அய்யன்காளியைத் தன்னுடைய உரையில் 'புலயர் ராஜா'[32] என்று காந்தி வர்ணித்ததும்

நிகழ்ந்தது. அய்யன்காளியைப் பற்றி எழுதிய வரலாற்று ஆய்வாளர்களில் பெரும்பான்மையானவர்கள், மேல்ஜாதி - இடைநிலை ஜாதிகளைச் சேர்ந்த சமகால பெரும் ஆளுமைகளோடு அய்யன்காளி கடைப் பிடித்த சாதாரண நல்லுறவைக்கூட தேவைக்கு அதிகமாக முக்கியத்துவம் கொடுத்துச் சித்திரித்திருக்கிறார்கள். காந்தியடிகளோடு சேர்த்து வைத்து அய்யன்காளியின் மேன்மையைத் தாராளப்படுத்திக் காட்டுவதற்கான இயல்பான, அப்பழுக்கற்ற முயற்சியையே அந்த ஆய்வாளர்கள் செய்தார்கள். ஆனால், காந்தி கேரளத்திற்கு வராமல் போயிருந்தாலும், அய்யன்காளியைப் பார்க்க அவர் வெங்கானூருக்கு வராமல் போயிருந்தாலும்கூட அய்யன்காளியின் மகத்துவத்திற்குக் கிஞ்சித்தும் மங்கல் ஏற்பட்டிருக்காது. அய்யன்காளியை காந்தியடிகள் சந்தித்ததன் காரணமாக அய்யன்காளியின் மேன்மையோடு சில கேரட் மதிப்புக் கூடியது என எண்ணிக்கொள்வதிலும் அர்த்தமில்லை. என்றாலும் கூட அய்யன்காளியை காந்தி சந்திக்காமல் இருந்திருந்தாலோ, புலயர் ராஜா என்று அவர் அழைக்காமல் இருந்திருந்தாலோ, அந்தச் சந்திப்பு தலித்துகளைப் பொறுத்தமட்டில் ஒரு கற்பனையாகவே இருந்திருக்கும். அய்யன்காளியின் வாழ்வில் இதேபோன்று முக்கியத்துவம் கொடுத்து முன்வைக்கப்படும் மற்றோர் அறிவார்ந்த ஆளுமை, ஸ்ரீநாராயண குரு[33]. அய்யன்காளியின் செயல்பாடுகளுக்கு ஆதரவு காட்டியதோடு ஜாதி இந்துக்களோடு சேர்ந்துகொண்டு புலயர்களை ஈழவர்கள் தாக்கியபோது அதைக்கண்டு துக்கமடைந்தார் என்றாலும் அய்யன்காளிக்குள் எந்தவொரு செல்வாக்கையும் உருவாக்க நாராயண குருவால் முடியவில்லை. மாறாகச் சமூக உரிமைகளுக்கான அய்யன்காளியின் ஆற்றலுள்ள போராட்ட மார்க்கங்கள் ஈழவ இளைஞர்களுக்கு மத்தியில் செல்வாக்கு பெற்றன[34]. ஜாதிய ஏகாதிபத்தியத்தை முடிவுக்குக் கொண்டுவர வேண்டும் என்பதே நாராயண குரு, அய்யன்காளி ஆகியோரின் முதலும் முடிவுமான இலட்சியமாகும். என்றபோதிலும் அந்த இலட்சியத்திற்காக இருவரும் வேறுவேறு பாதைகளைத் தேர்ந்தெடுத்தார்கள். பார்ப்பனர்கள் எப்படியானதொரு தெய்வீக ஆச்சாரங்களின் வளையத்திற்குள் ஜாதிய ஏற்றத்தாழ்வுகளை நிலைநிறுத்தினார்களோ, அதே ஆச்சாரங்களைக் கொண்டு பார்ப்பனாதிபத்தியத்தை எதிர்க்க வேண்டும் என்ற யுக்தியை நாராயண குரு கொண்டிருந்தார். அய்யன்காளியோ நால்வர்ண கெடுசட்டங்களைப் பாதுகாக்க ஜாதி இந்துக்கள் தங்கள் புயபலத்தை எப்படியாகப் பயன்படுத்துகிறார்களோ அத்தகைய புயபலத்தைக் கொண்டு அந்த அடக்குதலின் ஆளுகையை வீழ்த்த விழைந்தார்[35]. 1888ஆம் ஆண்டில் ஸ்ரீ

நாராயண குரு நடத்திய சிலை பிரதிர்ஷ்டையும், 1893இல் அய்யன்காளி நடத்திய மாட்டுவண்டிப் பயணமும்[36] ஒரே இலக்கை நோக்கிய மாறுபட்ட வழிகளாக மதிப்பிடப்பட வேண்டியவை. 1912ஆம் ஆண்டில் ஸ்ரீ நாராயண குருவை அய்யன்காளி நேரில் சந்தித்து உரையாடல்களில் ஈடுபட்டார். அன்று அய்யன்காளி ஸ்ரீமூலம் மக்கள்சபையின் உறுப்பினராக இருந்தார். ஸ்ரீநாராயண குருவுடன் அவர் நடத்திய உரையாடல்களின் அம்சங்கள் தெரியவில்லை என்றாலும் புலயர் குழந்தைகளின் பள்ளிக்கூட நுழைவைத் தடுக்க நாயர் தலைவர்களோடு சேர்ந்துகொண்டு முன்முனையில் நின்ற ஈழவ குண்டர்களைக் குறித்துப் புகார் தெரிவிக்க நாராயணகுருவின் முன்பு அய்யன்காளி நின்றிருந்திருக்கலாம் என்ற செறாயி ராமதாசின்[37] பார்வை, தர்க்கவாதமுள்ள ஒன்றாகும்[38]. இந்த விஷயத்தில் ஸ்ரீ நாராயணகுருவுக்கு உண்டாயிருந்த மனதுக்கத்தைப் பற்றி செந்தாரசேரியும் சுட்டிக்காட்டுகிறார்[39]. வீட்டுக்குள் அழைத்துச் சென்று ஒன்றாக அமரவைத்து அய்யன்காளியோடு சம உள உணர்வோடு பேசிய குருவின் செயல் அவரைப் பின்தொடர்வோருக்குக் கொஞ்சம்கூட ரசிப்பை ஏற்படுத்தவில்லை[40]. அதை குரு மட்டுமல்லாது அய்யன்காளியும் அறிந்திருந்தார். புலயர்கள் மீது தாக்குதல் நடத்தப்படுவதிலிருந்து ஈழவர்களைப் பின்வாங்க வைக்கவோ, புலயர்களுக்கு அவர்கள் காட்டுகின்ற தீண்டாமை மனோபாவத்தை இல்லாமல் ஆக்கவோ ஸ்ரீ நாராயண குருவால்கூட இயலவில்லை. தங்களைவிட கொஞ்ச காலத்திற்கு முன்னர் உருவாக்கப்பட்ட அமைப்பு என்ற நிலையில் எஸ்.என்.டி.பி.-இன் ஒருங்கிணைந்த செயல்பாடுகளை அய்யன்காளியும் அவரது சங்கத்தினரும் கவனித்திருக்கக்கூடும்[41]. ஆனால், அந்தச் சங்கத்தின் செயல்பாட்டு ரீதியை எளிய மக்கள் பாதுகாப்புச் சங்கம் பின்பற்றவில்லை. பள்ளிக்கூட நுழைவுக்காக எஸ்.என்.டி.பி சங்கம் மனுக்களை மாறிமாறி அனுப்பிக்கொண்டு மட்டும் இயங்கிக்கொண்டிருந்தபோது இதே தேவைகளுக்காக அய்யன்காளியும் அவரது கூட்டத்தினரும் வேளாண் பணி நிறுத்தத்தை ஒருங்கிணைத்துக்கொண்டிருந்தனர்[42].

தனது பொது வாழ்க்கையில் மேல்ஜாதி, இடைநிலை ஜாதிகளைச் சேர்ந்த ஏராளமான பிரபலமானவர்களோடு எளிய மக்களின் சமூக மேம்பாட்டையும் சுதந்திரத்தையும் முன்னிறுத்தி உரையாடலில் ஈடுபடுவதற்கும் ஒன்றிணைந்து செயலாற்றுவதற்குமான சூழல் அய்யன்காளிக்கு ஏற்பட்டது. மன்னத்து பத்மநாபன், மகாகவி குமாரனாசான், நீதிபதி கோவிந்தன், சங்கனாசேரி பரமேஸ்வரன் பிள்ளை, பி.கே.கோவிந்தபிள்ளை, நவசக்தி ராமன் பிள்ளை,

பிராக்குளம் பத்மநாபன் பிள்ளை, சி.வி.குஞ்சுராமன் முதலானவர்கள் இவர்களில் முக்கியமானவர்கள். இவர்களில் பி.கே.கோவிந்தபிள்ளை, சங்கனாசேரி பரமேஸ்வரன் பிள்ளை, பிராக்குளம் பத்மநாபன் பிள்ளை, நீதிபதி கோவிந்தன் உள்ளிட்டோருடன் அய்யன்காளிக்குப் பல்வேறு தளங்களில் உண்டாயிருந்த தொடர்பைப் பற்றி இந்தப் புத்தகத்தின் முன் அத்தியாயங்களில் பல இடங்களில் சுட்டிக்காட்டப்பட்டுள்ளது. அய்யன்காளியுடன் மக்கள்சபை உறுப்பினராக இருந்த மன்னத்து பத்மநாபனோடு (1878- 1970) அய்யன்காளிக்கு உண்டாயிருந்த நெருக்கம் நன்கு அறியப்பட்ட ஒன்றாகும். இந்த நெருக்கத்தின் பிரதிபலிப்பே அய்யன்காளியின் தோற்றப்பொலிவு மற்றும் உடை அலங்காரங்கள் குறித்து பத்மநாபனின் பிரசித்திபெற்ற இந்த விவரிப்பு:

"பழங்காலத்தில் நால்வர்ணத்தை ஏற்காத அவர்ணர்களைத் தாழ்நிலை ஜாதியினராகக் கணக்கிட்டு அவர்களுக்கு ஜாதி இந்துக்கள் ஏராளமான தொந்தரவுகளை அளித்ததற்குச் சவர்ணனான நான் அவர்ணர்களிடம் மன்னிப்புக் கேட்டுக்கொள்கிறேன். பழைய தவறுகளைத் திருத்துவதற்குத் தேவையான நடவடிக்கைகள் ஏற்கப்பட்டுத் தொடங்கப்பட்டுள்ளன[43]" என்று 1963இல் அய்யன்காளி நூற்றாண்டுப் பிறந்தநாள் விழா கொண்டாட்டத்தின் ஒருபகுதியாக அவரது உருவப்படத்தைத் திறந்து வைத்து மன்னத்து பத்மநாபன் ஆற்றிய உரையில் இந்த நெருக்கம் எதிரொலித்தது.

ஜாதிய சிந்தைக்கும் ஏற்றத்தாழ்வுக்கும் மற்றும் அசுத்தம் கற்பித்தல், தொடுதலைத் தீட்டாக விளம்புதல் முதலான மோசமான வழக்கங்களுக்கும் எதிராகத் தன்னுடைய பேனாவை போர்வாள் ஆக்கியவர் மகாகவி குமாரனாசான்[44]. மக்கள் சபை உறுப்பினராகவும் இருந்த குமாரனாசானுடன் (1873 - 1924) சமூகம் சார்ந்த பொது விஷயங்களையும், சங்கம் தொடர்பான காரியங்களையும் விவாதித்துவந்தார் அய்யன்காளி. அய்யன்காளியின் தலைமையில் பட்டியல் ஜாதியினர் நடத்திய விடுதலைக்கான போராட்டங்கள் குமாரனாசானின் ஆழ்இதயத்தில் ஒரு மானுடவியலாளனைத் தன்வசத்திப்படுத்தி வைத்திருந்தன. 1919ஆம் ஆண்டில் 'சிம்ஹநாதம்', 1922இல் 'துரவஸ்தை', 'சண்டாலபிக்ஷுகி' ஆகிய அவரது படைப்புகள் அந்த வசப்படுத்தலுக்கான எதிர்வினைகளாக இருந்தன[45]. மக்கள்சபையிலும் பொதுமேடைகளிலும் அவர் ஜாதிய அநாச்சாரங்களை வெளிப்படையாக எதிர்த்தார். புலயர் ஜாதி மாணவர்களின் பள்ளிக்கூட நுழைவு தொடர்பாக 1915இல் விவேகோதயாவில் எழுதினார்

குமாரனாசான். 1911 மே முதல் நாள் குமாரனாசான் வீட்டில் வைத்தும், 1914ஆம் ஆண்டு ஆகஸ்ட் 28ஆம் தேதி வெங்கானூரில் அய்யன்காளியின் வீட்டில் வைத்தும் இருவரும் பொது விஷயங்களைக் குறித்து மிக விரிவாகக் கலந்தாலோசித்தனர்.

ஈழவர்களின் தலைவரும் பகுத்தறிவுவாதியுமாக இருந்த சி.வி. குஞ்சுராமனுடன் (1870-1949) அசைக்கமுடியாத நட்புறவைப் பேணினார் அய்யன்காளி. ஒருமுறை குஞ்சுராமனின் வீட்டிற்குச் சென்றார். குஞ்சுராமன் முற்போக்குவாதியும் ஜாதிய சிந்தை அற்றவருமாக இருந்தபோதிலும் அவரது தந்தை அப்படிப்பட்டவராக இருந்திருக்கவில்லை. அய்யன்காளி வருகின்ற நாளை முன்னமே அறிந்திருந்த குஞ்சுராமனின் தந்தை, வீட்டு முற்றத்தில் ஒரு பெஞ்சைப் போட்டுவைத்து அய்யன்காளியை வீட்டிற்குள் செல்லவிடாமல் தடுத்து தன் பிரச்சினைக்குத் தீர்வு தேடிக்கொண்டார். இந்தச் சம்பவம் செந்தாரசேரி எழுதிய புத்தகத்தில் விவரிக்கப்பட்டுள்ளது[46]. மகனுக்கு நெருக்கமானவராக இருப்பதோ; மக்கள்சபை உறுப்பினராக இருப்பதோ; இலட்சக்கணக்கான புலயர் மக்களின் உயர்வான தலைவனாக இருப்பதோ - இவை எதுவும் தீண்டாமை மனோபாவத்திற்கு முன்னால் மதிப்பில்லாமல் போவதை இங்கு காணலாம். அய்யன்காளியின் செயல்பாடுகளுக்கும் கண்ணோட்டத்திற்கும் எல்லையற்ற ஆதரவு அளித்துவந்தவர் காங்கிரஸ் பிரமுகரும், சுதந்திரப் போராட்டத்தின் தளபதியுமாக இருந்த நவசக்தி ராமன் பிள்ளை[47]. அய்யன்காளி நடத்திய ஊருட்டம்பலம் பள்ளிக்கூட நுழைவிற்குப் பின்னர் உருவான பள்ளி அதிகாரிகளின் எதிர்மறையான அணுகுமுறைகளுக்கு எதிர்ப்புத் தெரிவித்து, அந்தப் பள்ளிக்கூடத்தில் தனது ஆசிரியர் பணியை ராஜினாமா செய்தவர் ராமன் பிள்ளை. கோயில் நுழைவு அறிவிப்புக்குப் பின்னர் பட்டியல் ஜாதியினரை ஒன்றிணைத்து நெய்யாற்றின்கரை கோயிலுக்குப் பேரணியாக அழைத்துச் சென்றதைத் தொடர்ந்து அவருக்குப் 'புலயன் ராமன் பிள்ளை' என்ற பெயர் கிடைக்கலானது[48].

சொந்தச் சமுதாயத்திற்கு வெளியே பொதுமண்டலத்திலும் அதிகார மண்டலத்தில் உள்ள உயர் பதவிகளில் இருந்த தனிப்பட்ட ஆளுமைகளோடு இணைந்து, ஜனநாயகப்பூர்வமானதும், கடமையானதுமான சமூக உறவைப் பாதுகாக்க அய்யன்காளியால் எல்லாக் காலத்திலும் முடிந்தது. சொந்தச் சமுதாயத்தின் தேவைகளுக்கும் முன்னேற்றத்திற்கும் விடுதலைக்கும் வேண்டி, தவிர்க்கவே முடியாத காலச் சூழ்நிலைகளில் மட்டுமே

அவர் மிகத்தீவிரமான போராட்ட வழிகளைத் தேர்ந்தெடுத்தார். கோரிக்கைகளோடும் உரிமை வாதங்களோடும் வேண்டுகோள்களையும் பரிட்சயங்களையும் சேர்த்து, தமது சமுதாயத்தின் மீட்புக்காக அவற்றை உபயோகமுள்ளதாக்கிய அய்யன்காளிக்குள் ஒரு தேறிய சாதுரியனும், சமுதாயக் காதலனும் முன்வரிசையில் வந்து நிற்கிறார்கள். உரிமைகளுக்கான வாதம் எப்படிப்பட்டதாக இருந்தாலும் அந்த மனிதனின் தலை நிமிர்ந்தே நின்றது. அவரது வார்த்தைகளும் அறைகூவல்களும் சமத்துவ உணர்வுக்கான சாட்சிகளாயின. தலித்துகள் மத்தியில் ஈடுஇணையற்ற சின்னமானார் அய்யன்காளி.

குறிப்புகள்:

1. சமூகத் தீமைகளை வெளிப்படையாக எதிர்க்கின்ற 'சண்டாலபிஷுகி', 'துரவஸ்தை' உள்ளிட்ட குமாரனாசானின் புத்தகங்களில் அய்யன்காளியின் தலையீடுகளின் பிரதிபலிப்பு உண்டு என்று செந்தாரசேரி (பக்கம் 117) குறிப்பிடுகிறார். செறாயி ராமதாஸ் (பக்கம் 59) இந்தக் கருத்தோடு உடன்படுகிறார். பண்டிட் கே.பி.கருப்பனின் 'அய்யன்காளி ஆஷம்ஸ' என்ற ஸ்லோகத்தின் வழியாக முதன்முதலில் அய்யன்காளி இலக்கியத்தில் இடம்பிடிகிறார் என்று செறாயி ராமதாஸ் (பக்கம் 16) எழுதுகிறார். அதைத் தொடர்ந்து சகோதரன் ஐயப்பனின் 'சங்கச் சரித்ரம் ஓட்டன் துள்ளலிலும்'அய்யன்காளி இடம்பிடித்தார். 1965ஆம் ஆண்டில்' அய்யன்காளி' என்ற சிறிய கவிதைப் புத்தகத்தைக் கல்லட சசி வெளியிட்டார். 1975ஆம் ஆண்டுஅய்யன்காளியைப் பற்றி கே.கே. எஸ்.தாஸ் எழுதிய 'மலநாடின்டெ மாற்றொலி' என்ற கவிதைப் புத்தகமும், 1984இல் வெளியிடப்பட்ட எஸ்.இ.ஜேம்ஸ்-ன் 'சம்வல்சரங்ஙள்' என்ற நாவலும் அய்யன்காளியின் செயற்பாட்டு மண்டலத்தையும் காலத்தையும் அடையாளப்படுத்துகின்றன. 2001இல் பி.எம்.ஆண்டனி எழுதிய 'அய்யன்காளி' என்ற நாடகமும் கவியூர் முரளி எழுதிய 'அய்யன்காளிப்பட' (படை) என்ற நாவலும் வெளியிடப்பட்டது. சூரியதேவா என்ற இயக்குநர் 'மகாத்மா அய்யன்காளி' என்ற பெயரில் அய்யன்காளியின் வாழ்க்கையை 2013ஆம் ஆண்டு திரைப்படமாக எடுத்தார்.
2. டி.எச்.பி.செந்தாரசேரி, பக்கம் 71.

3. பி.ஜே.ஜோசப்: 1881இல் கோட்டயத்தில் பிறந்து, பள்ளிக்கல்வியை எர்ணாகுளத்தில் முடித்தார். ஆங்கில மொழியறிவு பெற்றவர். 1910ஆம் ஆண்டு கோட்டயம் புந்நத்துறா தேவாலயத்தில் போதகரானார். ஜாதி இந்துக்களின் பாகுபாடுகளை எதிர்கொள்ள ஏராளமான புலயர்களைக் கத்தோலிக்கச் சபையில் சேர்த்தார். அய்யன்காளியின் செயல்களால் ஈர்க்கப்பட்டு எளிய மக்கள் பாதுகாப்புச் சங்கத்தில் இணைந்து தீவிரச் செயற்பாட்டாளரானார். 1919இல் சங்கத்திற்காக 'ஸாதுஜன தூதன்' என்ற மாத இதழை வெளியிட்டு நடத்த ஆரம்பித்தார். மேலதிக விவரங்களுக்கு செந்தாரசேரி எழுதிய 'பாம்பாடி ஜான் ஜோசப்' (வாழ்க்கை வரலாறு), பக்கங்கள் 27-31இல் காண்க.

4. அய்யன்காளியுடைய தாயின் சகோதரியின் குடும்பம்கூட தீண்டாமை அனுபவங்களிலிருந்து தங்களைக் காத்துக்கொள்ள கிறிஸ்தவ மதத்திற்கு மாறிவிட்டார்கள். தாமஸ் வாத்தியாரும் அந்தக் குடும்பத்தைச் சேர்ந்தவர்தான்.

5. 1917இல் குறும்பன் தெய்வத்தான் இந்து புலய சமாஜத்தை நிறுவினார்.

6. கேரள இந்து மிஷன் செயற்பாட்டாளராக டி.டி.கேசவன் சாஸ்திரி இருந்தார்.

7. விசாகம் தேவனும் இந்து மிஷன் செயற்பாட்டாளராக இருந்தார். எளிய மக்கள் பாதுகாப்புச் சங்கத்தின் உதவி செயலாளராகவும் அய்யன்காளிக்கு அடுத்த நபராகவும் இருந்தவர் சென்னித்தலாவைச் சேர்ந்த விசாகம் தேவன். சேர்த்தலா, முஹம்மா பகுதிகளில் அய்யன்காளியுடன் சேர்ந்து கிறிஸ்தவ மதமாற்றத்தை எதிர்த்தார். ஆரிய சமாஜத்தினரோடு நெருக்கத்தைக் காட்டிவந்த இவர், தேவன் சுவாமியானார்.

8. டி.எச்.பி.செந்தாரசேரி, பக்கம் 26.

9. டி.எம்.யேசுதாசன், பக்கம் 75.

10. பி.கோவிந்தபிள்ளை, பக்கம் 118.

11. டி.ஏ.மாத்யூஸ்-இன் புத்தகத்தில் ஓர் அத்தியாயத்தின் தலைப்பு 'இந்துச் சமூகம் அய்யன்காளிக்கு நன்றி சொல்லட்டும்' (பக்கம் 139) என்று இருந்தது தற்செயலாக நிகழ்ந்த ஒன்றல்ல.

12. குந்நுகுழி எஸ்.மணி, பி.எஸ்.அனிருத்தன், பக்கம் 138.

13. 1918இல் கோடிமத என்ற இடத்தில் அய்யன்காளியின் பாதையை மறித்த இந்துக்களே, மதமாற்றத்திற்கு எதிரான செயல்களுக்காக வந்த அவரை சேர்த்தலாவில் வரவேற்றார்கள் என்பதை நினைவில் கொள்க.

14. டி.எச்.பி.செந்தாரசேரி, பக்கம் 101.

15. தீண்டத்தகாத ஜாதிக்காரர்கள் இந்து மதத்தின் அங்கமாக நிற்க வேண்டும் என்ற தேவனின் வாதங்கள் ஆரிய சமாஜத்தினரால் ஏற்றுக்கொள்ளப்பட்டன. இப்படியாகப் பிற்பாடு அவர் தேவன் சுவாமியானார். (செந்தாரசேரி, பக்கம் 101).

16. நாயர்களுக்கு சத்ரியராகவும் ஈழவர்களுக்கு வைஷியர்களாகவும் ஸ்தான உயர்ச்சியை வழங்கிக்கொண்டு கேரள ஜாதியக் கோட்பாட்டின் புதிய ஜாதி உறுதிப்பாடு அல்லது ஜாதி நிர்ணயம் நடைமுறைக்கு வந்தது என்பது டி.எம்.யேசுதாசனின் (பக்கம் 83) பார்வையாகும். இவர் தொடர்ந்து சேர்த்திருக்கின்ற கோஜி கவாஷிமாவின் ஜாதியப் பதவியைச் சிறிய அளவில்கூட நெருங்க முடியாத அடிமைப்பிரிவினரை 'எளிய மக்கள்' என்ற பெயரில் இந்துப் படிநிலையில் நான்காவது தட்டாக ஒருங்கிணைப்பதற்கான முயற்சியாக, சதானந்த சுவாமிகளின் ஆதரவில் அய்யன்காளியின் தலைமையில் நிறுவப்பட்டதே எளிய மக்கள் பாதுகாப்புச் சங்கம் என்றவொரு கண்ணோட்டமும் (*Missionaries and a Hindu State, Travancore 1856-1936, Page 164*) விவாதத்திற்குரிய மற்றொரு சாத்தியக்கூறாகப் பொதுவெளியில் வைக்கப்படுகிறது.

17. வைக்கம் கோயிலைச் சுற்றியுள்ள சாலைகளில், தலித் மக்களின் நடமாடும் சுதந்திரத்திற்காக நடத்தப்பட்ட போராட்டம் வைக்கம் சத்தியாகிரகம். 1924 மார்ச் 30ஆம்தேதியில் இப்போராட்டம் தொடங்கியது. கே.எம்.பணிக்கர், கே.பி.கேசவமேனோன், டி.கே. மாதவன் முதலானவர்கள் முக்கியத் தலைவர்களாக இருந்தனர். தடைசெய்யப்பட்ட பாதைகளில் சட்டத்தை மீறி இறங்கி நடந்ததால் புலயரான காத்தன் குஞ்சாப்பு, ஈழவரான பாஹுலேயன், நாயரான கோவிந்த பிள்ளை ஆகியோரைப் போலீசார் கைது செய்து

சிறையில் அடைத்தனர். இந்தியாவின் பல்வேறு பகுதிகளிலிருந்து காங்கிரஸ் கட்சியைச் சேர்ந்த தலைவர்கள் வைக்கத்திற்கு வந்து சேர்ந்தனர். ஈ.வெ.ராமசாமி பெரியார், இந்தப் போராட்டத்தில் பங்கேற்றார். வைக்கத்திற்கு காந்தியடிகள் வந்து பார்ப்பனர்களோடு விவாதித்தார். அந்த வீதிகளின் ஒரு பகுதி பட்டியல் சமூக மக்களுக்குத் திறந்துவிடப்பட்டது. 1925ஆம் ஆண்டு நவம்பர் 21ஆம்தேதி வைக்கம் சத்தியாகிரகம் நிறைவடைந்தது.

18. 1931ஆம் ஆண்டு நவம்பர் முதல் நாள் குருவாயூர் சத்தியாகிரகப் போராட்டம் ஆரம்பமானது. கே.கேளப்பன், டி.சுப்பிரமணியன், ஏ.கே.கோபாலன், பி.எம்.உண்ணிகிருஷ்ணன் முதலானவர்கள் இந்தப் போராட்டத்தில் முக்கியத் தலைமைகளாக இருந்தனர். குருவாயூர் சத்தியாகிரகம் ஓராண்டுக்காலம் நீடித்தது. வீதிகளில் நடப்பதற்கான சுதந்திரத்திற்காக ஆரம்பிக்கப்பட்ட இந்தச் சத்தியாகிரகப் போராட்டம், கோயில் நுழைவுக்கானதாக மாற்றம் கண்டது. கே.கேளப்பன் உண்ணாவிரதத்தைத் தொடங்கினார். ஏ.கே.கோபாலனையும் பி.எம்.உண்ணிகிருஷ்ணனையும் ஜாதி இந்துக்கள் அடித்தனர். 1932 ஏப்ரல் 5ஆம்தேதி கோயிலைச் சுற்றியுள்ள பாதைகள் பொதுப்பாதைகளாகப் பிரகடனம் செய்யப்பட்டன. காந்தியடிகளின் வேண்டுகோளுக்கிணங்க 1932 அக்டோபர் 2ஆம்தேதி கேளப்பன் தனது உண்ணாவிரதப் போராட்டத்தை முடித்துக்கொண்டார்.

19. 1936ஆம் ஆண்டு நவம்பர் 12ஆம்தேதி கோயில் நுழைவுக்கான அறிவிப்பு வெளியிடப்பட்டது.

20. டி.எச்.பி.செந்தாரசேரி, பக்கங்கள் 140, 141.

21. 1811ஆம் ஆண்டில் திருவிதாங்கூரில் அடிமை வியாபாரமும் 1853ஆம் ஆண்டில் அடிமை முறையும் பிரிட்டிஷ் அரசாங்கத்தின் வேண்டுகோளாலேயே தடை செய்யப்பட்டன என்பதை நினைவில் கொள்க. இருபதாம் நூற்றாண்டில்கூட ஜாதிய விஷயங்களில் மாற்றங்கள் உண்டாயிருக்கவில்லை. 1921ஆம் ஆண்டில் தீண்டத்தகாத ஜாதியினர் பொதுப்பாதைகளில் நடப்பதைத் தடுப்பதற்காகச் சாலைகளின் ஓரங்களில் நிறுத்தி வைக்கப்பட்டுள்ள தீண்டாமை மரப்பலகைகளை அகற்ற வேண்டும் என்று, மக்கள்சபை

உறுப்பினரான குமாரனாசான் சபையில் குரல் எழுப்பினார். அப்போது "ஜாதிச் சட்டங்களை மாற்ற முடியாது; ஜாதி இந்துக்கள் கலகம் உண்டாக்குவார்கள்" என்பது திவானின் பதிலாக இருந்தது. 1928இன் பிற்பகுதியில் பிரிட்டிஷ் அரசின் தலையீட்டைத் தொடர்ந்து அந்தத் தீண்டாமைப் பலகைகள் அகற்றப்பட்டன.

22. நாயர்கள், கலாசார மேலாதிக்கத்தை நிறுவிக்கொண்ட செயல்பாடுகளையே கேரளத்தின் முக்கியமான மறுமலர்ச்சி என்று மலையாளிகள் அழைக்கிறார்கள் என்று டி.எம்.யேசுதாசன் (பக்கம் 96) கணிக்கிறார்.

23. ஒன்பது பேர் கொண்ட குழுவில் இடம்பெற்றிருந்த டி.கே.வேலுப்பிள்ளை, மகாகவி உள்ளூர் எஸ்.பரமேஸ்வரய்யர் ஆகியோர் பட்டியல் ஜாதிகளைச் சேர்ந்தோரை கோயிலின் கொடிமரம்வரை வர அனுமதிக்கலாம் என்றனர். சங்கனாசேரி பரமேஸ்வரன் பிள்ளை, நீதிபதி கோவிந்தன் ஆகியோர், தலித்துகளைத் திருக்கோயிலுக்குள் விட வேண்டும் என்று வாதிட்டார்கள். ஆனால்,புலயர் பிரதிநிதியான கேசவன் சாஸ்திரி, உறுதியான எந்தவொரு கருத்தையும் தெரிவிக்கவில்லை (குந்நுகுழி எஸ்.மணி, பி.எஸ்.அனிருத்தன், பக்கம் 145). அந்தக் குழுவில் வி.எஸ்.சுப்பிரமணிய ஐயர், எஸ்.கே.மகாதேவய்யர், புந்நசேரி தம்பி, நீலகண்ட சர்மா ஆகியோர் மற்ற உறுப்பினர்களாவர். கேசவன் சாஸ்திரி எந்த அபிப்ராயத்தையும் கூறவில்லை என்ற வாதத்தை டி.கே.அனியன் (பக்கம் 86) கடுமையாக எதிர்த்து விமர்சிக்கிறார். மேலதிக விவரங்களுக்கு அவரது புத்தகத்தைப் படித்துத் தெளிக.

24. 1924ஆம் ஆண்டு செங்கனூர் மகாதேவன், கோயிலின் மதிற்சுவர்களுக்கு இடையில் திருவிழாவின் ஒருபகுதியாக நடந்த கொண்டாட்டப் பேரணியில் பங்கெடுத்துக்கொண்டு கல்லூர் நாராயண பிள்ளையின் உதவியோடு குறும்பன் தெய்வத்தானும் கூட்டாளிகளும் உள்ளே சென்ற நிகழ்வு விதிவிலக்கான ஒன்று.

25. டி.எம்.யேசுதாசன், பக்கம் 94.

26. குந்நுகுழி எஸ்.மணி, பி.எஸ்.அனிருத்தன், பக்கம் 159.

27. அய்யன்காளியுடன் மட்டுமல்ல; 1937ஆம் ஆண்டு சந்திப்பில் பொய்கயில் அப்பச்சனையும் காந்தி சந்தித்தார்.

28. காந்தியின் பிறந்த ஊரான போர்பந்தரில் உள்ள கோயில்களில் அக்காலகட்டத்தில் பட்டியல் ஜாதியினருக்கு நுழைவு அனுமதிக்கப் பட்டிருக்கவில்லை. (குந்நுகுழி எஸ்.மணி, பி.எஸ்.அனிருத்தன், பக்கம் 159).

29. நானும் சமவயதுக்காரன்தான் என்று காந்தியடிகள் தனது உரையாடலுக்கு நடுவே அய்யன்காளியோடு கூறினார் என்று செந்தாரசேரி (பக்கம் 137) குறிப்பிடுகிறார். ஆனால், அய்யன்காளியைவிட காந்தி ஆறு வயது இளையவராக இருந்தார். காந்தி 1869ஆம் ஆண்டு பிறந்தார். அய்யன்காளி 1863இல் பிறந்தவர்.

30. கோயில்களுக்குள் செல்வதற்கான இந்த வாய்ப்பை அறிவுப்பூர்வமாகவும் மதரீதியாகவும் நீங்கள் பயன்படுத்திக்கொள்வீர்கள் என்று நம்புகிறேன். (காந்தியடிகளின் உரையில் இருந்து).

31. அய்யன்காளி நிர்மாணித்த பள்ளிக்கூடத்தில் படித்த சொந்த மருமகள் சி.கே.பாரதி, புலயர் சமுதாயத்தில் முதன்முதலில் பி.ஏ.பட்டம் பெற்றவர். அவர் பட்டம் பெற்றது அய்யன்காளியின் இறப்புக்குப் பிந்தைய காலம். (குந்நுகுழி எஸ்.மணி, பி.எஸ்.அனிருத்தன், பக்கம் 162) அய்யன்காளியின் தங்கை குஞ்சியின் மகளான சி.கே.பாரதி, பிற்காலத்தில் ஹரிஜன நலத்துறையின் இணை இயக்குநராக உயர்ந்து ஓய்வூதியம் பெற்றார். (ஸ்ரீ அய்யன்காளி நினைவு மலர் 1982, பக்கம் 94).

32. டி.கே.அனியன் எழுதிய ‘ஸாதுஜன பரிபாலன சங்கத்தின்டெ சரித்ரம்: சில வியோஜனக் குறிப்புகள்’ (எளிய மக்கள் பாதுகாப்புச் சங்கத்தின் வரலாறு: சில மறுப்புக்குறிப்புகள்) என்ற புத்தகத்தின் பின் அட்டையில்கூட காந்தியின் படம் இருக்கிறது. அய்யன்காளியின் படத்தோடு டி.டி.கேசவன் சாஸ்திரியின் உருவப்படத்தையும் இடம்பெறச் செய்தது பொருத்தமான ஒன்று. ஆனால், சி.பி.ராமசுவாமி அய்யரின் படமும் இவற்றோடு சேர்க்கப்பட்டுள்ளது. அய்யன்காளியின் வாழ்வில் கெஸ்ட் ரோல்கள் செய்த நபர்களோடு இந்த அளவுக்குப் பக்தியையும் நன்றியையும் வெளிப்படுத்துவதற்கான தேவை உண்டா?

33. இவரைப் பற்றிய யாரொருவருடைய வாழ்க்கை வரலாற்றுப் புத்தகங்களிலும் வரம்புக்கு உட்பட்டுக்கூட அய்யன்காளி

குறிப்பிடப்படவில்லை என்பதை நாம் நினைத்துப்பார்க்க வேண்டும். சம முக்கியத்துவம் வாய்ந்த சந்திப்புகளாக இருந்திருக்குமெனில் அது சுட்டிக்காட்டப்பட்டிருக்கும் அல்லவா! அய்யன்காளியின் சமகாலத்தவராக இருந்த மேல்ஜாதி - இடைநிலை ஜாதிகளைச் சேர்ந்த எத்தனை சமூகச் சீர்திருத்தவாதிகளின் வாழ்க்கை வரலாற்றில் அய்யன்காளியைப் பற்றிய குறிப்புகள் உள்ளன என்பதை நாம் கண்டறிய வேண்டும்.

34. அய்யன்காளியின் நெருப்புப் பறக்கும் போர்க் குணமானது, மிதவாதியாக இருந்த ஸ்ரீ நாராயண குருவின் இயக்கத்தில் சகோதர சங்கம் என்ற தீவிரவாதப் பிரிவு தோற்றுவிக்கப்படுவதற்கான முக்கியக் காரணமாக இருந்தது. (செறாயி ராமதாஸ், பக்கம் 58).

35. செறாயி ராமதாஸ், பக்கம் 56.

36. அய்யன்காளியின் மாட்டுவண்டிப் போராட்டம் கேரள வரலாற்றில் மிகப்பெரிய சம்பவமாகப் போற்றப்படாமல் போனதற்கு அவர் தலித் என்பது மட்டுமே காரணம் என்பது டி.எம்.யேசுதாசனின் கண்ணோட்டமாகும். (பக்கம் 76).

37. செறாயி ராமதாஸ், பக்கம் 57.

38. மாட்டுவண்டிப் போராட்டக்காலத்திலும் அதன்பின்னர் நடைபெற்ற புலயர் கலக காலத்திலும், விவசாய வேலை நிறுத்தத்தின் போதெல்லாம் ஈழவர்கள் நாயர்களை ஆதரிக்கவும் தலித்துகளை எதிர்க்கவும் செய்தனர் என்று தலித் பந்து (பக்கம் 228) கூறுகிறார்.

39. டி.எச்.பி. செந்தாரசேரி, பக்கங்கள் 49, 94.

40. "சபையில் போடப்படும் தீர்மானங்கள் நாம் அறியாமலேயே நிறைவேற்றப்படுவதாலும் நமக்குத் தொடர்புள்ள காரியங்களில் சபையின் இசைவு எதுவும் இல்லாதிருத்தலின் காரணமாகவும் சபைக்குள் ஜாதிய அபிமானம் அதிகரித்துக்கொண்டே போவதாலும் முன்பே மனதில் இருந்து விலகியதைப்போல் இப்போது என்னுடைய வார்த்தையில் இருந்தும் சபையை விட்டு விலகுகிறேன்" என்று 5.12.1916 அன்று டாக்டர் பல்புவிடம் கடிதம் கொடுத்தவர் ஸ்ரீ நாராயணகுரு. இந்தத் தகவல் பி.கோவிந்தபிள்ளையின் புத்தகத்தில் (பக்கம் 77) சேர்க்கப்பட்டுள்ளது.

41. எளிய மக்கள் பாதுகாப்புச் சங்கத்தின் உருவாக்கத்தில் ஸ்ரீ நாராயண குருவுக்கு எவ்வித பங்கும் இருந்திருக்கவில்லை. (குந்நுகுழி எஸ்.மணி, பி.எஸ்.அனிருத்தன், பக்கம் 56). மேலதிக தகவல்களுக்கு செறாயி ராமதாஸின் புத்தகத்தில் (பக்கம் 56-60) 'அய்யன்காளியைக் கையைப்பிடித்து ஏற்றவில்லை' என்ற அத்தியாயத்தைக் காண்க. (அய்யன்காளியெ கைபிடிச்சு கயற்றியதல்ல).

42. 1963 செப்டம்பர் 5ஆம்தேதியன்று கேரள கௌமுதியில் பத்திரிகை செய்தியை டி.ஏ.மாத்யூஸ் இணைத்துள்ளார்.

43. செறாயி ராமதாஸ் பக்கம் 57.

44. சி.அபிமன்யூ, பக்கம் 238.

45. செறாயி ராமதாஸ், பக்கம் 59.

46. டி.எச்.பி.செந்தாரசேரி, பக்கம் 50.

47. நவசக்தி என்ற பெயரில் பத்திரிகை தொடங்கியதையடுத்து அவர் நவசக்தி ஜி.ராமன் பிள்ளை என்ற பெயரில் அழைக்கப்பட்டார்.

48. டி.ஏ.மாத்யூஸ், பக்கம் 215.

அய்யன்காளியின் இறுதிக்காலம்

எளிய மக்கள் பாதுகாப்புச் சங்கத்தின் வீழ்ச்சிக்கு உள்ளேயும் வெளியேயும் பல காரணங்களை நாம் கண்டுபிடிக்க முடியும். எனினும் அந்தச் சங்கத்தின் இல்பொருளாதல் அல்லது இல்லாதுபோதல் என்பது, குறிப்பிடத்தக்க ஒரு சரித்திர சந்தர்ப்பத்தில் நிகழ்ந்ததால் அது இயல்பான பரிணாமமாகவும் மதிப்பிடப்பட வேண்டும். தன்னுடைய தலைமுறையிலும் அதற்குப் பின்னர் உண்டான தலைமுறையிலும் உள்ள பல்லாயிரக்கணக்கான தலித்துகளுக்குள் சுதந்திர அறிவின்; தனித்தன்மைக்கான உணர்வின் வெளிச்சத்தைப் பாய்ச்சிக் கொண்டு சரித்திரத்தின் ஆகாயத்திற்கு ஒரு நட்சத்திரமாகத் திரும்பினார் அய்யன்காளி. ஜாதியால் உருவான சமூகக் கட்டுகளால் இருண்டுபோன கேரளத்தில், தலித்துகளின் மனித உரிமைகளுக்காக அரை நூற்றாண்டுக்கும் அதிகமான காலம் நின்று எரிந்த, உடலும், உயிருமாய் இருந்தவர் அய்யன்காளி. பிரகாசிக்காமல் இருக்க அந்த ஒற்றை நட்சத்திரத்தால் முடியவில்லை. அந்த ஒற்றை நட்சத்திரம் பிரகாசித்தபோது அதைச் சுற்றியிருந்த வெளிச்சம் (எளிய மக்கள் பாதுகாப்புச் சங்கம்) மங்கினது என்றாலும் பல்லாயிரக்கணக்கானவர்களுக்குள் பாய்ந்து பெருகிய பகுத்தறிவின் உற்பத்தி மையமாக, சரித்திரத்தில் ஜொலித்து உயர அய்யன்காளியால் முடிந்தது. அரை நூற்றாண்டுக்கும் மேலாக நீண்டு நின்ற அய்யன்காளியின் உயிர்ப்புள்ள சமூக, அரசியல் செயல்பாடுகள் தலித்துகளின்

பொது வாழ்விலும், கேரளத்தின் ஜனநாயக உடைமையாக்கலிலும் உருவாக்கிய பயன்தரத்தக்க வகையிலான மாற்றங்கள் நிகரற்றவை. சுதந்திரப் போராட்டத்தின் ஒரு பகுதியாக உள்ள, சமூகம் மற்றும் அரசியலுமான ஜனநாயக நடைமுறைகளால் கட்டமைக்கப்பட்ட பரிணாமங்களுக்கு, தேசிய, பிரதேசிய சமூகங்கள் கட்டுப்படுகின்ற காலத்தில் எளிய மக்கள் பாதுகாப்புச் சங்கமும் அதன் கட்டமைப்பு முறையிலான நெருக்கடிகளை எதிர்கொண்டது.

உடல்நல பிரச்சினைகளால் 1933இல் ஸ்ரீமூலம் மக்கள் சபையில் இருந்தும், தீவிரமான பொதுச் செயற்பாட்டுத் தளத்திலிருந்தும் அய்யன்காளி ஓய்வுபெற்றார். இருந்தபோதும் மேற்சொன்ன கட்டமைப்பு ரீதியிலான மாற்றங்கள் எளிய மக்கள் பாதுகாப்புச் சங்கத்தின் செயல்பாடுகளை மறுபரிசீலனை செய்யத் தூண்டியிருந்தன. அக்காலத்திய சமூக-அரசியல் சூழலில் சங்கம் எதிர்கொண்ட நெருக்கடிகளை எதிர்கொள்ள முக்கியமான 3 வழிகள் இருந்தன. அவை - சமுதாய பின்பலமுள்ள ஓர் அரசியல் கட்சியாக முயற்சிப்பது; இல்லையெனில் முறைமை வாய்ந்த ஏதேனுமொரு மதத்தின் பின்புலத்தோடு ஓர் ஆன்மிகச் சங்கமாக மாற்றுவது; அதுவும் இல்லையெனில் பவுத்தம் போன்றதொரு மதத்தை ஏற்றுக்கொண்டு அதில் ஒரு பிரத்யேக மார்க்கமாக மாறவோ அல்லது புதிதாக மதம் ஒன்றை உருவாக்கவோ செய்வது. ஆனால், அய்யன்காளி இந்த 3 மார்க்கங்களில் எதிலும் செல்லவில்லை. மாறாக, தன்னால் முயன்றமட்டும் ஜாதி, மத, நிற பேதமற்ற; அரசியலுக்குப் புறம்பே உள்ள சமுதாய செயல்பாடுகளுக்குத் தலைமை ஏற்றார்[1]. ஆனால், ஏற்கெனவே, சுட்டிக்காட்டப்பட்ட குறிப்பிட்ட காலத்திய மதம் சார்ந்த நம்பிக்கையின் கீழோ அல்லது சித்தாந்தத்தை வரித்துக்கொண்ட அரசியலின் அடித்தளத்தில் அல்லாத எளிய மக்கள் என்ற கருதுகோலின் கீழோ பல்வேறுபட்ட ஜாதி, மதத்தவர்களுக்கு அமைப்பாக ஒன்றுசேர இயலவில்லை. மதரீதியிலான பிரிவினையும், உட்ஜாதி பேதங்களும் தலித்துகளுக்கு மத்தியில் தீர்மானிக்கும் ஆற்றல் கொண்டதாக உறுதியாக இருந்ததால், எஸ்.என்.டி.பி., என்.எஸ்.எஸ். முதலான அமைப்புகளுக்குச் சாத்தியமானதைப் போன்ற சமுதாய ஒன்றுதிரட்டல், எளிய மக்கள் பாதுகாப்புச் சங்கத்தால் முடியவில்லை. ஈழவர், நாயர் முதலான பரம்பரை ஜாதிப் பெயர்களில் (ஜாதிய படிநிலைப் பதவியிலும் மத நம்பிக்கையிலும் வேறுபாடு இல்லாத ஜாதிய சமூகங்களின்) சமுதாய ஒருங்கிணைப்புச் சாத்தியமானதைப்போல், எளிய மக்கள்

என்ற நவீன கருதுகோலின்கீழ் தலித்துகளின் சமுதாய ஒருங்கிணைப்புச் சாத்தியமான ஒன்றாக இருந்திருக்கவில்லை.

அடிமைத்தனத்தின் வேரோட்டமுள்ளதும், ஜாதி உருவாக்கியதுமான மோசமான அனுபவங்கள் உடனான ஒப்புமையே, பட்டியல் ஜாதிக்காரர்களை எளிய ஜனங்களாக்கி அவர்களை ஓர் இயக்கத்தின் கீழ் அய்யன்காளியை அணிதிரட்ட வைத்தது. ஜாதியத்தின் மையப்புள்ளியான ஜாதிய மேலாதிக்கத்தோடு பட்டியல் ஜாதி இயக்கங்கள் அரை நூற்றாண்டிற்கும் மேலாக நடத்திய சமூகப் போராட்டங்கள், ஜாதியால் உருவான மோசமான அனுபவங்களின் கொடூரத்தைக் குறைத்தன. தலித்துகளின் குடியுரிமைக்கான உணர்வை வர்த்திக்கவும் செய்தன. ஜாதியத்தால் உண்டான அயற்சியும் குடிமகனுக்கான உரிமை உணர்வு உருவாக்கிய செழுமையும், அதற்கு இணையாகத் தலித்துகள் மத்தியில் உருவான மத்திய வர்க்க உணர்வும் விபரீதமான திசையில் செயல்பட்டு ஜாதி, மத, நிற பேதமற்றதாக இருந்த எளிய மக்கள் பாதுகாப்புச் சங்கம் போன்றதோர் இயக்கத்தை அசாத்தியப்படுத்திவிட்டன. மக்கள் சபை உறுப்பினர் தகுதியை, ஜாதியை மையப்படுத்தி உருவாக்கி நிலைநிறுத்திய திருவிதாங்கூர் சர்க்காருக்கும், 1917இல் மத்திய திருவிதாங்கூர் புலயர் சமாஜத்தை உருவாக்கிய குறும்பன் தெய்வத்தானுக்கும்[2], 1921இல் திருவிதாங்கூர் சேரமர் மகாசபையை நிறுவிய பாம்பாடி ஜான் ஜோசப்புக்கும்[3], 1929இல் அனைத்து திருவிதாங்கூர் புலயர் மகா சபையை நிர்மாணித்த டி.டி.கேசவன் சாஸ்திரிக்கும்[4], 1939இல் விவசாய தொழிலாளர் சங்கத்தைக் கட்டி எழுப்பிய கே.சி.சீதங்கனுக்கும்[5] எளிய மக்கள் பாதுகாப்புச் சங்கத்தின் அஸ்தமனத்தை வேகப்படுத்தியதில் வெவ்வேறுபட்ட அளவுகளில் பங்கு உண்டு. என்றபோதும் முன்னர் கூறிய சமூக எதிர்வினைகளினுடைய உள்ளார்ந்த மற்றும் வெளிப்புறமான நிர்ப்பந்தங்களால் அவர்கள் அதற்குக் காரணமானார்கள் என்று சிந்திப்பதே சரியாகும். ஆகையால், எளிய மக்கள் பாதுகாப்புச் சங்கத்தின் சிதைவுக்கு நேரடியாகவும், மறைமுகமாகவும் காரணமான தனிநபர்களை, அமைப்புகளை, தலையீடுகளை ஆய்வுக்குட்படுத்த வேண்டும். எனினும் அவற்றைக் குற்றவாளிக்கான இடத்தில் வைத்து அடையாளப்படுத்த வேண்டிய அவசியமில்லை. ஆனால், ஒரே நேரத்தில் விசாலமான இந்துப் பிரதேசத்திலிருந்து மற்ற மதங்களுக்குள் பட்டியல் ஜாதியினர் கசிந்தொழுகிப் போய்விடாதபடிக்கும் பொது அனுபவங்களின் வெளிச்சத்தில் அவர்கள் சமுதாயங்களாக ஒன்றிணையாதபடிக்கும் கவனமாய் இருந்து தனது

இரட்டை விருப்பத்தைப் பாதுகாப்பதில் மிகவும் ஜாக்கிரதையாக இருந்த திருவிதாங்கூர் இந்து சர்க்காரின் தலையீடுகள் பரிசோதனை செய்யப்பட வேண்டும்.

கேரளத்தில் தலித்துகளின் சரித்திரத்தை மற்றுமொரு விதத்தில் மாற்ற வலிமைப் பெற்றிருந்த அய்யன்காளியின் இயக்கத்தை, கட்டுப்படுத்தப் பட்ட நிர்வாகச் சீர்திருத்தங்கள் மூலமாகவும் மத புத்தாக்கங்கள் மூலமாகவும் நலத்திட்டங்கள் மூலமாகவும் குறிப்பிட்ட எல்லை வரை ஒதுக்க ஆட்சி நிர்வாகத்தால் முடிந்தது. திருவிதாங்கூர் என்ற இந்து சமஸ்தானம் மேலே குறிப்பிட்ட அதன் இரட்டை விருப்பதை, காத்தல் இயல்போடும் புத்திசாலித்தனமாகவும், அவமதிப்பான நடத்தையோடும் உறுதிப்படுத்தியபோது எளிய மக்கள் பாதுகாப்புச் சங்கத்தில் விரிசல்கள் விழத் தொடங்கின. விழுந்த விரிசல்கள் பின்னர் ஒருகாலத்திலும் இணைக்கப்பட்டுவிடக்கூடாதபடிக்கான நடவடிக்கைகளை ஆட்சி நிர்வாகம் திரை மறைவில் தொடரவும் செய்தது. 1907ஆம் ஆண்டு உருவாக்கப்பட்ட எளிய மக்கள் பாதுகாப்புச் சங்கத்திற்குள் ஆரம்பக் காலம் முதலே மாறுபட்ட கருத்துகளைக் கொண்ட தலைவர்கள் ஏராளமானோர் இருந்தார்கள். இருப்பினும் பொது விருப்பங்களைவிட முக்கியத்துவமுள்ள மாறுபட்ட கருத்துகள் வலிமை பெறாமல் இருந்ததால் 10 நீண்ட ஆண்டுகள் சங்கத்தின் 'எளிய ஜனம்' என்ற ஜாதி-மத-நிற பேதங்களுக்கு எதிரான கருதுகோலுக்குப் பாதிப்பு எதுவும் ஏற்படவில்லை. இந்தக் காலத்தில் பட்டியல் ஜாதியினரின் கிறிஸ்தவ மத ஏற்பும், அதுதொடர்பான பிரச்சினைகளும் அமைப்பின் உட்பிரச்சினைகளாக மட்டுமே இருந்ததாக நாம் கருதலாம். ஆனால், 1917இல் குறும்பன் தெய்வத்தான் 'இந்து புலயர் சமாஜ'த்தை உருவாக்கியதைத் தொடர்ந்து உட்பிரச்சனை என்ற நிலையைவிட்டு, சங்கத்திற்குள் மதமானது வேறுபாடு கொண்ட வெளிப்படையான பிரச்சினையாக மாறியது. கவிதைகள் மூலமாகவும், சொற்பொழிவு மூலமாகவும் சமூகத்தை விமர்சித்து, ஸ்ரீ நாராயணா இயக்கத்தோடு இணைந்து பயணித்த சரசகவி மூலூர் எஸ்.பத்மநாப பணிக்கரின் பாசத்திற்குரிய பாத்திரமாக விளங்கியவர் குறும்பன் தெய்வத்தான்[6]. தெய்வத்தானைத் தன்னுடைய ஆதர்ஷ பேச்சாளராகவும் செயற்பாட்டாளராகவும் போற்றிவந்தவர் மூலூர் எஸ்.பத்மநாப பணிக்கர்[7]. கிறிஸ்தவ மதத்திற்கு மாறுவதால் சில உரிமைகள் பாதுகாக்கப்படும் என்றாலும் ஜாதிய பாகுபாடு முடிவுக்கு வராது என்று

நம்பிய அய்யன்காளியைப் போலவே, தெய்வத்தானும் இருந்தார். ஆனால், மதம் மாறுகிறவர்களுடன் அய்யன்காளி காட்டியிருந்த மென்மையான நெருக்கத்தோடு ஒத்துப்போக தெய்வத்தானுக்கு இயலவில்லை. 1916ஆம் ஆண்டு மார்ச் 17க்கும் அக்டோபர் 4க்கும் இடையில் அய்யன்காளியும் தெய்வத்தானும் பிரிந்து வெவ்வேறு பாதையில் செல்ல முடிவெடுத்தனர். சங்கத்தின் செயல்பாடு தொடர்பாக இருவருக்கும் இடையே எழுந்த கருத்து வேறுபாடுகள் காரணமாகத் தர்க்கம் ஏற்பட்டது என்றும், அது பிரிந்து செல்ல வழிவகுத்ததாகவும் பாபு தாமஸ் எழுதுகிறார்[8]. கருத்து வேறுபாட்டைத் தொடர்ந்தா அல்லது இந்து புலயர்களுக்கெனத் தனி அமைப்பை உருவாக்கினால் மக்கள் சபையில் உறுப்பினர் ஆவதற்கான வழி பிரகாசமாகும் என்று நினைத்து இந்து புலயர் சமாஜத்தை தெய்வத்தான் தோற்றுவித்தாரா என்று தெளிவாகவில்லை. இருவேறாகப் பிரிந்துவிட்டாலும் பட்டியல் சமூக மக்களின் உயர்வு மட்டுமே அய்யன்காளி, தெய்வத்தானின் குறிக்கோளாக இருந்ததன் காரணமாக, இருவரின் பொதுவாழ்க்கையில் மேற்சொன்னதைத் தவிர எல்லைத் தாண்டிய தீவிரமான பிரச்சினை எதுவும் உருவாகியிருக்கவில்லை. இதற்கு ஆதாரமாக எளிய மக்கள் பாதுகாப்புச் சங்கத்தின் ஆண்டுக்கூட்டங்களில் கம்பீரமான ஒரு துவக்கத்தோடு அவர் செய்த புலயர் விருத்த கான ஆலாபனையைக் குறிப்பிடலாம். 1921இல் மூலூருக்கு எழுதிய கடிதத்தில் 'புலயர் மாநாட்டில் விருப்பப்படி எதைப் பற்றி வேண்டுமானாலும் பாடவும் பேசவும் திருவாளர் அய்யன்காளி அனுமதி அளித்திருந்தார்கள்'[9] என்று தெய்வத்தான் குறிப்பிட்டிருந்தது அவர்களுக்கிடையே இருந்த இணக்கத்தைச் சுட்டிக்காட்டுகிறது. 1927 ஏப்ரல் 15ஆம் தேதி தன்னுடைய 47ஆவது வயதில் தெய்வத்தான் மரணமடைந்தார். அந்த நாளில் மூலூர்[10] தன்னுடைய நாட்குறிப்பில் இப்படியாக எழுதி வைத்திருந்தார்: "அசெம்பிளி உறுப்பினர் தெய்வத்தான் பகல் 10 மணிக்கு மரணமடைந்தார். என் மனதை மிகவும் வேதனைப்படுத்துகிற ஒரு சம்பவம் இது. மதிப்புள்ள ஒருவர் சென்றுவிட்டார்." குறும்பன் தெய்வத்தானுடைய இந்து புலயர் சமாஜத்தின் நிலைநிற்றல் ஒரு குறிப்பிட்ட எல்லைவரை நுட்பமான முறையில் இருந்ததால் மக்கள் பாதுகாப்புச் சங்கத்தின்மீது அது வலுவான காயம் எதையும் ஏற்படுத்தவில்லை. அதே நேரம் பாம்பாடி ஜான் ஜோசப் 1921இல் உருவாக்கிய திருவிதாங்கூர் சேரமர் மகாசபையானது எளிய மக்கள் பாதுகாப்புச் சங்கத்தைப் பிளந்தேவிட்டது[11]. 'மதத்தைப் பார்க்காமல், குலத்தைப் பார்த்துக் கூட்டமாய்க் கூடுங்கள்' என்று அறைகூவல் விடுத்த ஜான் ஜோசப், பிரச்சாரத்தில் வைத்த 'சேரமர் வாதம்' எளிய மக்கள்

பாதுகாப்புச் சங்கத்தில் உள்ள பெரும்பான்மையான புலயர்களிடையே ஜாதி அபிமான உணர்வாகப் பற்றிப் படர்ந்தது. கேரளத்தின் பண்டைய பெயர் சேரநாடு என்றும், அப்போதைய ஆதிக்குடியாக இருந்தவர்கள் சேரமர்களே என்றும், அந்நியர்கள் அவர்களைத் தாக்கிக் கீழ்ப்படுத்தி ராஜ்ஜியத்தைத் தனதாக்கிக்கொண்டார்கள் என்றும் பேசினார் ஜான் ஜோசப். அந்நியர்கள் ஜாதிய வேறுபாட்டையும் தீண்டாமையையும் அஸ்திவாரப்படுத்தி ஆதிக்குடிகளான சேரமர்களுக்குப் புலயர்கள் என்று பெயரிட்டார்கள் என்ற வரலாற்று அறிவு, ஜான் ஜோசப்பைச் சேரமர் வாதத்திற்கு நேராக நடத்தியது[12]. ஜான் ஜோசப்பிற்கு இந்த வரலாற்று அறிவு திருவிதாங்கூரில் தலைமைக் கணக்காளர் அதிகாரியாக இருந்த ஞான ஜோஷுவா வழியாகக் கிடைத்தது[13]. 20ஆம் நூற்றாண்டின் தொடக்கத்தில் திருவனந்தபுரத்தில் உள்ள எல்.எம்.எஸ். தேவாலயத்தில் பிரார்த்தனைக்குச் செல்லும்போது ஞான ஜோஷுவாவுடன் ஜான் ஜோசப்பிற்கு நட்பு ஏற்பட்டது. ஞான ஜோஷுவா தமிழ்நாட்டின் சங்ககால இலக்கியங்கள்; வில்லியம் லோகனின் 'மலபார் மேனுவல்' போன்ற புத்தகங்கள்; அரசுச் சான்றுகள் மற்றும் ஆவணங்களில் இருந்து சுயமாகச் சேகரித்த சேரமர் குலமேன்மையின் சரித்திர உணர்வை ஜான் ஜோசப்பிற்கு ஏற்படுத்துகிறவராக இருந்தார்.

இதைத் தொடர்ந்தே புலயர் என்ற ஜாதிப் பெயரை உதறித் தள்ளுவதற்கு அறைகூவல் விடுத்து, இந்துக்களையும் கிறிஸ்தவர்களையும் உட்படுத்தி 'சேரமர் மகாஜன சபை'யைத் தோற்றுவித்தார் ஜான் ஜோசப்[14]. பாறாடி எப்ரஹாம் ஐசக் தலைவராகவும் ஜான் ஜோசப் பொதுச் செயலாளராகவும் இருந்தனர். 1923இல் சுறியானி கிறிஸ்தவர்கள் மத்தியில் ஜாதிய பாகுபாடுகளை அனுபவித்துக்கொண்டிருந்த தலித்துகளை அந்தச் சபைகளிலிருந்து வெளியேறுமாறு அழைப்பு விடுத்தார் ஜான் ஜோசப். அவர்களுக்காக 'சேரமர் கிறிஸ்டியன் சபை'யை உருவாக்கவும் செய்தார். வம்ச மேன்மைக்குரிய சேரமர் கோட்பாடு (Ideology) தலித்துகளை உற்சாகமூட்டியது என்றாலும் அது எளிய மக்கள் பாதுகாப்புச் சங்கத்தைக் கடுமையாகப் பாதித்தது. அத்துடன் கேரளத்தில் மிகப்பெரிய தலித் ஜாதியை, இரண்டாகப் பிரிக்கவும் செய்தது[15]. இதைத் தொடர்ந்து வடக்குத் திருவிதாங்கூரில் எளிய மக்கள் பாதுகாப்புச் சங்கத்தின் வீழ்ச்சி ஆரம்பமானது. எளிய மக்கள் பாதுகாப்புச் சங்கத்தின் கோட்டயம் பகுதியின் மிக முக்கியச் செயற்பாட்டாளராக இருந்த திருவார்ப்பு குட்டன், பி.ஜே.ஜோசப், ஆசீர்வாதம் ஆசான் ஆகியோர் சேரமர் மகாசபையின்

செயற்பாட்டாளர்களாக மாறினர். இதழாசிரியர் பி.ஜே.ஜோசப்பின் தலைமையில் வெளியாகிக்கொண்டிருந்த மாத இதழான 'ஸாது ஜன தூதன்', உடனடியாக 'சேரமர் தூதன்' என்று பெயர் மாற்றப்பட்டு இரண்டு வாரங்களுக்கு ஒருமுறை வெளியாகும் இதழாக மாற்றப்பட்டது[16]. புதிய சங்கம் பட்டியல் ஜாதியினருக்கு மத்தியில் பெரிய அசைவை உண்டாக்கியபோதும் புதிய ஜாதிப் பெயரில் தனிக் கூட்டமைப்பை உருவாக்குவதற்கான பொருத்தம் குறித்துப் பலர் கேள்வி எழுப்பினர், சிலர் அதை விமர்சிக்கவும் செய்தனர். சேரமர் மகாசபைக் கூட்டத்தில் வெள்ளிக்கரை சோதி பங்கேற்றபோதும் சபையின் அங்கத்தினராக மாறவில்லை. பொய்கயில் அப்பச்சனின் மிகவும் புகழ்பெற்ற ஒரு பாட்டின் வரிகள், சேரமர் வாதத்திற்கு எதிரான காத்திரமான விமர்சனமாக இருந்தன.

"புலயரெல்லாம் ஒன்றுகூடி
சேரமர் ஆனால் என்ன?
புலயனின் தீட்டு மாறுமோ?
இப்பூமியில் இதற்கொரு
சுபம் வந்திடுமோ[17]?"

சேரமர் மகாஜன சபையின் படரல் மிகவும் வேகமாக இருந்தது. வடக்குத் திருவிதாங்கூரில் எளிய மக்கள் பாதுகாப்புச் சங்கத்தின் பெரும்பான்மையான கிளைகளும் செயற்பாட்டாளர்களும் உள்ளபடியே சேரமர் சபைக்குரியவர்களாக மாறத் தொடங்கினர். இங்கொன்றும் அங்கொன்றுமான சில கருத்து வேறுபாடுகளைத் தவிர்த்துப் பார்த்தால் அய்யன்காளிக்கும் ஜான் ஜோசப்புக்கும் இடையிலோ, பிற செயற்பாட்டாளர்களுக்கு இடையிலோ சேரமர் சபையின் உருவாக்கம் தொடர்பாகக் கோஷ்டிகள் உருவானதாக எவ்வித செய்தியும் இல்லை. இடஒதுக்கீடு தொடர்பான கருத்து வேறுபாடுகள் ஒரு பிரச்சினையாக உருவெடுக்காதவரை மதத்தையோ கூட்டாண்மைகளையோ பார்க்காமல் ஒரே ஜாதியச் சமூகமாகத் தொடர புலயர்களுக்கு முடிந்தது. இடஒதுக்கீடும் மதமும் இரக்கமில்லாமல் இடைபட்டுக்கொள்ளும்வரை புலயர்களும் சேரமர்களும் தங்களுக்குள் எந்தவொரு வேறுபாடும் இருப்பதாகக் கருதிக்கொள்ளவில்லை. சேரமர்களாக மாறிய புலயர்கள், எளிய மக்கள் பாதுகாப்புச் சங்கத்தின் படையாளிகள் அல்ல என்றாலும் அவர்கள் தனது சிந்தையில் உள்ள அதே எளிய மக்கள்தாம் என்ற எண்ணம் அய்யன்காளிக்கு இருந்தது. இதனால் அல்லவா, 1921ஆம் ஆண்டில் ஜான் ஜோசப்

நிர்மாணித்த சேரமர் மகாஜன சபைக்குள் வடக்குத் திருவிதாங்கூரில் எளிய மக்கள் பாதுகாப்புச் சங்கம் முற்றாக மூழ்கிப்போனபோதும்கூட ஜான் ஜோசப்பை மக்கள் சபைக்கு அய்யன்காளி பரிந்துரைத்தார்!

மத ரீதியாகவும் அமைப்பு ரீதியாகவும் இவர்கள் இருவரும் மாறுபட்ட கண்ணோட்டங்களை வைத்திருந்தபோதும் தங்களுடைய மக்களின் விடுதலையும் நலனும் மேலான நிலையுமே இவர்களின் குறிக்கோள்களாக இருந்தன. எளிய மக்களில் கிறிஸ்தவர்களோடு அய்யன்காளி இதயப்பூர்வமான மன உருக்கத்தைப் பேணியபோதும்கூட இந்துக்களோடு அய்யன்காளி பாதுகாத்துவந்த சாதக நிலைப்பாட்டில் வேறுபாடு இருந்ததன் காரணமாகவே "மதத்தைப் பார்க்காமல் குலத்தைப் பார்த்துக் கூடுங்கள்" என்ற சாராம்சத்திற்கு ஜான் ஜோசப் முக்கியத்துவம் கொடுத்தார். ஜான் ஜோசப்பின் 'சேரமர் குலம்', மதம் நிற பேதமற்றதாக இருந்தது. அய்யன்காளியின் 'எளிய மக்கள்' ஜாதி - மத - நிற பேதமற்றவர்களாக இருந்தார்கள். அய்யன்காளியின் இந்நிலைப்பாட்டை விபரீதமான திசைகளில் புரிந்துகொண்டதாலேயே குறும்பன் தெய்வத்தானும் ஜான் ஜோசப்பும் தனித்தனி அமைப்புகளை உருவாக்கினர். அய்யன்காளியின், கிறிஸ்தவர்கள் மீதான அனுகூல சிந்தையால் அவரைவிட்டு குறும்பன் தெய்வத்தான் விலகிச் சென்றார். அய்யன்காளியின், இந்து மதத்தின் மீதான ஆதரவு காட்டலால் ஜான் ஜோசப் விலகிச் சென்றார். எளிய மக்கள் பாதுகாப்புச் சங்கத்தின் தலைவர்களாக இருந்தபோது தனி அமைப்பை உருவாக்கிய குறும்பன் தெய்வத்தானும் ஜான் ஜோசப்பும் அய்யன்காளியின் அதிருப்திக்கு ஆளாகாமல் இருந்ததற்குக் காரணம், சமுதாயத்தின் மீது அவருக்கிருந்த அன்பும் ஜனநாயக உணர்வுமே ஆகும். தனி அமைப்பை உருவாக்கியதற்கான நோக்கம் எதுவாக இருந்தாலும், அதன் மூலமாக மக்கள் சபையில் அங்கமாவதற்கான வழி பிறக்கும் என்ற ஆழ்ந்த நம்பிக்கை, இருவரின் செயல்களிலும் இல்லாமல் இருந்தது என்று எண்ணுவதில் நியாயமில்லை. கண்டிப்பாக இவர்கள் இருவரையும் முறையே சகரகவி மூலூரும் ஞான ஜோஷுவாவும் தூண்டிவிடுபவர்களாகவும் ஊக்கப்படுத்துகிறவர்களாகவும் இருந்திருக்க வேண்டும். ஆனால், 1912ஆம் ஆண்டு பிப்ரவரி 27ஆம் தேதி தன்னுடைய கன்னி உரையைத் தொடங்குவதற்கு முன்பே தன்னுடைய சங்கம் ஆறு இலட்சம் பேரை உள்ளடக்கியது என்றும் ஒவ்வோர் இலட்சத்திற்கும் ஒரு பிரதிநிதியை மக்கள் சபையில் நியமனம் செய்ய வேண்டும் என்றும் அதிகாரப்பூர்வமாக திவான்

ராஜகோபாலாச்சாரிக்குக் கோரிக்கை வைத்த தலைவன் அய்யன்காளி. ஒருவேளை இந்தக் கோரிக்கையின் அடிப்படையில் மக்கள் சபையில் உறுப்பினர்கள் சேர்க்கப்பட்டிருந்தார்கள் எனில் எளிய மக்கள் பாதுகாப்புச் சங்கத்தின் வரலாறு வேறு விதத்தில் இருந்திருக்கக் கூடும். உறுதியாகவே அந்தந்தக் காலத்தில் திவான்மார்களின் மிகவும் இழிவான செயல்களுக்கு அய்யன்காளியின் சமகாலத்தவர்களும் இளந்தலைமுறையினருமான தலைவர்கள், தலைசாய்க்காமல் இருந்திருந்தால் அய்யன்காளி விரும்பியதைப்போல் மக்கள் சபையில் உறுப்பினர்களை நியமனம் செய்ய திவான்மார்களும் ஆட்சி அதிகாரப்பீடமும் நிர்பந்திக்கப்பட்டிருப்பார்கள். ஆனால், அது நடக்கவில்லை. அனுதினமும் வளர்ந்துகொண்டிருந்த; புறக்கணிக்க முடியாத ஜனநாயக எதிர்வினைகளைப் புத்திசாலித்தனத்தின் மூலமாகவும் பட்டியல் ஜாதிக் கூட்டமைப்புகளினுடைய பிரிவினைகளின் வாயிலாகவும் தங்களுக்குச் சாதகமாக மாற்றிக்கொள்ள ஆட்சி அதிகாரப் பீடத்திற்கு இயன்றது. தற்போது நடப்பில் இல்லாத ஓர் அரசாட்சியின் வழித்தோன்றல்கள் என்ற நிலையில் சில பிரத்யேக கருதுநிலைகளுக்கும் (Considerations) ஆதரவுக்கும் இவர்கள் அருகதை உள்ளவர்களாக இருப்பது இதன் காரணமாகக் கூட இருக்கலாம்.

இடைநிலை ஜாதிகளுக்கு இடையில் உள்ளதைப் போன்ற ஒரு சமுதாயப் பிரிவினையைப் புலயர்களுக்கும் சேரமர்களுக்கும் இடையே சேரமர் சபை உருவாக்கவில்லை. என்றாலும் அந்தச் சபை, புலயர்களின் தலைமையில் வலிமைபெற்ற எளிய மக்கள் பாதுகாப்புச் சங்கத்தைப் பலவீனப்படுத்திவிட்டது. இருப்பினும் இந்த வகையில் வடிவம் பெற்ற சேரமர் சபையால் குலமேன்மை வாதத்தில் ஊன்றி, அதிக காலம் கட்டுக்கோப்பாக நீடிக்க முடியவில்லை. 1923இல் சேரமர் கிறிஸ்டியன் சபையும்[18], அதன் பின்னர் சேரமர் தெய்வ சபையும்[19] சேரமர் கத்தோலிக்கச் சபையும்[20] சேரமர் இந்து மகாசபையும்[21] உருவானதைத் தொடர்ந்து, குலம் மங்கி, மதம் தெளிந்து இந்துக்களும் கிறிஸ்தவர்களும் இரண்டு தட்டுக்களாக ஆனார்கள்.

சேரமர் சபை தனியொரு பெரிய இயக்கமாக மாறவில்லை என்பது மட்டுமல்ல, நடப்பில் செயல்பட்டுக்கொண்டிருந்த மற்றொரு பெரிய இயக்கத்தை அது முற்றிலுமாகப் பலவீனப்படுத்திவிட்டது. பலரது முன்னெடுப்பில் சீரான இடைவெளிகளில் ஒன்றிணைத்தலுக்கான முயற்சிகள் உண்டானபோதும் பலனைக் கண்டடையவில்லை. மதம், குலம், அரசியல் நம்பிக்கைகள் ஆகியவற்றின் அடிப்படையிலேயே

பிரிந்து பிரிந்து புலயர்களுக்கானாலும் சேரமர்களுக்கானாலும் சமுதாய ஐக்கியம் பலவீனப்பட்டுப்போகவே செய்தது. குறும்பன் தெய்வத்தான், ஜான் ஜோசப் ஆகியோரின் சமூகம் சார்ந்த தலையீடுகள், வெவ்வேறு அளவுகளில் எளிய மக்கள் பாதுகாப்புச் சங்கத்தின் வீழ்ச்சிக்குக் காரணமாக அமைந்தன. ஆனால், இவர்களின் செயல்பாடுகளோடு அய்யன்காளி ஏதேனும் ஒருவிதத்தில் எதிர்வினையாற்றியதாகவோ, மனஸ்தாபப்பட்டதாகவோ எந்த இடத்திலும் குறிப்புகள் இல்லை. கருத்து வேறுபாடுகளால் உண்டாகின்ற எதிர்வினைகளை உள்ளுக்குள் வைத்து மறைக்கின்ற ஆளாக அய்யன்காளியை நாம் பார்க்க முடியாது. புலயர்களின் பிரதிநிதியாக மக்கள் சபைக்குள் நுழைந்த சரதன் சாலொமோன், புலயர் கிறிஸ்தவர்களின் பிரச்சினைகளை முன்னிறுத்தி உரையாற்றியபோது அதற்கு எதிர்வினையாற்றிய தலைவன் அய்யன்காளி[22]. ஆனால், சில குறிப்பிட்ட சூழ்நிலைகளில் எதிர்வினையாற்றுவதை உள்ளத்தில் மறைத்து வைத்துக்கொள்வதற்கான இக்கட்டான நிலையைப் பாதுகாத்துக்கொள்ள மட்டுமே அவரால் இயன்றது. குறிப்பிட்டுச் சொல்ல வேண்டுமெனில், அதுபோன்றதோர் இக்கட்டான நிலைகள், அவரது அந்திம காலத்தைத் தொடும்போது ஏற்பட்டன. அய்யன்காளியின் இறுதிக்காலகட்டத்திலும் டி.டி.கேசவன் சாஸ்திரியின் நல்ல நடுத்தர வயதிலும் அவர்களுக்கிடையே உண்டான கருத்து வேறுபாடுகளைப் பற்றியே இங்கு குறிப்பிடுகிறேன்[23].

எளிய மக்கள் பாதுகாப்புச் சங்கத்தை அய்யன்காளி ஆரம்பித்த 1907ஆம் ஆண்டில்தான் டி.டி.கேசவன் சாஸ்திரி பிறந்தார். 1914இல் நடைபெற்ற சங்கத்தின் ஆண்டுவிழாவில் தன்னுடைய ஏழாவது வயதில் மூலூரின் புலவிருத்தத்தைப் பாடி அய்யன்காளியின் கவனத்திற்குள் முதன்முதலில் நுழைந்தார் கேசவன். அந்தக் குறிப்பிட்ட ஆண்டில் நடைபெற்ற புல்லாடு போராட்டத்தைத் தொடர்ந்து, பள்ளிக்குள் நுழைவதற்கான அனுமதிபெற்ற நான்கு மாணவர்களில் ஒருவர் கேசவன். குறும்பன் தெய்வத்தானைப் போலவே கேசவனும் மூலூரின் நேசப்பிணைப்புக்குப் பாத்திரவானாக இருந்தார்[24]. 1915ஆம் ஆண்டு ஸ்ரீ நாராயண குருவின் வேண்டுகோளின்படி, இந்த மக்கப்புழக்காரன் கேசவன் என்ற புலயர் சிறுவனின் பாதுகாப்பையும் கல்வி வழங்குவதற்கான கடமையையும் சரசகவி ஏற்றுக்கொண்டார்[25]. அவர், கேசவனைப் புதுப்பள்ளி பிரம்ப விபூஷண் பி.கே.பணிக்கரிடம் அனுப்பி சமஸ்கிருதத்தின் ஆரம்பப் பாடங்களில் பயிற்சி பெற வைத்தார். ஆலுவா அத்வைத்தாசிரம பள்ளிக்கு அனுப்பி கேசவனை சாஸ்திரி ஆக்கியதும் இவர்தான்[26]. இந்தப்

பொருள்சார்ந்த சூழ்நிலைகளின் பயனாளியாக வளர்ந்துவந்ததால், இந்து மதத்தோடும் மன்னராட்சி உள்ளிட்ட அதிகார ஏற்பாடுகளோடும் கேசவன் சாஸ்திரிக்கு ஒருவிதக் கீழடங்கிப் போதலையும் பச்சாதாபத்தையும் பாதுகாக்க வேண்டியதாக இருந்தது. இதன் காரணமாகவே அவர் இந்து மிஷனின் முக்கியச் செயற்பாட்டாளராக ஆனதோடு கோயில் நுழைவு விசாரணைக் கமிஷனிலும் தன்னை இணைத்துக்கொண்டார். இந்து மிஷனின் செயற்பாட்டாளரும் ஸ்ரீ நாராயணா பக்தருமான கேசவன் சாஸ்திரிக்கு தலித்துகளைச் சுயப் பிரதிநிதித்துவத்தை நோக்கி நடத்துவதில் வரையறைகள் உருவாகியிருந்தன. அய்யன்காளியுடன் கேசவன் சாஸ்திரிக்கு உண்டாகியிருந்த கருத்து வேறுபாடுகளின் அடிப்படையான காரணங்களாக இந்த வரையறைகளே இருந்தன[27].

"கல்வியறிவு அற்றவர்களும் அசுத்தமான வேளாண் தொழிலாளர்களுமான புலயர்களைப் பற்றி விசேஷமான எதையும் எழுத வேண்டிய அவசியம் இல்லை[28]" என்று தன்னுடைய பதினெட்டாவது வயதில் மூலூருக்குக் கடிதம் எழுதிய விதத்தைப் பார்க்கும்போது கேசவன் சாஸ்திரி என்ற அத்வைத்தாசிரம மாணவனின் அழகுணர்ச்சி சார்ந்த மதிப்பீடு என்பது முற்றுமுடிய சொந்தச் சமுதாய மக்கள் மீதான எதிர்ப்பாகவே இருந்தது. நிச்சயமாகவே இந்த அழகுணர்ச்சி காரணமாக கேசவன் சாஸ்திரிக்கு அய்யன்காளியுடன் ஒத்துப்போக முடியவில்லை. கேசவன் சாஸ்திரி, பிரதானமான விழுமியங்களோடு பலமான ஈர்ப்பை அல்லது விருப்பத்தைப் பேணுவதற்கான சுய தீர்மானமற்ற அழகியல் கோட்பாட்டுக்குச் சொந்தக்காரராக இருந்தார். ஆனால், அய்யன்காளிக்குள் உருவம் கொண்டிருந்த அழகியல் உணர்ச்சி, அதற்கு நேரெதிரான திசையில் பயணப்பட்டுக்கொண்டிருந்தது. அந்த உணர்ச்சிக்குச் சுய அனுபவங்களுக்கு வெளியே எடுத்து இயம்பத்தக்க வேறொரு ரட்சகன் யாரும் உண்டாயிருக்கவில்லை. இந்த வகையில் எதிரெதிர் திசைகளில் உள்ள அழகியல் கோட்பாட்டில் இருவரும் மையம் கொண்டிருந்தபடியால் இருவருக்குமிடையே வேறுபாடுகள் கெட்டிப்பட்டுப்போயிருந்தன. அய்யன்காளியின் வரலாற்றை எழுதியவர்களில் பெரும்பான்மையானவர்கள், அய்யன்காளிக்கும் கேசவன் சாஸ்திரிக்கும் இடையே உண்டாயிருந்த கருத்து வேறுபாடுகளைக் குறித்தும் அதன் மூலம் எளிய மக்கள் பாதுகாப்புச் சங்கத்தில் உருவான பிளவு குறித்தும் சுட்டிக்காட்டுகின்றனர்[29]. டி.கே. அனியன் மட்டுமே அய்யன்காளி - சாஸ்திரிக்கு இடையேயான கருத்து வேறுபாடுகள் வரலாற்று ஆய்வாளர்களின் வியாக்கியானங்கள் மட்டுமே

என்று குறிப்பிடுகிறார். குந்நுகுழி எஸ்.மணி, பி.எஸ்.அனிருத்தன் ஆகியோர் கேசவன் சாஸ்திரியை நியாயப்படுத்துகின்றனர்.

தன்னுடைய காலத்திற்குப் பிறகு தலித் மக்களை வழிநடத்திச் செல்லத்தக்க தகுதி படைத்தவனும் மெத்தக் கல்வியறிவு பெற்றவனும் தீரனுமாக இருந்த கேசவன் சாஸ்திரியைத் தன்னுடைய சீடனாக அய்யன்காளி ஸ்வீகரித்துக்கொண்டார் என்றும், சாஸ்திரியும் அய்யன்காளியைத் தனது குருவாக ஏற்றுக்கொண்டார் என்றும் இவர்கள் கருதுகின்றனர்[30]. இந்த விதத்தில் அய்யன்காளிக்குச் சாஸ்திரி ஏற்றுக்கொள்ளப்படத்தக்கவராக இருந்தார் என்றால் தன்னுடைய கடைசி காலத்திலாவது அவர், சங்கத்தின் நிர்வாகப் பொறுப்பை சாஸ்திரிக்கு விட்டுக்கொடுத்திருக்கக்கூடும். ஆனால், அப்படியொன்று நடக்கவே இல்லை. அய்யன்காளியைக் குருவாக சாஸ்திரி ஏற்றுக்கொண்டிருந்தார் எனில் அய்யன்காளியின் கோரிக்கைகளைத் தட்டிவிட்டுப் புலயர் மகாசபையை அவர் நிறுவியிருப்பாரா? இவர்கள் இருவருக்கும் இடையில் பனிப்போர்கூட இல்லை என்று சிந்திப்பதற்குத் தக்க காரணங்கள் எதுவும் இல்லை.

எளிய மக்களின் அடிப்படை உரிமைகளுக்காக உறுதியாக நின்ற அதேவேளையில், மன்னர் ஆட்சிபீடத்திற்கும் அந்தந்தக் காலத்தில் வந்த திவான்மார்களுக்கும் விருப்பம் உள்ளவராக இருப்பதற்கான சாதுரிய வழிகளை அய்யன்காளி அறிந்திருந்தார். இப்படி இருந்தபோதிலும்கூட அய்யன்காளியின் பிணைப்பு, எளிய மக்கள் மீதே இருந்ததை ஆட்சிபீடமும் அறிந்திருந்தது. என்றபோதும் பெருந்திரள் கூட்டத்தின் தலைவனாகிய அய்யன்காளியுடன் பகைமை பாராட்ட, ஆட்சிபீடத்திற்கும் விருப்பம் இருந்திருக்கவில்லை. அய்யன்காளியைத் தொடர்ந்து மக்கள் சபைக்குள் நுழைந்த[31] கேசவன் சாஸ்திரி, மிக விரைவிலேயே மன்னராட்சி பீடத்திற்குப் பிரியமுள்ளவராக மாறினார். மெத்தப்படித்த கவிஞனான, சமஸ்கிருதத்தில் பண்டிதனுமாக இருந்த கேசவன் சாஸ்திரி மட்டுமே அந்தக் காலத்தில் திருவிதாங்கூர் ராஜ அரண்மனையுடன் தொடர்பில் இருந்த ஒரே புலயர் தலைவர்[32]. ராஜ ஆட்சிபீடத்தின் ஆசியோடு 1936ஆம் ஆண்டில் சாஸ்திரியும் அய்யன்காளியின் ஒரே மகளான தங்கம்மாவும் (1916 - 79) திருமணம் செய்துகொண்டனர்.

அதைத் தொடர்ந்து சங்கம் மற்றும் புதுவல்விளாகம் பள்ளிக்கூடத்தின் காரியங்களை மனதில்கொண்டு வசதிகள் கொண்ட அலுவலகக் கட்டடத்திற்கு அய்யன்காளி குடியேறினார்[33]. சமுதாயச் செயல்பாடுகளின்

ஒரு பகுதியாக வடக்கு மாவட்டங்களில் இருந்து வருகின்ற தலைவர்களை வரவேற்றுச் சமுதாய நீதிமன்றத்தின் காரியங்களைக் கவனிப்பதற்கும் அந்த இடமே சௌகரியமானதாக இருந்தது. 1929இல் கேசவன் சாஸ்திரியின் முயற்சியின் பலனாகத் திருவிதாங்கூரின் பல பாகங்களில் உருவாக்கப்பட்டிருந்த புலயர் சங்கங்களை ஒன்றுசேர்த்து, 'அனைத்து திருவிதாங்கூர் புலயர் மகாசபை' என்ற பெயரில் டி.டி.கேசவன் சாஸ்திரியைத் தலைவராகக் கொண்டு சங்கம் ஒன்று உருவாக்கப்பட்டது என்று செந்தாரசேரி கூறுகிறார். அத்துடன் இடையாறன்முளை பி.கே. கிருஷ்ணதாஸ், செயலாளராகவும் கேசவன் ரைட்டர், பி.ஏ.வேலுகுட்டி, விசாகம் தேவன், குஞ்சு கிருஷ்ணன் மேனேஜர் உள்ளிட்டவர்கள் கமிட்டி உறுப்பினர்களாகத் தேர்ந்தெடுக்கப்பட்டனர் என்றும் தனது புத்தகத்தில் செந்தாரசேரி எழுதியுள்ளார்[34]. ஆனால், டி.டி.கேசவன் சாஸ்திரி, பி.கே.சோதி, பி.கே.கிருஷ்ணதாஸ், விசாகம் தேவன் உள்ளிட்ட இளைஞர்கள் செங்கனூர் பள்ளிக்கூடத்தில் ஒன்றுகூடி, புலயர்களுக்கு ஒரு சங்கத்தை உருவாக்க வேண்டும் என்பதைப் பற்றிய சில ஆலோசனைகளைச் செய்தார்களே அல்லாமல் சங்கத்தை அவர்கள் நிர்மாணிக்கவில்லை என்றும் 1937ஆம் ஆண்டு அடூர் அரசு உயர்நிலைப்பள்ளியில் திவான் சி.பி.ராமசுவாமி அய்யர் தலைமையில் கூடிய கூட்டத்தில் ஆல் டிராவன்கூர் புலயர் மஹாசபா என்ற பெயரில் புலயர்களுக்காக மட்டும் சங்கம் உருவாக்கப்பட்டது என குந்நுகுழி எஸ்.மணி, பி.எஸ்.அனிருத்தன்[35] ஆகியோர் குறிப்பிட்டுள்ளனர். கேசவன் சாஸ்திரியைத் தலைவராகவும் பி.கே.கிருஷ்ணதாஸைச் செயலாளராகவும் சபை தேர்வு செய்தது. மதம், குலம், உட்ஜாதி உள்ளிட்டவற்றின் அடிப்படையில் வெவ்வேறு சங்கங்கள் உருவாக்கப்பட்ட காலச்சூழலில் தாங்கள் இந்தபடி சங்கத்தை உருவாக்கியதாகக் கூறிய புலயர் இளைஞர்களின் வாதத்தை அய்யன்காளி அங்கீகரிக்கவில்லை. பட்டியல் ஜாதிகளைச் சேர்ந்த அனைத்துப் பிரிவினருக்காகத் தாம் எளிய மக்கள் பாதுகாப்புச் சங்கத்தைத் தோற்றுவித்ததாகவும் அதிலிருந்து பிரிந்து புலயர்களுக்காக மட்டும் ஒரு சங்கத்தை உருவாக்குவதைத் தம்மால் அங்கீகரிக்க இயலவில்லை என்றும் கேசவன் சாஸ்திரியிடம் அய்யன்காளி வெளிப்படையாகக் குறிப்பிட்டுள்ளார்[36]. ஆனால், புலயர் இளைஞர்கள் அனைவரும் சாஸ்திரியின் பக்கமே நின்றனர். தனது வாழ்க்கையின் கடைசி காலகட்டத்திலும்கூட எளிய மக்கள் பாதுகாப்புச் சங்கத்தின் தலைவராக அய்யன்காளியும் பொதுச் செயலாளராக தாமஸ் வாத்தியாரும் நீடித்தனர். குறும்பன் தெய்வத்தான் வடிவில் இந்து புலயர்களும் ஜான்

ஜோசப் வடிவத்தில் சேரமர் குலமும் கேசவன் சாஸ்திரி வடிவில் புலய வாதமும் அய்யன்காளியின் எளிய மக்கள் பாதுகாப்புச் சங்கத்தை மூன்று திசைகளிலிருந்து பல காலங்களாக ஒதுக்கிக்கொண்டிருந்தன. இதற்கிடையில் நான்காவது திசையிலிருந்து மற்றொரு தலித்தான கே.சி.சீதங்கனின் வடிவில் வேளாண் தொழிலாளர் சங்கம் உதயமானது. எளிய மக்கள் பாதுகாப்புச் சங்கத்தின் பள்ளாத்துருத்தி கிளையின் தலைவராக இருந்த கே.சி.சீதங்கன், செயலாளராக இருந்த மூலயில் சோமநாதன் ஆகியோர் இணைந்து 1939இல் அய்யன்காளியின் சங்கத்தைக் கம்யூனிஸ்ட்டுகளின் வேளாண் சங்கமாக மாற்றினர். ஒருகாலத்தில் ஆறு இலட்சம் உறுப்பினர்களையும் ஆயிரத்திற்கும் மேற்பட்ட கிளைகளையும் கொண்டிருந்த எளிய மக்கள் பாதுகாப்புச் சங்கத்தைத் துணை ஜாதியவாத சங்கங்களும் வேளாண் தொழிலாளர் இயக்கமும் சேர்ந்து இல்பொருள் ஆக்கியதற்கு, சாட்சியாக நிற்பதற்கு மட்டுமே மகானான அய்யன்காளியால் முடிந்தது. இருப்பினும் தன்னுடைய மக்கள் கூட்டத்தில் இருந்து விலகிப்போக அவரால் முடியவில்லை. மரணம்வரை மக்களின் பிரச்சினைகளைக் கையில் எடுப்பதில் அவர் முதல் வரிசையிலேயே காணப்பட்டார்[37]. வடக்குத் திருவிதாங்கூரில் பயணம் செய்வதைக் குறைத்துக்கொண்டார். 1939ஆம் ஆண்டு கொடுபுன்னாவாசிகள் அளித்த வரவேற்பில் கலந்துகொள்வதற்காகக் குட்டநாட்டுக்கு வந்ததற்குப் பிறகு அவர் வடக்குத் திருவிதாங்கூருக்குச் செல்லவில்லை. இதற்கு அவரது உடல் உபாதைகள் மற்றும் உடைந்து சிதறும் சங்கம் ஆகியவற்றைக் காரணங்களாகக் கூறலாம்.

உடல் ஆரோக்கியம் நல்ல நிலையில் இருந்தபோதெல்லாம் அவர் திருவனந்தபுரம் ஜில்லாவில் சமுதாய செயல்பாடுகளுக்குத் தலைமையேற்கவும் செய்தார். தாமஸ் வாத்தியார், விசாகம் தேவன், கேசவன் ரைட்டர் ஆகியோர் அய்யன்காளியை அந்த நாட்களில் பின்தொடர்ந்தனர். குந்நுகுழி, வட்டியூர்காவு, பூந்துறை உள்ளிட்ட கிளைகளுக்கு அவர் சென்றிருந்தார். ஆனால், ஆஸ்துமா நோயினால் ஏற்பட்ட சிரமங்கள் காரணமாகச் சமுதாயக் காரியங்களில் தீவிரமாகப் பங்கெடுக்க அவரால் இயலவில்லை. நாட்கள் செல்லுந்தோறும் நோயின் தீவிரம் அதிகரித்துக்கொண்டே சென்றது. சிகிச்சையும் பராமரிப்பும் ஒழுங்கான முறையில் நடைபெற்றுக்கொண்டிருந்தபோதும் 1941ஆம் ஆண்டுமே மாதம் முதல் அய்யன்காளி முற்றிலும் படுத்த படுக்கையானார். வெங்கானூர் எல்.பி. பள்ளிக்கு அருகில் எளிய மக்கள் பாதுகாப்புச் சங்கத்தின் அலுவலகக் கட்டடத்தின் மேல்தளத்தில் அவர்

நோய்வாய்ப்பட்டுக் கிடத்தப்பட்டிருந்தார். அய்யன்காளியுடன் மக்கள் சபையில் இருந்தவர்களும் மற்ற ஏராளமான முக்கியப் பிரமுகர்களும் எளிய மக்களும் வெங்கானூருக்கு வந்து அவரைப் பார்த்துவிட்டுச் சென்றனர். மழைக்காலம் தொடங்கியதையடுத்து அவரது நோயின்நிலை மிகவும் முற்றிப்போனது. பத்தொன்பதாம் நூற்றாண்டின் பிந்தைய ஆண்டுகளில் குடிமகனுக்கான உரிமைகளின் வில்லுவண்டியில் ஏறிவந்து, இருளில் ஆழ்ந்து கிடந்த கேரளத்தை ஜனநாயகத்தின் வெளிச்சத்திற்கு நேராக நடத்திய அய்யன்காளி என்ற சரித்திர நாயகன், 1941ஆம் ஆண்டு ஜூன் 18ஆம் தேதி தனது 77ஆவது வயதில் மரணமடைந்தார்[38]. அவரோடு எளிய மக்களின் பாதுகாப்புக்காக உருவாக்கப்பட்ட சங்கத்தின் திரைச்சீலையும் வீழ்ந்தது. எழுத்துகளால் கண்கள் திறக்கப்பட்ட ஒவ்வொரு பட்டியல் ஜாதியைச் சேர்ந்தவருக்காகவும் திருவிதாங்கூரின் ஆகாயம் இடைவிடாமல் பெய்துகொண்டே இருந்தது.

குறிப்புகள்:

1. கட்சி அரசியலின்...
2. பாபு தாமஸ், 'நவோல்தானத்தின்டெ சூர்யதேஜஸ்', பக்கம் 66.
3. டி.எச்.பி.செந்தாரசேரி, பாம்பாடி ஜான் ஜோசப், பக்கம் 35.
4. டி.எச்.பி.செந்தாரசேரி, பக்கம் 163.
5. குந்நுகுழி எஸ்.மணி, பி.எஸ்.அனிருத்தன், பக்கங்கள் 155, 163.
6. மூலூர் திவானிடம் சிபாரிசு செய்ததன் பலனாக 1916இல் மக்கள் சபை உறுப்பினராக தெய்வத்தான் நியமனம் செய்யப்பட்டார் என்றும் சரசகவி எழுதிக்கொடுத்து படிக்க வைத்து அனுப்புகின்ற உரைகளையே மக்கள் சபையில் தெய்வத்தான் தனது கோரிக்கைகளை முன்வைத்துக் கொண்டிருந்தார் என்றும் என்.கே.தாமோதரன் (புலவிருத்தம், பக்கம் 4) எழுதுகிறார்.
7. பி.கோவிந்தபிள்ளை, பக்கம் 118.
8. பாபு தாமஸ், பக்கம் 66.
9. மூலூர், பக்கம் 64.
10. அதே புத்தகம், பக்கம் 76.

11. குறும்பன் தெய்வத்தான் 1921இல் மூலூருக்கு எழுதிய கடிதத்தில் அய்யன்காளியைப் பற்றி இப்படியாக விவரிக்கிறார். "அந்த மனுஷனுக்கு உள்ள வேறுசில எதிர்தரப்பினர் சேரமர் சங்கத்தை நிறுவி நடத்தி வருவதோடு அதன் பிரதிநிதியாக என்.ஜே.ஜோசபை அரசு தேர்வு செய்துள்ளது." (புலவிருத்தம், பக்கம் 64இல் காண்க.)

12. கூடுதல் விவரங்களுக்குச் செந்தாரசேரியின் 'பாம்பாடி ஜான் ஜோசப்' (வாழ்க்கை வரலாறு) பக்கங்கள் 32 - 37ஐக் காண்க. இந்தப் புத்தகத்தில் (பக்கங்கள் 69, 70) 1931ஆம் ஆண்டில் ஜான் ஜோசப்பை அய்யன்காளி மக்கள் சபைக்குப் பரிந்துரை செய்தார் என்று குறிப்பிடுகின்ற செந்தாரசேரி, 'அய்யன்காளி' என்ற புத்தகத்தில் (பக்கம் 70) அதை 1921ஆம் ஆண்டு என்று குறிப்பிடுகிறார். 'கேசவன் சாஸ்திரியை, ஊர்ந்துகொண்டு' என்று பிரத்யேகமாகக் குறிப்பிடவும் செய்கிறார். கிடைக்கப்பெறுகின்ற ஆண்டுக்கணக்கின்படி 1921இல் கேசவன் சாஸ்திரிக்கு அப்போது வயது 14 மட்டுமே ஆகிறது என்பதால் அது 1931ஆம் ஆண்டாகவே இருக்க சாத்தியக்கூறு உண்டு. ஆனால், 1922, 1925, 1929 ஆகிய ஆண்டுகளில் மக்கள் சபைகளில் ஜான் ஜோசப் இருந்தார் என்று குந்நுகுழி எஸ்.மணி, பி.எஸ்.அனிருத்தன் (பக்கம் 156) ஆகியோர் எழுதுகின்றனர்.

13. ஞான ஜோஷ்வாவின் தலையீட்டின் வழியாகக் காவாரிகுளம் கண்டன் குமாரனும் பாஃமூர் ராமன் சேந்நனும் 'பறையன்'என்ற ஜாதிப்பெயர் இழிவை ஏற்படுத்துவதாக இருப்பதால் சாம்பவர் என்று அதை மாற்ற வேண்டுமெனக் கோரிக்கை விடுத்து, 1918ஆம் ஆண்டு மகாராஜாவிடம் விண்ணப்பம் அளித்து அனுமதி பெற்றனர். அதைத் தொடர்ந்து 1919இல் திருவிதாங்கூரில் ராமன் சேந்நனின் தலைமையில் 'சாம்பவர் சங்கம்' உருவாக்கப்பட்டது.

14. சபையின் பிரதான பொதுக்கூட்டம் நடைபெற்ற நாள் 1921 ஜனவரி 14ஆம் தேதி. திருவல்லாவில் உள்ள இரவி பேரூருக்கு அருகேயுள்ள பொடிப்பாறை என்ற இடத்தில் இந்தக் கூட்டம் நடைபெற்றது.

15. டி.எம்.யேசுதாசன், பக்கம் 86.

16. டி.எச்.பி.செந்தாரசேரி, 'பாம்பாடி ஜான் ஜோசப்', (வாழ்க்கை வரலாறு) பக்கம் 45.

17. வி.வி.சுவாமி, இ.வி.அனில், ‘பொய்கயில் அப்பச்சன்டெ பாடுகள்: 1905-1939’, பக்கம் 22.

18. ஜான் ஜோசப்பின் அறைகூவலில் ஆசீர்வாதம் ஆசானின் தலைமையில் உருவான சபை.

19. சி.எம்.எஸ்.காரனான சாலொமோன் மார்க்கோஸ் நிறுவிய சபை.

20. பி.ஜே.ஜோசப் நிர்மாணித்த சபை, ஆசீர்வாதம் ஆசான் தலைமையேற்ற சேரமர் சபையில் இருந்த சி.எம்.எஸ்.சேரமரும், கத்தோலிக்கச் சேரமரும் பின்னர் தனியாகச் சங்கமாகினர்.

21. திருவார்ப்பு குட்டனின் தலைமையில் உருவான சங்கம்.

22. கிறிஸ்தவ மதத்திலிருந்து விலகியதோடு எளிய மக்கள் பாதுகாப்புச் சங்கத்தின் செயற்பாட்டாளராகவும் மாறிய சரதன் சாலொமோன், வெள்ளிக்கரை சோதி ஆகியோர் ஒரே ஒருமுறை மட்டுமே மக்கள் சபை உறுப்பினர்களாக நியமனம் செய்யப்பட்டனர்.

23. கேசவன் சாஸ்திரியின் மகனான டி.கே.அனியன் மட்டுமே அய்யன்காளி - சாஸ்திரி இடையேயான பிரச்சினை வரலாற்று ஆய்வாளர்களின் கற்பனையான உருவாக்கம் என்று வாதிடுகிறார். நமக்குக் கிடைக்கப் பெறுகின்ற விவரங்களின் அடிப்படையில் கேசவன் சாஸ்திரியின் வாழ்க்கை, நிலைப்பாடுகள் ஆகியவற்றை ஆராய்ந்தால் வரலாற்று ஆய்வாளர்களின் முடிவுகளில் தவறில்லை என்று ஏற்றுக்கொள்ளத்தக்க சாத்தியக்கூறுகளே அதிகம் உள்ளன.

24. ஸ்ரீ நாராயண குருவின் கொள்கைகளிலும் செயல்பாடுகளிலும் ஈர்க்கப்பட்டிருந்த மூலூர், ஹரிஜன்களுக்கு மத்தியில் இருந்த தலைவர்களைக் கண்டுபிடித்து அவர்கள் மூலம் நடத்தப்படும் சமூக மறுக்கட்டுமான முயற்சியை அங்கீகரித்து ஏற்றுக்கொண்டவர் என்று என்.கே.தாமோதரன் (‘புலய விருத்தம்’, பக்கம் 2) குறிப்பிட்டுள்ளார்.

25. அதே புத்தகம், அதே பக்கம்.

26. கேசவன் மட்டுமல்லாது இடையாறன்முளை பகுதியைச் சேர்ந்த அழகியாள் என்ற புலயர் சிறுமிக்கும், பரமேஸ்வரதாஸ் என்ற பையனுக்கும் இதேபோல் மூலூர் உதவி செய்திருந்தார்.

27. டி.எம்.யேசுதாசன், பக்கம் 94.

28. 1925இல் (கொல்ல வர்ஷம் 1100 கன்னி மாதம் 29), மூலூருக்கு கேசவன் எழுதிய கடிதத்தில் இந்தக் காரியம் இடம்பெற்றுள்ளது. கூடுதல் விவரங்களுக்குப் புலவிருத்தத்தில் (பக்கங்கள் 71, 72) பார்க்கவும்.

29. டி.எச்.பி.செந்தாரசேரி, 'பாம்பாடி ஜான் ஜோசப் வாழ்க்கை வரலாறு' (பக்கங்கள் 69, 70), டி.ஏ.மாத்யூஸ் (பக்கங்கள் 232, 233) ஏ.ஆர்.மோகனகிருஷ்ணன் (பக்கங்கள் 185 - 189) வாகத்தானம் ராஜகோபால் (பக்கங்கள் 62, 63), தலித் பந்து.

30. குந்நுகுழி எஸ்.மணி, பி.எஸ்.அனிருத்தன், பக்கம் 152.

31. 1933ஆம் ஆண்டு முதல் ஸ்ரீமூலம் மக்கள் சபை, திருவிதாங்கூர் ஸ்ரீமூலம் அசெம்பிளியாக மாறியிருந்தது.

32. குந்நுகுழி எஸ்.மணி, பி.எஸ்.அனிருத்தன், பக்கம் 153, கேசவன் சாஸ்திரி அதன்பின்னர் திருவிதாங்கூர் லெஜிஸ்லேட்டிவ் அசெம்பிளியிலும் திருவிதாங்கூர் - கொச்சி லெஜஸ்லேட்டிவ் அசெம்பிளியிலும் உறுப்பினரானார். 1952இல் திருகொச்சி அமைச்சரவையின் துணை சபாநாயகரான பின்னர், சபாநாயகராகவும் உயர்ந்தார்.

33. இந்தக் காலகட்டத்தில்தான் (1937) புதுவல்விளாகம் எல்.பி. பள்ளிக்கூடத்தில் புலயர் ஜாதியைச் சேர்ந்த கல்யாணியை அய்யன்காளி ஆசிரியையாக நியமித்தார்.

34. டி.எச்.பி.செந்தாரசேரி, பக்கம் 134.

35. குந்நுகுழி எஸ்.மணி, பி.எஸ்.அனிருத்தன், பக்கங்கள் 154, 155.

36. அதே புத்தகம், பக்கம் 155.

37. டி.எச்.பி.செந்தாரசேரி, பக்கம் 134.

38. 'நம்முடெ ஸாஹித்யம் நம்முடெ சமூஹம் 1901 - 2000' என்ற புத்தகத்தில் (பக்கம் 811) 1941ஆம் ஆண்டு ஜூன் 17ஆம் தேதி என்று குறிப்பிடப்பட்டுள்ளது.